अल्याड पल्याड

सुषमा पेण्ढरकर

संपादन
सुजाता गोडबोले

VISHWAKARMA PUBLICATIONS
VP

अल्याड पल्याड

प्रथमावृत्ती- नोव्हेंबर २०१६

ISBN - 978-93-85665-39-4

प्रकाशक
विश्वकर्मा पब्लिकेशन्स
२८३, बुधवार पेठ, सिटी पोस्टाजवळ, पुणे ४११००२.
दूरध्वनी: +९१-२०-२४४४८९८९ / २०२६११५७
ई मेल: info@vpindia.co.in
वेबसाईट : www.vpindia.co.in

लेखक : सुषमा पेण्ढरकर

संपादन : सुजाता गोडबोले

मुद्रितशोधन : विश्वकर्मा पब्लिकेशन्स

मुखपृष्ठ : मेघनाद देवधर

अक्षरजुळणी : गोल्डफिश ग्राफिक्स

शारदेच्या वरदहस्ताने ही साहित्य निर्मिती होऊ शकली

ज्या सर्व सुहृदांच्या सदिच्छेने हे सहज शक्य झाले त्या सर्वांना अर्पण

अल्याड पल्याड च्या निमित्ताने

माझी लिहायला सुरुवात झाली ती मी शाळेत असल्यापासूनच.... पण फर्ग्युसनला असताना ''साहित्य सहकार'' चे सभासदस्यत्व घेतले आणि तिथून पुढे जे मिळेल ते वाचायचे आणि जे जसे जमेल तसे लिहायचे हा छंदच लागला तो तिथली खास मैत्रीण नीला उमराणी (हल्लीची सुमित्रा भावे) मुळे. कविता करणे आणि वाचनाचे वेड इतके लागले की कॉलेजमधील अर्ध्या तासाच्या सुट्टीतही मी आणि माझी मैत्रीण मंगल, (हल्लीची सुजाता गोडबोले) धावत पळत लायब्ररीत जाऊन, तिथेच एका मोठ्या खिडकीत कादंबऱ्या वाचीत बसायचो न चुकता, न कंटाळता, अगदी दररोज.... हा वाचनाचा नाद अतीच वाढत गेला.... इतका की प्रसंगी घरच्या मंडळींची नाराजी होण्यापर्यंत....

त्यानंतर पुढे चार पाच वर्षे विशेष काही लेखन झाले नाही.... नोकरी, घरसंसार, मुले यातच वेळ जायचा सगळा.... पण लेखनाची खुमखुमी मनात होतीच ती पत्रव्यवहाराने भरून काढायचा प्रयत्न असायचा. त्याच सुमारास माझा पीएच.डी चा अभ्यास व लेखन सुरु होते.... करीयरचा भाग म्हणून अनेक सेमिनार्ससाठी शोधनिबंधही लिहित होते....

त्याहिमुळे असेल, पण साहित्यातला वेग मंदावत गेला हे खरे.... पण त्यातच साधारण १९७० साली असेल, एकदा ती नानांच्या (माझे सासरे कवी यशवंत) एका कार्यक्रमाच्या निमित्ताने मुकुंदराव व शांताबाई किर्लोस्कर यांच्याशी ओळख झाली.... त्यांनी सहजच तुम्ही लिहिता का असा प्रश्न केला आणि मनातील लेखनाची आवड उफळून आली.... नंतरची अनेक वर्षे मी 'स्त्री, किर्लोस्कर, मनोहर' अशा अंकातून सातत्याने लिखाण करीत राहिले ते विद्याताई बाळ, ह. मो. मराठे या दोन संपादक दिग्गजांच्या उत्तेजनामुळेच.... ते दोघे सतत लिखाणाची मागणी करीत राहिले आणि त्यांच्या अपेक्षांना उतरेल असे लिखाण करणे हे मला माझे दायित्व वाटत गेले.... त्याकाळात प्रवास वर्णन, उपरोधिक कथा ते व्यवस्थापन विषयांवर सामान्यांसाठी काही लेखन व सामाजिक जाणीवांपर्यंत कित्येक विषय मी यशस्वी पणे हाताळले आहेत....अनेक पारितोषिकेही मिळविली, विशेष मानसन्मानही मिळविले.... त्यातूनच 'साप्ताहिक सकाळ' आणि मग 'रविवार सकाळ' साठीही लिहायला सुरुवात झाली ती पार १९९०/९२ पर्यंत.... आणि गंमत म्हणजे मी इतर कोणत्याही मासिकासाठी लिहायचा विचारही केला नाही त्यादिवसात !

त्यानंतर पुन्हा मनातील साहित्यप्रेमाने डिंवचायला सुरुवात केली ती अमेरिकेत थोडा मोकळा वेळ मिळायला लागला तेव्हा.... त्यातही काही वर्षे व्याप होते, लहान नातवंडे.... नोकऱ्या, घरसंसार तर होताच.... पण लिहिणे चालू राहिले ते नव नवे अनुभव विश्व जसे माझ्यापुढे उलगडत गेले, कधी कोणाच्या बोलण्यातून, कधी कुठे वाचनात आले, तसतसे लिहायला विषय मिळत गेले. सध्या येथील जीवनात विशेषतः येथे स्थायिक झालेल्या भारतीयांच्या कौटुंबिक जीवनातील संघर्ष प्राकर्षाने जाणवत राहिला. त्यात मूळचे भारतीय संस्कार आणि पाश्चिमात्य देशातील वातावरण.... राहणीमान याच्याशी जुळवून घेण्याची धडपड.... त्यातून निर्माण होणारी मानसिक ओढाताण.... अनेक अनुत्तरीत प्रश्न.... त्यामुळे निर्माण होणारे ताण तणाव पाहता पाहता.... अनेक विषय हाताळले गेले ते कथा आणि कवितांच्या माध्यमातूनच! यातील अनेक कथा कविता उत्तर अमेरिकेतील अनेकविध मासिके, त्रैमासिके, वार्षिक अंक, इंटरनेटच्या माध्यमातून निघणारे अंक या साऱ्या

माध्यमातून प्रसिद्ध झाल्या, अनेक पारितोषिके विशेषतः एकता, अभिरुची यासारख्या प्रसिद्ध मासिकातून मिळत गेल्याने लिहिण्याचा उत्साह आणि वेगही वाढला. मदर्स डे, एव्हढे सारे करूनही, तिढा, वजाबाकी, नीरक्षीर विवेक, दुसरेपण, यक्षप्रश्न इ. कथांमधून खास अमेरिकन पार्श्वभूमीवर मानवी मनातील द्वंद दाखविण्याचा प्रयत्न केला आहे. तर ती आणि तिच्या लेकी, महेफिल रंग लायी, चुकलेले पत्र, हरवले ते, अशा काही कथा मुख्यत्वे भारतीय वातावरणावर आधारित आहेत.

त्यात दोन तीन वर्षांपूर्वी पुण्यातील प्रसिद्ध गायक व संगीतकार नरेंद्र कुलकर्णी यांनी माझ्या कवितांना सुरेल चाली देवून 'आठवणींचा साज' नावाची एक सी.डी. तयार केली. त्यामुळे येथील कथा वाचक चाहत्यांनी तुमच्या कथांचे पुस्तक कधी प्रकाशित करणार? अश्या प्रकारची विचारणाही सुरु केली.... पण सातासमुद्रापार राहून असे काही करणे ही गोष्ट अशक्यप्राय वाटत राहिली....

पण प्रत्यक्षात त्या कल्पनेला मूर्तरूप देणे शक्य झाले, ते केवळ मित्रवर्य सुजाता व डॉ. माधव गोडबोले यांच्या विश्वास देण्याने, पुढाकाराने आणि सातत्याने बारिक सारीक तांत्रिक बाबीतही लक्ष घालून मार्गदर्शन करण्यामुळेच.... एक कथा आणि त्याला पूरक अशा काही कविता एकत्रितपणे छापण्याचा एक नवाच प्रयोग या निमिताने आम्ही केला आहे. त्यात विश्वकर्मा प्रकाशनाच्या शारदा दुबे यांच्या सक्रीय सहाय्याने हे आज प्रत्यक्षात उतरलेले स्वप्नच म्हणावे लागेल.... अर्थातच या संदर्भात माझा पुतण्या ह्रिषिकेश आणि सून अनुजा ह्यांनी धावपळीची सर्व कामे आत्मीयतेने व तत्परतेने करून हे कार्य सुकर व सोयीचे केले. आभार मानून या कोणाच्याही ऋणातून मी मुक्त होऊ शकणार नाही.... हे माझ्यावरील प्रेमाचे ऋण मी स्वतः अखेरपर्यंत सांभाळत राहणे हेच जास्त श्रेयस्कर मानते!

सुषमा पेण्ढरकर

अनुक्रमणिका

शब्दांचे गोफ

सांगा बरं शब्द येतात कुठून?
येतात ते ओठातून की पोटातून?
शब्दांची सुरुवात होते तरी कुठे?
शब्दांची रुजवात जन्मते तरी कुठे?

शब्द शब्दातूनच निपजतात
शब्दाला उत्तर म्हणूनच शब्द येतात
एकेक शब्द शब्दात गुंफून
येतात ओळीमागून ओळी माळ बनून

एक मन शब्दावली रचित जाते
दुसरे मन त्यांना बकुल फुलापरी जपून ठेवते
शब्दाशब्दांचे होत जातात गोफ गुंफलेले
मोह पडतात मनाला, मन राहि गुंतलेले

कोणी शब्द हातचा राखून बोलतो
तर कोणी तोच शब्द पारखून जपून ठेवतो
कोणी शब्दांची मनसोक्त उधळण करतो
तर कोणी शब्दांच्या वेढ्यात अडकून पडतो

हे शब्दांचे उमाळे पोटातून उमलतात
मनामनातून त्यांना धुमारे फुटतात
शब्द ते शब्दच असतात, पण जेव्हा ते आपल्या भोवती फेर धरतात
तेव्हा ते शब्दापलिकडचे निरोप पोहोचवतात

शब्दांचे खेळ म्हणजे काही पोरखेळ नाही
एकेका शब्दावर बेतत राहतात जन्म काही
शब्द आणि शब्दांचे हे सारे खेळ
अखेरीला आयुष्याचा जमवून देतात मेळ

सप्टेंबर २००९

१

चक्षुर्वै सत्यम्

प्रिय नंदा,

खरंच तुझं नाव काय आहे रे? नंदा म्हणतात हे माहितेय. पण नंदा म्हणजे काय? आनंद, नंदलाल की नंदकिशोर? गम्मत आहे ना की मला धड तुझं नाव माहीत नाही अन् मी तुला पत्र लिहायला घेतलंय ...

आयुष्यात आज प्रथमच पत्र लिहितेय, जेव्हा लिहावंसं वाटत होतं किंवा कदाचित लिहायला हवं होतं तेव्हा कधीच पेन उचललं गेलं नाही. धीर झाला नाही म्हण हवं तर - कारण? कारण तसं न लिहायला ही नव्हतं आणि - लिहायला तरी कुठे कारण होतं? मग तू म्हणशील, आज असं काय कारण मिळालंय - काय घडलंय? खरं तर काहीच नाही.... पण तरीही मनात येतंय की लिहावंच हे सारं तुला.... कधीतरी माझं मनोगत तुझ्यापुढे उघडं करायलाच हवं असं वाटतं...

झालं काय, की आज पियु विचारत होती, आई, 'चक्षुर्वै सत्यम' म्हणजे काय ग? पियु म्हणजे माझी धाकटी लेक रे ... तुला माहित नसेल ... तशी आपल्याला एकमेकांची जवळपास काहीच माहिती नाही म्हटले तरी चालेल

नाही? ... पियु नव्वीत आहे. मराठी घेतलंय तिनं पण इंग्लिश मिडीयममुळे संस्कृतप्रचुर शब्द आले की डोक्यावरून जातात, मग येते आईकडे.... आई हे सांग, आई ते सांग करत.... तर काय सांगत होते? हं, 'चक्षुर्वै सत्यम' चा अर्थ तिला हवा होता. मी आपली माझ्या परिनं बराच समजावून सांगण्याचा प्रयत्न केला की, 'चक्षुर्वै सत्यम्' म्हणजे डोळे बघतात तेच खरं. उदाहरणार्थ, पोपटाचा रंग हिरवा असतो हे आपण जेव्हा प्रत्यक्ष बघतो तेव्हाच खरं मानतो.... वगैरे.... पण तिला काही ते पटेना. म्हणे पोपटाचा रंग हिरवा असतो हे वाचून किंवा कोणी सांगून सुद्धा पटेल.... डोळ्यांनीच कशाला बघायला पाहिजे? मी म्हटलं पण अनेक गोष्टींना फक्त डोळेच साक्षी असतात. त्याशिवाय कम्युनिकेशनचं कुठलेही माध्यम उपलब्धच नसतं.... तर तिला ते पटेना.... मी तिला काय सांगणार. मला एकदम तुझे डोळे आठवले न् मी तिला म्हटलं कळेलच तुला केव्हातरी; मग आपोआप पटेल.... म्हणजे ग काय आई? असं काय उत्तर देतेस? तिला कसं सांगणार मी? मी तोपर्यंत तिच्या प्रश्नांच्या जगाबाहेर पडले होते न् तुझ्या माझ्या जगात पोहोचले होते. तुझी नजर आठवली. तुझे माझ्याशी अव्याहत संभाषण करणारे, मूक संभाषण करणारे डोळे आठवले - निःशब्द संभाषण.... पण.... पण त्यातील बारीक सारीक अर्थ समजावणारी तुझी नजर अन् मग आठवणींचा पट उलगडतच गेला. ...लडीच्या लडी! रेशमाच्या लडी अंगावर कोसळल्यागत!

खरंच, आपण प्रथम कधी बरं भेटलो? भेटलो कुठले म्हणा? तसं म्हटलं तर आपण अजूनही भेटलो नाहीच आहोत.... आपली कधी कुणी ओळख करून दिली नाही.... ओळख झालीच नाही.... मला वाटतं मी आठवीत असेन किंवा फार तर नववीत. आंतरशालेय वक्तृत्वस्पर्धा होत्या.... आपण दोघेही आपापल्या शाळांचे प्रतिनिधी म्हणून हजर होतो. तू भाषण करायला उठलास, तू कोणत्या शाळेचा वगैरे तपशील सांगितलंस, न् भाषण सुरु केलंस. पण मला काहीच आठवत नाही. तुझं नाव, शाळा वगैरे तू काय सांगितलंस ते! कारण मला तुझी नजर तेव्हाच जाणवली होती, वेध घेणारी नजर.... जणू तुला फक्त माझ्याशी बोलायचं होतं आणि तुझं भाषणही नजरेच्या आड येत नव्हतं.. तू काय भाषण केलंस कोणजाणे! कारण मी भाषण ऐकत नव्हतेच मुळी. तुझ्या नजरेनं मी फक्त बांधून घातली गेले होते. तू कोण?.... कुठला?.... तुझं नाव-गाव, कशाशीही माझं संबंध नव्हतं; होता तो फक्त तुझ्या आरपार भेटून जाणाऱ्या नजरेशी! तुझी

नजर सतत काहीतरी बोलत होती.... काही वेगळंच सांगत होती.... फार प्रभावीपणे आणि.... आणि तेव्हाच मला हा साक्षात्कार झाला. प्रथमच या नजरेच्या भाषेचा, आणि मग तो होतच राहिला.

तशी आपली ओळख झाली नव्हतीच. पण तरीही मी तुला ओळखायला लागले.... आणि तूं रे! तूं कदाचित नाही म्हणशील.... पण तुझ्या डोळ्यांत ओळख दिसत होती ना?.... ती माझ्या डोळ्यांनी तेव्हाच जाणली, त्या क्षणापासून जी ओळख पटली.... मनात रुजली ती कायमची. नंतर एकदा तूं आमच्या घरी आला होतास, तुला पाहताच माझ्या काळजात लक्क झालं. तू तुझ्या दादाचा, अजितचा निरोप घेऊन माझ्या दादाकडे आला होतास.... तेव्हा सहजच कळून गेलं की तू अजितचा चुलत भाऊ आहेस अन् त्याच्याकडे राहतोस.... म्हणजे आमच्या चार घरं पलीकडे. शिक्षणासाठी गेल्याच वर्षी तूं पुण्यात काकांकडे आला आहेस, वगैरे....

तुझ्या शाळेचा रस्ता आमच्या घरावरून! माझ्या नकळत माझे डोळे तुझ्या जाण्याची वाट पहायचे आणि मला पक्कं ठाऊक आहे की तुझ्या डोळ्यांनाही ते माहिती होतं. नाहीतर तुला शाळेत जाताना आमच्या गॅलरीकडे कशाला बघायला लागायचं रे? बहुतेक वेळा मी गॅलरीत उभं रहाणं टाळायची.... कल्पनेने उगीचच हृदय धडधडायचे.... पण बाजूच्या खिडकीत आडोशाला उभी राहून मी तुझ्याकडे लक्ष ठेवून असायची, विशेषतः तूं गॅलरीकडे बघतोहेस का म्हणून!

तुझ्या या नजरबंदीने मलाही संध्याकाळी तुमच्या घरासमोर भरणाऱ्या शाखेत भाग घ्यायला हुरूप यायचा, घराच्या खिडकीतून तूं निश्चित माझ्यावर पहारा करतोस ही भावना सुखवायची.... खुलवायची.

तुझ्या वाड्यात आमच्या वर्गातली सुली रहायची - सुलीशी माझी कधीच मैत्री नव्हती पण - पण तुझ्या नजरेच्या ओढीनं सुलीकडे माझं जणंयेणं सुरु झालं - कारणानिमित्तानं.... अर्थात ती कारणं-निमित्तं ही शोधून काढलेलीच असायची खरं तर! मला लहान मुलांची फार आवड, त्यामुळे मी तुमच्या वाड्यात आले की हमखास मधल्या चौकात छोट्या बहिणींबरोबर खेळत बसायची.... त्या लहानगीशी चाललेल्या पाठशिवणीतही तुझ्या डोळ्यांची पाठशिवणी मला जाणवत रहायची.

तुला आठवतंय नंदा, आमच्या घराच्यामागे तुमच्या शाळेचा जिमखाना होता. तूं तिथे डबलबार, सिंगलबार करायचास बरेचदा! आणि मी.... मी आमच्या मागल्या अंगणात चमेलीच्या कळ्या खुडत असायची.... मी कळ्या खुडते हे तुला माहित होतं म्हणून का तूं संध्याकाळचा नेमका जिमखान्यात यायचास? की तूं तिथे येणार हे माझ्या डोळ्यांना माहिती होतं म्हणून मी चमेलीच्या वेलीभोवती कळ्या खुडण्याच्या निमित्तानं झुलायची? तुझ्याकडे तरी उत्तर आहे का रे याचं?

आणि ती आंतरशालेय नाट्यस्पर्धा? मी तुझ्या एन्ट्रीची वाट पहात विंगमधे उभी होते. एवढ्यात वीज लकाकावी तशी तुझी ओळखीची नजर समोरच्या विंगमधे लकाकली, क्षणभरच!.... तूच असणार याची खात्री पटली.... नंतर तू कुठेही दिसला नाहीस त्यादिवशी, पण उत्तेजन घ्यायला तुझी तेवढी नजर पुरली... स्टेजवर ती पाठपुरावा करत राहिली. उत्तम अभिनयाचं पहिलं पारितोषिक सहजच पटकावून गेले मी! तेव्हा वाटलं होतं, तूं येशील, अभिनंदन करशील अन् मग.... अन् मग कथाकादंबऱ्यांसारखी आपली प्रेमकथा सुरु होईल, माझं गुपित मी तुला सांगेन... पण तसलं काही होणार नाही हेहि मला माहित होतंच.

आणि काय रे, तो मळवलीचा ज्युनियर एन.सी.सी.चा कॅंम्प आठवतोय तुला? तूं एन.सी.सी.त आहेस हेहि मला तोपर्यंत माहिती नव्हतं. पण एका सकाळी नदीवर जाताना पाय रेंगाळले.... कुणीतरी पाठलाग करतयसा भास झाला अन् मनाला कळलं की तूच असला पाहिजेस जवळपास! कसं कोण जाणे!... अन् म गे वळून पाहिलं तर आपल्या तीनचार मित्रांसमवेत तूं गप्पा मारत येत होतास.... नजर मात्र माझ्यावर खिळलेली.... नजरेची पाबंदी सतत जाणवत होती... त्याच कॅंपवर एक दिवस आपल्याला श्रमदान करायचं होतं. मळवली हॉलिडे कॅंप ते स्टेशनपर्यंतचा रस्ता करायचा होता. मुलांची ओळ एका बाजूला तर मुलींची रस्त्याच्या दुसऱ्या बाजूला. हात काम करत होते.... घमेली पुढे सरकत होती. तूं दूर कुठेतरी होतास उभा, पण नजर? तुझी नजर माझ्या नजरेचा वेध घेत होती की माझी तुझ्या नजरेचा? कोण सोडवील हे कोडं.

तूं मॅट्रिक झालास न् काकांकडून गेलास. कुठे गेलास, काय केलंस माहीतच नव्हतं. कित्येक वर्षांत काही बातमी नव्हती. असायचं कारणही नव्हतं.

त्यातल्या त्यात आपल्यातला दुवा होता अजित अन् माझा दादा. पण अजितचं अपघाती निधन झालं. माझा दादाही शिक्षणासाठी पुण्याबाहेर गेला अन् तो दुवाही निखळला. पुढे कधीतरी कुणीतरी म्हणालं, तूं डॉक्टर झालास. उडत उडतच कानावर आलेली बातमी. मीही त्याच सुमारास एम.कॉम. करत होते. कुठंतरी आशा पालवल्यागत झालं.... तुझी कधीतरी अचानक गाठ पडेल अन् मनोगत उघड करायची संधी मिळेल. म्हणून मी मनातल्या मनात वाट पाहत होते... की नव्हते, कोण जाणे! पण घडलं काहीच नाही. एम.कॉम. झाल्या झाल्याच माझं लग्न झालं, अगदी चारचौघींसारखं दाखवून, पण चुकल्यासारखं वाटलं नाही. नवरा खरोखरच फार चांगला मिळाला.... आता लग्नाला १८ वर्षं झालीत.... आमचं अगदी उत्तम चाललंय. सुखात आहे मी. प्रीति, प्रिया.... दोन गोजिरवाण्या मुली आहेत. प्रीति फार्स्ट ईयर कॉमर्सला आहे अन् पियु नववीत! माझी बँकेतली नोकरी चालू आहे. नवऱ्यावर माझं मनापासून खूप प्रेम आहे, तोही माझ्यावर पुरेपूर प्रेम करतोय. माझ्या संसारात मी आकंठ तृप्त आहे. समाधानात न्हायलेली आहे. तुझी आवर्जून आठवण यावी अशी काहीच कमतरता माझ्या आयुष्यात नाही; पण.... पण तरीही उमलत्या वयातील तो नजरेचा खेळ.... अबोध खेळ.... आजही मला जायबंदी करत असतो. तुझी आठवण मनात कायमची लपून बसलीय. पण आठवण म्हणजे तरी काय रे? ना आपण कधी भेटलो, ना कधी बोललो! बोलली ती फक्त नजर.... तीच रुतून बसलीय काळजात!

खरं तर नंदा, या सगळ्या गोष्टी आज आठवताहेत.... आज आठवताहेत तरी कसं म्हणू? त्या कधीच विसरल्या नाही आहेत. खरं तर त्या आहेतच माझ्या संगती.... सततच सावलीसारख्या.... यालाच का प्रेम म्हणायचं? छे: साधी ओळखसुद्धा जिथे झाली नाही तिथे प्रेम कुठलं? पण मग ही नजरेची ओढ? जीवघेणी ओढ....

आयुष्यात उद्या जर आपण भेटलो तर दोन अनोळखीच राहू.... कारण आपली ओळख कधी झालीच नाही आहे. पण.... पण तरीही आपण खरेच अनोळखी आहोत का? अगदी आत अंतरंगात... तुला अन् मलाही माहितीय की आपले डोळे एकमेकांना ओळखतात. ते कधीच आपल्याला फसवू शकणार नाहीत.

तूं मला भेटायला हवा आहेस का? तसंही नाही आहे.... जर कधी काळी तूं भेटलासच.... समोरासमोर ... अगदी एकांतात सुद्धा जरी भेटलास.... तशी शक्यताच नाही म्हणा.... पण कल्पनेत जरी भेटलास ना नंदा, तरी तुला मी हे माझं गुपित मुळी मुळी सुद्धा सांगणार नाही. तुझ्या त्या जीवघेण्या नजरेनं माझा भरला संसार क्षणभरही हिंदळणार नाही आहे. पण.... पण तरीही तुझी ती नजर माझा पाठलाग करतच असते. कारण.... कारण त्या नजरेनंच खरं काय ते माझ्या नजरेला सांगून टाकलंय. आणि 'चक्षुर्वै सत्य' हे मला पूर्णपणे पटलंय.... तेही म्हणूनच!

तुझीच

ता.क. - पाहिलंस? किती सहजपणे मी 'तुझीच' म्हणून सही करायला गेले. पण तशी मी 'तुझीच' काय 'तुझी' सुद्धा कधीच नव्हते अन् कधी होणारही नाही. तुझं माझं नातं कुठलं? नाव कुठलंच न देता येणारं!... गूढ!.... आर्त! न उमजणारी, न समजणारी ओढ.... गोंजारत रहावीशी वाटणारी!.... अरेच्च्या, मी तुझ्यात गुंतलेय की काय? छे:! मुळीच नाही... गेल्या २५ वर्षांत आपली नजरभेट सुद्धा नाही. आज मी सुखी आयुष्याच्या सीमेवर उभी आहे. पण मग तरीही.... अचानक केव्हातरी तुझी नजर कां हेलावून सोडते? असंख्य वेळा पुणे-मुंबई प्रवास केलाय तरीही दरवेळी मळवली स्टेशन आलं की नजर आपसूकच हॉलिडे कँपकडे कां वळते? तुझी आठवण डोळ्यांत भरून कां डुचमळते? अचानक आभाळ भरून येतं.... मन कासावीस होतं.... बावरल्यागत होतं, उगीच हुरहुरतं. २५ वर्षांनंतरही पूर्वीइतक्याच कातर मनानं तुझी नजर माझा वेध घेतेयसं वाटतं.... म्हणूनच कधीकधी वाटतं हे सारं सारं तुला एकदा सांगायलाच हवंय.... कारण ते माझ्या मनात लपून मला खुपत रहातंय. कितीदा तरी हे ओझं असह्य होतं; मनाचा भार मोकळा करावा, हलका करावा म्हणजे तरी ही असोशी कमी होईलसं वाटतं.

तुझी आठवण मला विसरायची आहे का? नाही रे, मुळीच नाही.... प्रयत्न करू म्हटलं तरी मला ते जमणार नाही.... जमलंच तर भावणार नाही.... भावलं तरी सोसणार नाही.... ते फार हवंहवंसं आहे. अगदी नकोसं व्हावं इतकं हवंसं आहे. मी तुझ्यासंबंधीची स्वप्नं कधीच पाहिली नव्हती पण आता

मात्र.... आता मात्र ही अजाण जाण, ही मोहक गूढ ओढ, मला स्वप्नवत भासतेय.... आणि ते स्वप्न खास माझं लाडकं आहे. आणि.... आणि म्हणूनच मी ते जपणार आहे, अगदी जीवाभावे जपणार आहे. हे तुझ्यामाझ्यातलं फुलपाखरी गुपित आयुष्यभर सांभाळणार आहे, गुपितच राखणार आहे. कुणालाच सांगणार नाही. हो, अगदी, तुला सुद्धा नाही.... म्हणून तर मी हे पत्र पाठवणारच नाही आहे. माझं मनोगत माझं म्हणूनच जपणार आहे पण.... पण आपलं मनोगत आपण न बोलताही एकमेकांना कळलंय ना? आपण न सांगताही आपल्या डोळ्यांनी फितुरी केलीच आहे. जे सत्य तुझ्या डोळ्यांनी मला सांगितलंय तेच सत्य माझ्या डोळ्यांनीही तुला सांगितलं आहेच की! मग पत्र काय करायचं? आता वेगळं सांगायचं राहिलंच नाही आहे. 'चक्षुर्वै सत्यम्' चा खरा अर्थ फक्त तुला न् मलाच माहिति आहे. होय ना रे?

रेशमी बंध

फक्त एक अवकाशच की रे होते तुझ्यात आणि माझ्यात
त्याच अवकाशाचा एक अंश होता तुझ्या आणि माझ्या मनात
मनाची स्पंदने उमलत गेली आतून आणि बाहेर लहरींची कंपने
विणत गेली बंध रेशमांचे, अन प्रेमभावात गुंफून गेली मने

अनेकांच्या अनोळखी गर्दीत तेव्हाच तर खरी ओळख पटली
जेव्हा एका नजरेतील आव्हान पेलण्यास दुसरी नजर सरसावली
नयन माझे झाले अधीर, बेचैन, की मन माझे बावरले कोणजाणे
तेव्हापासूनच मन स्वतःशीच गावू लागले केवळ तुझेच तराणे
हे असे अचानक कधी, कसे आणि काय बरे असेल घडले?
माझे मन दचकून मलाच पुन्हा पुन्हा प्रश्न करू लागले
न सापडे कशास ही, काहीही, उत्तर जरी, न पडले प्रश्न उणे
सारेच सैरभैर सभोवती करून प्रयत्नेही, मन काहीच न जाणे

जाणवली ती पुन्हा पुन्हा, फक्त एकच एक ओढ अनावर छेः,
हे बरे नव्हे, फटकारून विवेकी मन त्याला घालू बघे आवर
नाही नाही असे म्हणता म्हणता मनाने दिली हळूच कबुली
त्यामुळे माझ्या पायाखालची अन वाळूच जणू काही सरकली

बावरून या अबोध ओढीने माझे पाय सरकत्या वाळूत घट्ट रुतले
पण तेव्हाच भरतीच्या उधाणल्या प्रेमलाटेत मन मात्र चिंब भिजले
कधी संपेल हा खेळ जीवघेणा? आणि थांबेल कधी ही असोशी?
मनाची उमले पाकळी पाकळी, पण जीवाची मात्र होई कासाविशी

नव्हते काहीच चुकले, अन काहीच नव्हते उणे पडले
जीवनाच्या संथ लयीत मग का बरे हे वादळ उठले?
नव्हता कोणाचाही जाचकाच, ना जीवनी काही कमी पडले
मग कां बरे मनाने केली फितुरी अशी, अन स्वतःच गुंतून पडले?

आत्ता ही तेच एक अवकाश आहे तुझ्यात आणि माझ्यात
पण त्याच अंश मात्र जाणवतोय एकसंधपणे आपल्या दोघात
उमलतच राहिली मनात असंख्य स्वप्ने, कंपने, सारे एकवटले
भाव गुंफले भावात, अन तन - मन जणू रेशमी बंधात गुंफले

८ सप्टेंबर २००४

अर्धे अधुरे

हे सारेच जीवन आहे अर्धे अधुरे
आता हे आयुष्यच झालेय अपुरे
स्वप्ने पहायला वेळही पुरेसा नाही
मग तीही अर्ध्यावरच राहून जाती

तुझी माझी प्रीत ही अर्धीच सगळी
जणू न उमलेली अर्धोन्मिलीत कळी
दरवळ तिचा आहे चहूकडे पसरलेला
पण फुलायला बहाराची वेळ हवी यायला

अर्ध्यामुर्ध्यावरच सगळं चाललेलं
तुझी चाहूलही अर्धी मुर्धी हलकीशी
लागतेय असं वाटेतो झालेली नाहीशी
मग कशी लागावीत स्वप्ने हाताशी

एखादा इशारा येतोय तोही असाच
येतायेताच अर्धामुर्धा विरून जातोयसा
नजरानजर होतसे भासते जरी
तेव्हढ्यातच नजरा फिरती माघारी

सारा निसर्गही अर्ध्यातच राहतोय
पडतापडता पाऊस नाहीसा होतोय
रातीला चांदण्यांची आरास लुकलुकते
बघताबघता ढगांनी आभाळ झाकोळतय

मग अश्या अर्ध्यामुर्ध्या पसाऱ्यात
आपली स्वप्नेही नाही का राहायची अर्ध्यात
कशी काय संपायची ही संध्याकाळ
आणि हे आयुष्यातील अंतिम हळवे क्षण

१० फेब्रुवारी २०१४

एकदा तरी येच

तुझ्या संगतीतल्या एखाद्या किंचित क्षणासाठी,
तुझ्या चेहऱ्यावरच्या एका निरागस स्मितासाठी,
तुझ्या डोळ्यात क्षणभर उमटणाऱ्या लकाकीसाठी,
तुझ्या निसटत्या स्पर्शातील एका शहाऱ्यासाठी,

तुझ्या शब्दातून त्यापलीकडचे काही ऐकण्यासाठी,
तुझ्या मनातून जाणवणाऱ्या एकसंध लयीसाठी,
तुझ्या भावूक सुरांवर तरंगत राहणाऱ्या जीवासाठी,
तुझ्या गहिवरल्या पापणीत अडकलेल्या आसवासाठी,

तुझ्यात नादावून उमलणाऱ्या, वितळणाऱ्या मनासाठी,
तुझे हे सारे वैभव लुटून घ्यायला, खजिना रिता करायला,
बदल्यात माझं सारं आयुष्य घे, पण सखे, एकदा तरी येच.
सखे अग एकदा तरी ये ना, एकदा तरी येच ग, ये.

८ सप्टेंबर २००४

२

हरवले ते

नीतू सकाळी जातानाच हजारो सूचना देवून गेली होती. 'आई बटाटे उकडून ठेव ग, आणि दही बांधायला विसरू नकोस. जमलं तर मॅक्रोनीसाठी व्हाईट सॉस करून ठेवशील? जेव्हढ्या जास्त गोष्टी आज आटोपतील तेव्हढ्या बऱ्या, मी तासभर तरी लौकर येईनच, मग मी श्रीखंड घोटायला घेईन. तूं श्रमाची काही काम करू नकोस. आणि आई ग, घराकडे मुळीच बघू नकोस तू, सुब्बूनं कबूल केलंय, तो सारी सफाई करेल म्हणून, उद्या करेलच तो', गाडी सुरु झाली तरी नितूच्या सूचना सुरूच होत्या... शेवटी विजूच म्हणाली 'आता जा तू. जे मला जमेल ते मी करीन, नाहीतर तुलाच ठेवीन. मेनू तर ठरलेलाच आहे ना? तूं तर तो कालपासूनच फ्रिजवरपण लावून ठेवलेला बघतेय मी.... ग्रोसरी झालीय आता जा बघू तूं निवांत पणे.... कामाचा विचार कर आणि सांभाळून गाडी चालव ग, हायवे वरून जाताना जप....'

शेवटचं वाक्य संपेपर्यंत नीतूची गाडी गराजमधून बाहेर पडली होती.... तरीहि ती कोपऱ्यावर वळेपर्यंत दिसे म्हणून विजू गराजचं दार लगेच ओढत नसे. नीतूची गाडी कोपऱ्यावर वळली की मग ती दार बंद करीत असे. आजही विजू

घुटमळलीच.... चार वर्षां पूर्वी आपली लेक इकडे आलीय आणि काय स्मार्ट झालीय.... नितूच्या अचिव्हमेंटसचा विजूला जास्त अभिमान होता. नीतू तशी पहिल्यापासूनच हुशार, पहिला किंवा दुसरा नंबर कधीच सोडला नव्हतं तिनं. तिच्याही मनात सुधीर सारखं डॉक्टर व्हायचं होतं. लहानपणी खेळात सुद्धा ती 'डॉक्टर डॉक्टर' खेळत असे. सगळ्यांना त्याचं कौतुक वाटे.... पण कॉलेजच्या फर्स्ट इयरला असतानाच नितूनं एकदा अनाउंस केलं, 'मी कॉम्प्युटर प्रोग्रॅमर होणाराय, आई!' विजूचं तसं काही फारसं म्हणणं होतं अशातला भाग नाही. किंबहुना नितूनं स्वावलंबनाचं, स्वयं निर्णयाचे धडे आईकडूनच गिरविले होते. तिला कळायला लागलं तेव्हापासून घरात फक्त आईच होती आणि आजी - आजोबा! आई आजी - आजोबांना खूप मान देत होती, पण नितूला आठवतंय तेव्हापासून आजी - आजोबा पण आईला खूप मानत असत. 'विजू आमची सून नाही मुलगाच आहे', असं ते म्हणत असत. पप्पांबद्दल मात्र कोणी फारसं बोलत नसे. कधीतरी आजीच म्हणे 'दूर तिकडे अमेरिकेत का असेना? सुखी रहा म्हणा, आमची काय काळजी आहे? ह्यांचा पैसा आहे आणि कणखर खंबीर सून आहे.' आजोबा मात्र चुकुनही पप्पांचं नाव काढत नसत. नितूनं कधी विचारलंच की पप्पा कधी येणार आहेत? तर म्हणायचे 'ते एक ईश्वरच जाणे! पण तो तरी आहे की नाही कोण जाणे.... असता तर या पोरीची अशी दशा करून ठेवली नसती त्यानं....' विजू जवळपास असली तर ती सासऱ्यांना म्हणे 'मी सुखात आहे बाबा, कशाला उगीच देवाला कोसायचं, मला इथे काय कमी आहे? आई बाबा करणार नाहीत एव्हढी माया तुम्ही करताय! माझी नीतू एव्हढी हुशार, सुंदर पोर आहे. माझं कॉलेज आहे.... बाहेरच्या जगात मान आहे आणि घरात प्रेम आहे.... आणखी काय लागतं जगायला?

तेहि एका अर्थी खरं होतं.... विजू घरी दारी पॉप्युलर होती. हंसत मुख, मनमोकळा स्वभाव, कोणालाही मदत करायला पुढे सरसावणारी, हुशार, विवेकी म्हणून सल्ला घ्यायला येणारे विद्यार्थी, नातलग, सगळे तिच्या भोवती असत. कॉलेजमध्ये प्रिन्सिपल होती. नितूला तेव्हा वाटे, आई अलिप्तच आहे, पॉप्युलर आहे, पण तरीहि कठोर आहे. स्वतःच्या मनातलं पटकन बोलतही नाही, आपण बरे की आपलं काम बरं, मग ते कॉलेजातलं असो की घरातलं!

गेल्या वर्षीच विजू रिटायर झाली होती. आजोबांना जाऊन तीन वर्षे झाली होती. नीतू अमेरिकेत गेली म्हटल्यावर नाही म्हटली तरी त्यांनी एकप्रकारे हायच खाल्ली होती. त्याना सगळ्यां जुन्या गोष्टी पुन्हा आठवल्या. सुधीर वीस वर्षांपूर्वी एफ.आर.सी.एस करायला म्हणून इंग्लंडला गेला तेव्हाच्या,.... ते आणि सुधीरची आई दोघेही खूप खुशीत होते तेव्हा.... सुधीरचं लग्न झालेलं होतं, हाताशी सुरेख सून होती आणि खेळायला परी सारखी नात ! आजोबा नितूला परीच म्हणायचे.... सुधीर दोन तीन वर्षांनी एफ.आर.सी.एस होऊन परतणार.... एकुलता एक मुलगा विलायतला जाऊन सर्वात मोठी डॉक्टरी पदवी मिळविणार, याचा त्यांना फार अभिमान होता. सुधीर एम.एस. झाल्याझाल्याच इंग्लंडला गेला होता. विजूचं एम.ए. तेव्हाच संपलं त्याच वेळी नीतू झाली होती. तेव्हा विजूनं अगदी तोंडभरून त्याला सांगितलं, 'तुम्ही जरूर जा एफ.आर.सी.एस होऊन या. चांगले यशस्वी व्हा. मग ५/६ वर्षात स्वतःचं नर्सिंग होम बांधुयात' दोघेही तेव्हा स्वप्ने पहात होती. खरं तर नितूचं नाव सुद्धा खूप वेगळं, सुधीरला इंग्लिश सॉनेटस आवडायची म्हणून 'सुनित' ठेवलं, म्हणताना मात्र सुनितचं नीतू झालं. स्वतः नितुसुद्धा कधीतरी म्हणायची की इतकं सुंदर वेगळं नांव ठेवलंय पण सगळे नितूच म्हणतात, मग लोकांना वाटतं माझं नाव नीताच आहे. विजू मात्र क्वचित तिला सुनीत म्हणायची. 'पण पप्पा मात्र मला नेहमीच सुनीत म्हणतात आई', परवाच एकदा नीतू म्हणाली होती, तेव्हापासून विजूनी मात्र कटाक्षानं तिला सुनीत म्हणणं टाळलं होतं.. तिच्या दृष्टीनं ते नीतू आणि तिच्या पप्पांचं असं खास नाव होतं....

विजूला लहानपणाची नीतू आठवली.....जेव्हातेव्हा 'आई, पप्पा कधी ग येणार?' म्हणून विचारणारी! सुधीर इंग्लंडहून परत आला तेव्हा नीतू तीन चार वर्षाची होती. सुधीरनं तिच्यासाठी तिच्या एव्हढीच मोठी, हाताला धरलं की चालणारी बाहुली आणली होती. नीतू फार खुश होती. सुधीरचं मात्र भारतात बस्तान बसेना. त्यानं बाहेरची हॉस्पिटल्स, तिथली सुसज्ज ऑप्रेशन थिएटर्स पहिली होती. भारतात त्याला कुठेच, काहीच पसंत पडेना.... दोन तीन निरनिराळ्या हॉस्पिटल्समध्ये नोकऱ्या केल्या, अगदी मुंबईत जसलोकला सुद्धा नोकरी केली, पण भारतातील नोकरीतील पॉलिटिक्स, हॉस्पिटल्समधील अस्वच्छता, पेशंटची गर्दी, ... या सगळ्यावरच त्याची सतत नाराजी असे... . जेव्हा तेव्हा तो

इंग्लंडमध्ये कसं सगळं छान होतं, असा सूर लावीत असे आणि तुलनेने इथलं सगळं तुच्छ लेखित असे. अगदी आपलं घरसुद्धा ! प्रसंगी या साऱ्याची चिडचिड इतकी वाढे, की त्याला आपले आई बाबा, विजू सुद्धा बुरसट विचारांचे वाटत. 'काही नवीन नकोच तुम्हाला, बसा, जुन्यालाच कवटाळून बसा!' तो वैतागून म्हणे ! विजूला त्याचा अस्वस्थपणा कळत असे, पण तिच्याकडे त्यावर इलाज नव्हता. 'सुधीर, तुम्ही जरा सोशिकपणा दाखवा. मोठाली सुसज्ज, स्वच्छ हॉस्पिटल्स काय तुम्हाला इथे सुद्धा उभारता येतील. पण जरा सबुरीनं घ्यायला हवं.... त्यासाठी लागणारा एव्हढा पैसा अत्ताच कुठून आणणार आपण?' पण सुधीरकडे नव्हती ती एक सबुरीच !.... त्यानं एक प्लॅन सुचविला.... 'बाबांचं घर पाडून तिथेच हॉस्पिटल बांधुयात. चांगलं तीन मजली.... खाली कन्सल्टिंग आणि ऑप्रेशन थिएटर, त्याला लागून मागे इमर्जन्सी, वर दुसऱ्या मजल्यावर पेशंट्सच्या रूम्स आणि तिसऱ्या मजल्यावर आपल्याला रहायला जागा.... पण या सगळ्यासाठी लागणारा पैसा कुठून आणायचा? तो काय दात पडून उभा करायचा?...., विजूचं तर म्हणणं होतं की बाबांनी तर कष्ट करून, पै आणि पै जमवून घर बांधलं, हौसेनं बाग बगीचा केला, तो काय आपल्या मनात येईल तेव्हा उधळून लावायला? आई बाबांची नसतील का काही स्वप्नं? सुधीरचं यावर म्हणणं असं की, मी त्यांचा एकुलता एक मुलगा आहे ना? मग शेवटी हे सारं माझच आहे ना? आपल्या एकुलत्या एक मुलासाठीच ना त्यांनी हे सारं उभं केलंय, मग मला हवं तेव्हा त्याचा उपयोग नाही झाला तर काय फायदा? विजूनं परोपरीनं समजावलं, निदान याची वाच्यता त्या दोघांकडे करू नका, म्हणून विनवलं.... शेवटी वर्ष दीड वर्षातच सुधीरनं अमेरिकेला जायचा निर्णय घेतला.... तेव्हाचा विचार असा की ५/६ वर्षे तिकडे काम करून भरपूर पैसा मिळवावा आणि मग भारतात परत येऊन हवं तसं हॉस्पिटल बांधावं.... सुधीर परत परदेशी जातोय म्हटल्यावर आई फारच नाराज झाल्या. आधीच २/३ वर्षे तो इंग्लंडला गेलेला होता, आल्यावरही इकडे नोकरी कर, तिकडे बस्तान बसवायला बघ, करत वर्षं दीड वर्षं पुन्हा बाहेरच होता. घरात असला तरी चिडचिड करायचा सारखी.... काय त्याच्या मनात चाललय याचा आई बाबांना पत्ताच नव्हता. पण मुलगा परत दूर जाणार म्हणून त्या फारच निराश झाल्या. त्या गप्प गप्प पण राहायला लागल्या, त्याचं मनोविश्व उध्वस्त होतंय की काय अशी विजूला धास्ती पडली.

मग ती मुद्दाम कुळाचार म्हणून काय काय करत बसायची. सण - वार, हळदी कुंकू.... या सर्वात सारखा त्यांचा सल्ला घेऊन त्याचं मन रमवायचा प्रयत्न करत राहायची. पण हळूहळू त्या जास्तच गंभीर होऊ लागल्या. एकुलत्या एक मुलाचा विरह त्याना सहवेना.... त्या डिप्रेशनच्या शिकार होऊन राहिल्या. विजूनं सुधीरला हे कधी कळवलच नव्हतं.... तो कधी मधी फोन करि तेव्हा इकडे सर्व ठीक चाललय असेच ती आणि बाबा सांगत. आईशी बोललाच तर त्या फक्त 'तु आता लवकर ये रे बाबा' एव्हढंच बोलत. नितूच्या आठवणीत तर पप्पा म्हणजे बाहुली आणणारे म्हणून छान छान पप्पा होते. पण त्याच वेळी कुठेतरी आईवर चिडचिड करून घुश्यात रागावून बोलणारे पप्पाही बिंबलेले होते. ती फोनवर त्यामुळे विशेष जास्त न बोलता पप्पा तुम्ही लवकर या आणि येताना मला या वेळी बोलणारी बाहुली नक्की आणा हं, नुसती चालणारी नको.... असेच काहीसे बोलत राहि.

अमेरिकेला गेल्यावर, सुधीरची २/३ वर्षे पुन्हा उमेदवारीतच गेली. मग मात्र त्याने लकडा लावला, 'आता तू आणि सुनीत लौकर इकडे या' म्हणून. एकदा भारतात येण्याआधीच त्याने विजूला बजावून ठेवले होते की तुमचे पासपोर्ट तयार ठेवा. यावेळी माझ्या बरोबर तुम्ही नक्की इकडे यायचय. विजू फोनवर त्याला हो म्हणाली होती.... पण तिला घरातली परिस्थिती दिसत होती. दिवसे दिवस आईंना काहीच सुधरत नव्हतं, त्या या सगळ्यातून मनाने बाहेर पडल्या सारख्याच होत्या. सुधीर आला तेव्हा ही त्या नुसत्याच त्याच्या जवळ बसून राहायच्या उगीच हसायच्या.... मधूनच 'विजू आता याला जाऊ देऊ नकोस बरं का ग', म्हणून शंभरदा बजावीत असत. 'बाळा, तू सुखात आहेस न रे?' म्हणून पुनः पुन्हा विचारत होत्या.... अशा परिस्थितीत कसा विचार करणार अमेरिकेला जायचा? या दोन जीवाचं कोण आहे करणारं आपल्याशिवाय? पुन्हा नीतू १०/११ वर्षाची, इथली संस्कृती काय तिथली काय? अशा अडनिड्या वयात कसं नेणार पोरीला तिकडे? त्यात भरीस भर म्हणून विजूला नुकतीच हेड ऑफ द डिपार्टमेंटची पोझिशन मिळाली होती. इथे सगळा जम बसला असताना हे सगळं आहे तस्स सोडून सुधीरच्या मागे अमेरिकेत जाणं अशक्य आहे असे वाटत होते विजूला आणि समजा ठरलच आणि गेलो तर मग आई बाबांचं काय? इथे कोण करणार त्यांचं?

सुधीर आल्यावर विजूनं हे सगळं त्याला समजावून सांगायचा प्रयत्न केला.... पण त्याला काही ते पटेना.... 'विजू तू आपली सारखी काही ना काही करणं शोधत असतेस.... तू बस इकडेच मग, तुला आई बाबांची काळजी.... नीतूची काळजी.... पण माझी मात्र मुळीच काळजी नाही.... मी तिकडे एकटाच असतो.... मला कंपनी नाही, कोणी बघणारे नाही.... जेवणाखाणाचे तर हालच असतात'.... यावर मात्र विजूचा विश्वास बसला नव्हता कारण जेवणाखाणाचे हालच म्हणणारा सुधीर छानपैकी गुटगुटीत दिसत होता. शिवाय त्याचे ढीगभर मित्रमैत्रिणींच्या मेळाव्यात रमलेले अनेक फोटो त्याने आणले होते. अमेरिकेतील समृद्ध आयुष्याचे, तिथल्या सुखाचे तो वरचेवर वर्णन करीत होता. 'तिथलं आपलं घर किती मोठं, प्रशस्त आहे.... बॅकयार्डमध्ये स्विमिंगपूल, टेनिस कोर्ट आहे वगैरे वगैरे.... शिवाय सुंदर सुंदर अमेरिकन मुली कश्या माझ्या मागे असतात हे ही....' हे कदाचित विजूला मत्सर वाटविण्यासाठीही सांगत असावा.... पण विजूला हे काही नवीन नव्हते. सुधीरच्या स्वभावाची तिला कल्पना होतीच की ! सहज बोलता बोलता मुलींना आपलंस करण्यात, इम्प्रेशन मारण्यात त्याची हातोटी होती. अगदी वूमनायझर नसला तरी बायकांची कंपनी एन्जॉय करण्यात त्याचा नेहमीच पुढाकार असे. तिला तो जरा लघळपणाच वाटे, पण ती कायमच त्याच्या असल्या वागण्याकडे कानाडोळा करीत असे. आता तर काय तिकडच्या फॉरवर्ड वातावरणात एकटा राहतोय.... रान मोकळच आहे त्याला. आपल्याला जाता आलं असतं तर, तर निदान जरा बंधनं पडली असती त्याच्यावर.... विजूच्या मनात येऊन गेलं.... पण अमेरिकेतल्या चैनीसाठी, सुखी जीवनासाठी कुटुंबातल्या मुख्य व्यक्तींकडे दुर्लक्ष करायचं हे तिला पटणारं नव्हतं.... तिच्या जीवनाच्या तत्वज्ञानात बसणारं नव्हतं. सुधीरनं एक दोनदा म्हणून बघितलं की 'अग, अमेरिकेत सुद्धा आई वडिलांना वृद्धाश्रमात ठेवतात, त्यात काय मोठंसं? उलट म्हातारी माणसं पण समवयस्कांच्या सहवासात जास्त खुशीत असतात....' पण विजूला हे काही पटण्यातलं नव्हतंच मुळी! अशा नाराजीत ताण तणावातच शेवटी सुधीर परतला होता. विजू काही दाद देत नाही म्हटल्यावर त्याने ही पुढे पुढे प्रयत्न करणं सोडून दिलं होतं. तसा तो दोन चार महिन्यातून कर्तव्यपूर्तीसाठी फोन करत असे, तेव्हढाच. पण.... एक प्रकारचा दुरावा आणि रुक्षपणा भरून राहिला होता त्या दोघांच्यात! सुधीर आपल्याला समजून घेत नाही, कौटुंबिक

जबाबदारी सहजपणे नाकारतोय याचं विजूला दुःख होतंच.... पण तिनं घट्ट मनानी एक निर्णय घेतला होता. आपलं कुटुंब, आपली माणसं महत्त्वाची! म्हाताऱ्या व्यक्तींना आदराने वागवणं, त्यांचं सगळं व्यवस्थित करणं, त्यांची मनं सांभाळणं, हे आपलं आद्य कर्तव्य आहे.... ही शिकवण तिला तिच्या आईकडून मिळाली होती. विजूचे बाबा लौकर गेले.... पण तिच्या आईने केलेली तिच्या सासूची, विजूच्या आजीची, सेवा विजूला आठवत होती. सुधीर तर एकुलता एक मुलगा, ना भाऊ ना बहिण.... इतर नातलग कधी विजूला दोष देत सुधीरला एकटं टाकल्याबद्दल तर कधी सुधीरला बोल लावत आई वडिल बायको मुलीचा विचार न करता स्वतःचीच स्वप्ने पुरी करत बसण्याबद्दल....! पण लोकांचं काय ती कुठूनही बोलतातच....

विजूनी ठरविलं होतं आपली प्रायॉरिटी नितूला आणि आई बाबांना ! सुधीर तसा मजेत आहे.... सुखात आहे.... स्वतंत्र राहणं, एकटं राहणं तो नक्कीच मॅनेज करू शकतो. पण आई बाबांना या वयात आणि अशा परिस्थितीत एकटं टाकणं शक्य नाही. नितुसाठी सुद्धा भारतातच राहणं बरं! तिच्यावर चांगले संस्कार होणं, तिला सुरक्षित जगात ठेवून वाढविणं, महत्त्वाचं होतं. कधी कधी सुधीरचं वागणं फार स्वार्थीपणाचं आहे.... तो अप्पलपोटा आहे असं तिला वाटे.... पण तिनं स्वतःला एक शिस्त लावून घेतली होती की काहीही झालं तरी सुधीरची निंदा नालस्ती करायची नाही. नितूच्या मनात तिच्या पप्पांविषयी अनादर निर्माण होता काम नये. नितुसाठी तिनं सुधीरचं परदेशी असणं यावर सुधीरची महत्त्वाकांक्षा त्याच्या दृष्टीनं महत्त्वाची आहे. तो किती बिझी असतो..... त्यानं निवडलेला पेशा आणि त्यात तो सातत्यान मिळवीत असलेले यश, अशीच भूमिका तयार केली होती. त्यात कुठेही आपल्यावर अन्याय होतोय, याची तक्रार कधी नसायची.... कधीतरी मोठी झाल्यावर नितूच म्हणे 'पण आई, म्हणून काय बाबांनी तुला अशी वाऱ्यावर सोडावी का आपल्या महत्त्वाकांक्षेपायी?' त्यावर विजू म्हणे 'अग वेडाबाई, मला कुठे वाऱ्यावर सोडलीय....? मी चांगली भारतात, स्वतःच्या घरात सुरक्षित आहे.... मला आई बाबा आहेत... तूं आहेस.... वाऱ्यावर स्वार होऊन गेलेले तुझे पप्पाच....'

दुसरा एक कटाक्ष विजूने पाळला होता गेली वीस वर्षे, तो म्हणजे ती स्वतः आणि नितूनं अमेरिकेत न जाण्याचा.... त्याला त्याच्या दृष्टीने दोन कारणे

होती.... 'एकतर कदाचित अमेरिकेतल्या ऐश्वर्याचा, सुखसोयींचा, आपल्याला किंवा नितूला मोह पडला तर....? त्यापेक्षा नकोच ते जाणं.... आपण आहोत तिथेच उत्तम आहोत.... ही समाधानी अवस्था तिने स्वीकारली होती.... आणि दुसरं कारण किंवा भीती ही की आपण जर अमेरिकेत गेलो आणि नितूनं पप्पांचं स्वैरवागणं पाहिलं तर सुधीरची पप्पा म्हणून तिनं जपलेली प्रतिमा डागाळली जाईल आणि कदाचित त्यामुळे तिच्या आयुष्यात वैफल्य येईल....' त्यापेक्षा दोन तीन वर्षांनी ८/१० दिवसांपुरता येणारा नवरा बरा..... असं म्हणता म्हणता गेल्या जवळ जवळ १० वर्षात सुधीर फिरकलाच नव्हता. त्याचं भारतात येणं हळूहळू लांबत गेलं आणि आता तर जवळपास बंदच झालं होतं.... इतकं की आई गेल्या... बाबा गेले.... तरी तो आलाच नव्हता. क्वचित त्याचे फोन येत तेहि मुख्यतः नितुसाठीच.... आणि तेहि 'कशी आहेस सुनीत बेटी? काय चाललय हल्ली? म्हणण्यापुरतेच.... पण नितूला तेव्हढं ही पुरेसं होतं.... बुडत्याला काडीचा आधार....

विजू एकीकडे स्वयंपाकघरात बारीक सारीक कामे करीत होती.... हात जरी कामात असले तरी मन मात्र कुठे कुठे भरकटून येत होतं.... सुब्बु आणि नीतूची कॉलेजमधली मैत्री.... दोघेही बरोबरच कॉम्प्युटर प्रोग्रॅमिंग शिकत होते. सुब्बुशी लग्न करायचं नितुनी ठरविलं आणि ते कळवायला पप्पांना फोन केला, तारीख त्यांच्या सोयीनं ठरवायची असं मनात होतं. पण पप्पानी, 'बघूं, मला जमणं कठीण आहे यंदातरी,' त्याची मोठी इंटरनॅशनल कॉन्फरन्स होती, 'सॉरी बेटा,' म्हटलं, आणि लगेच हजार डॉलर्सचा चेक पाठवून दिला. नीतू खूप नाराज झाली होती.... रडरड रडली होती.... तेव्हा सुब्बुनच तोडगा काढला होता.... म्हणाला.... 'अग, आपण रजिस्टर लग्न करूयात, म्हणजे आईलाही जाणवणार नाही पप्पा इथे नाहीत ते.... आणि आपण लगेचच अमेरिकेला जाणार आहोतच.... मग तेव्हा आपली पप्पांशी भेट होईलच ना, नेहमी भेटत जाऊयात आपण पप्पांना.... नाही का?

सुधीरनं नीतू आणि सुब्बुला छान पैकी वेलकम पार्टी दिली होती. सुब्बु आणि नीतू दोघेही सॉफ्टवेअर मध्ये काम करतात, खूप बिझी असतात, पण दर आठवड्याला नीतू पप्पांना फोन करतेच आणि महिन्या दोन महिन्यातून

लाँग वीकएन्डला पप्पांना जाऊन भेटणं ही तिनं चालू ठेवलं होतंच इथे आल्यापासून.... आईला तर काय आठवड्यातून दोनदोनदा फोन यायचा तिचा. पप्पांशी काय काय बोलणं झालं, ती पप्पांशी किती जवळीक साधू शकली वगैरे बोलता बोलता.... 'आई पप्पा फार चांगले आहेत ग, तुझ्याविषयीही ते अभिमानानं बोलतात' असेही नितूने सांगितले होते.

आणि आता उद्या सुधीरला भेटायचय.... त्यासाठीच तर नितूनं पार्टी ठरवली होती. विजू या सागळ्याकडेच अगदी तटस्थवृत्तीने, त्रयस्थपणे पाहत होती. सुधीर विषयी आपल्या काय भावना आहेत याचा तिनं गेल्या वीस वर्षात अंगदी काही काही विचारच केला नाही असं नाही, पण मनाचा तो कोपरा तिनं जाणीवपूर्वक कडीकाड्या घालून बंद करून ठेवला होता. तिचं रोजचं आयुष्यच पुरून उरत होतं. आई बाबा असताना तर तिला इतर कशाला वेळच मिळत नसे. नीतू इकडे आल्यावर मात्र तिला बराच वेळ असे, म्हणून तिने लिखाण चालू केले होते.... इथे आता आल्यावर एकदोनदा सुधीरशी फोनवर बोलणे झाले पण ते जुजबी तेव्हढ्यापुरतं. अगदी औपचारिक म्हटलं तरी चालेल असं.... 'काय कसा काय झाला प्रवास? विमान वेळेवर आलं न? वगैरे....' तेव्हा क्षणभर विजूला वाटून गेलं होतं की खरं तर सुधीरनं आपल्याला घ्यायला विमानतळावर यायला हवं होतं.... पण लगेच तिनं तो विचार झटकून टाकला, उगीच आपल्या मनानी काही अपेक्षा ही ठेवू नये म्हणून.... समोरासमोर यायची वेळ आताच तर येणार होती. विजू मनाशी म्हणाली कशाला उगीच विचार करायचा? पार्टी सारखी पार्टी.... आणखी दोन चार जणं पण बोलावली आहेत नितूनं. ॲनाला, पप्पांच्या मैत्रिणीला, एकटं वाटू नये म्हणून नितूनं तिच्या बॉसला रॉजरला आणि नॅन्सीला तिच्या एका सिनियर कलीग / मैत्रिणीला बोलावलं आहेच की.... म्हणजे गप्पागोष्टी आरामात होतील.

रॉजर गप्पिष्ट होता. तो एकटाच होता. विजू येण्याआधीच त्याने नीतूकडून तिच्याबद्दल बरीच माहिती गोळा करून ठेवली होती. त्याला विजूच्या धडाडीचं कौतुक वाटे, कारण तो स्वतः एक दोनदा भारतात जाऊन आला होता. तिथे बायकांनी एकटं राहणं फारसं सोपं नाही, हे त्याला तिथल्या वास्तव्यात कळून चुकले होते. पार्टीतला अवघडलेपणा, ऑकवर्डपणा घालविण्यात बडबड्या

रॉजरचा मोठा वाटा होता.... तो पुनःपुन्हा विजूला तिच्या जॉब बद्दल, तिथल्या शिक्षण पद्धती विषयी विचारून तिला बोलती करत होता. त्याचंही म्हणे स्वप्नं होतं की कधीतरी मास्टर्स पुरी करून कॉलेजमध्ये शिकवायचं.... एकीकडे पप्पा आणि सुब्बुच्या गप्पा रंगत आल्या होत्या. पप्पांची मैत्रीण ॲना, रॉजरवर भाळल्यागत वाटत होती.... रॉजर बोलायला लागला की, भक्तीभावानं त्याचं बोलणं ऐकत होती. उगीचच मध्येच काहीतरी विचारल्यासारखं करीत होती. तिचा चक्क लाळघोटेपणा चालू होता. दुसरीकडे नीतूची कलीग नॅन्सी सुधीरशी गप्पा मारायचा प्रयत्न करीत होती. त्याच्याशी जवळीक साधायच्या दृष्टीने त्याच्या घराविषयी चौकशा करीत होती तेव्हा म्हणाली 'आलं पाहिजे एकदा तुझ्या पूलवर पोहायला....' विजूला हे सगळं बघताना गम्मत वाटत होती. आपण कशा काय एव्हढ्या त्रयस्थपणे या पार्टीत वावरतोय....?

सुधीरला आवडतंय म्हणून खास श्रीखंड केलं होतं, तसं नितूनं चारचारदा म्हणूनही दाखवलं.... त्यावर सुधीरनी काही रिॲक्शन दाखविली नाही, तरीही विजूला त्याचं ढिम्म काही वाटलं नव्हतं. 'आपल्यालेखी सुधीरचं अस्तित्वच पुसून टाकलय का आपण? पण मग आता त्याला समोर पाहिल्यावर काय वाटतय आपल्याला?' विजू स्वतःचच मन तपासून पाहत होती. सुधीर देखणा तर होता तसाच आहे. इथल्या समृद्धीचं तेज चढलेलं दिसतय त्याच्या चेहऱ्यावर! मग तो कुठेतरी आतून बेचैन असल्यासारखा का वाटतोय आपल्याला? सुधीरची नजर आपल्यावर खिळून राहिली असंही वाटतय! हे ही सत्य आहे की आपल्याच मनाचे खेळ? पण एक खरं की सुधीरची आपल्यावरची नजर आपल्याला सुखावून जातेय.... त्याला काय वाटत असेल? आपल्याला काय वाटतय? काय वाटायला हवय?.... ओढ वाटणं तर.... तर जवळपास अशक्यच आहे.... तसा आपण त्याला केव्हाच मनातून हद्दपार करून टाकलाय म्हणा.... पण मग त्याच्या भोवती पिंगा घालणाऱ्या नॅन्सीची, आपल्याला कीव का वाटतेय? सुधीर तिची डाळ शिजू देत नाहीय म्हणून आपल्याला मनातून बरं वाटतय की काय? आपल्या हातातून निसटून गेलय का सगळं आयुष्य?.... की.... की अजून काही आशा आहे? कसली अशा? एकत्र येण्याची....? काय शोधतो आहोत आपण....?'

सुधीरही विजूकडे बघत होता.... पण काय बोलावं तिच्याशी हे त्याला सुचत नव्हतं.... आठ दहा वर्षांनी तो विजूला पाहत होता.... 'चांगली सडसडीत राहिलेली.... तरतरीत विजू !! तिच्या चेहऱ्यावर झळाळणारं समाधान आणि वागण्या बोलण्यातून जाणविणारा सहज आत्म विश्वास!' नकळतच सुधीरचं मन विजूच्या वागण्याची अ‍ॅना आणि नॅन्सीच्या वागण्याशी तुलना करू लागलं 'काय दांभिक आणि खोटेपणाचं शिवाय वरवरचं वागणं आहे या दोघींचं! शिवाय.... नुसता नटवेपणा !' आणि लक्ष वेधून घेण्यासाठी नानातऱ्हा.... अंग प्रदर्शनासकट ! सुधीरला प्रथमच मनातून सर्वच गोष्टींचा शो करण्याच्या या अमेरिकन बायकांविषयी तिटकारा वाटला. त्याची नजर विजूवर खिळून होती.... मनातून तिची मूर्ति हलत नव्हती. छेः काय करून घेतलं आपण हे सारं?

खरं तर आत्तापर्यंत आपलं आयुष्य कसं चाललय या विषयी सुधीरला मुळीच खंत नव्हती.... भरपूर मैत्रिणी,.... मनात येईल तेव्हा मजा उडवायला मोकळीक.... म्हणजे त्याचा पैसा उडवायला मैत्रिणींना मोकळीक.... एखादीला कंटाळा आला तर तिला सरळ घरातून हाकलून देऊन, दुसरीला जवळ करणं त्याला सहजच जमलं होतंही.... किती मैत्रिणी झाल्या याचा हिशोब सुद्धा तो ठेवत नव्हतं.... एव्हढ्या बायकांशी मैत्री केली पण तो समाधानी नव्हता.... काय शोधतोय आपण? आत्ता विजूकडे पाहताना त्याचं त्यालाच आश्चर्य वाटत होतं.... कसलं समाधान आहे हिला? हिच्या आयुष्यात तर फक्त म्हाताऱ्या सासूसासऱ्यांना सांभाळण्याची कटकट, त्यापायी अतोनात कष्ट.... नोकरीची धावपळ.... नितूला वाढविण्याची जबाबदारी आणि एकूण गोळाबेरीज म्हणजे फक्त कष्टच कष्ट.... कशी काढली असतील हिनं एकटीनं एव्हढी २० वर्षं? आपण तर कधी याची दखलही घेतली नाही.... किंबहुना असा विचारही आपल्या मनात या आधी आला नाही.... तिनं तिचं आयुष्य खुशीनं निवडलय असाच आपला युक्तीवाद होता.... मग या सगळ्या कष्टातूनही ती एव्हढी समाधानी कशी? आणि विजूला एव्हढा आत्मविश्वास कशाच्या बळावर आहे? रॉजरशी ती शांतपणे गप्पा मारतेय.... कुठे आपली शेखी नाही.... की कुठे जराही लघळपणाचा अवशेषही नाही.... ही अ‍ॅना पहा कशी आपल्याकडे सरळ दुर्लक्ष करून रॉजरच्या अंगचटीला जातेय आणि विजूकडे असुयायुक्त नजरेनं पाहतेय.... रॉजर सतत विजूशीच बोलतोय म्हणून!.... आणि ही, नवी बया

नॅन्सी, माझ्या मागे लागलीय.... म्हणे तुझ्या तलावावर यायला पाहिजे एकदा पोहायला... एरव्ही आपल्याकडे आकर्षिल्या गेलेल्या बाईचा अहंकार सुखावून तिला अधिकाअधिक आपल्यातच गुंतवून ठेवण्यात सुधीरचा हातखंडा होता. आपल्यातील या स्पेशल स्मार्टनेसचा त्याला अभिमान वाटत असे. आज प्रथमच नॅन्सीच्या पुढे पुढे करण्याचे त्याला आकर्षण वाटत नव्हते.... उलट त्याचे सारे लक्ष विजूवर खिळून राहिले होते. त्याचे मन सतत तिचाच विचार करत होते.... इतकी वर्षे विजूनेच आपल्यावर अन्याय केला म्हणून आपण एकटे पडलो असे स्वतःला पटवून देत आपण आयुष्य भर आयुष्यातल्या फलतू सुखाला बळी पडलो त्यातच स्वतःला गुंतवून घेत समाधान मानीत राहिलो. विजूने आपले ऐकले नाही.... ती आपल्याबरोबर इकडे आली नाही ही तिने आपली मोठी आगळीकच केलीय.... हा आपल्यावर सरासर अन्याय आहे अशी सुधीरने ठामपणे आपली समजूत करून घेतली होती आणि या साऱ्याला तो विजूलाच जबाबदार मानीत होता.... पण आज मात्र विजूकडे पाहताना त्याला अपराधी वाटत होते.... खरं तर आपणच विजूवर अन्याय केलाय.... पुण्यातील संसाराची सगळी जबाबदारी खुशाल तिच्या एकटीच्या अंगावर सोपवून आपण फक्त स्वतःची महत्त्वाकांक्षा.... स्वतःचं सुख बघत राहिलो.... आपण ना आईवडिलांचा विचार केला.... ना विजूचा.... ना सुनितचा.... फार फार स्वार्थीपणाने वागलो आपण!

सुनीतही आपल्याशी जवळीक दाखवीत होती पण तिने समंजसपणे कधी आपल्याला ॲनाबद्दल विचारलेही नाही.... ती तोंडदेखलं ॲनाशी औपचारिकपणे ठीक वागे.... पण पुनःपुन्हा 'पप्पा, तूम्ही एकदा आईला भेटाच' म्हणत असे. आईबद्दल नितूला अभिमान होताच तो सारखा प्रकटही होत असे.... आईची पॉप्युलॅरिटी, आईची कर्तव्यदक्षता.... आईचा स्वयंपाक, एक ना दोन.... सुधीरने विशेष रिस्पॉन्स दिला नाही तरी नितूच्या बोलण्यातून आजोबा आणि आई या दोन्ही फार महत्त्वाच्या व्यक्ती आहेत तिच्या आयुष्यात हे सुधीरला कळून चुकले होते.... तरीही विजूला भेटण्याविषयी इथे येई पर्यंत आपणही तटस्थच होतो की....! गेल्या कित्येक वर्षात आपली दृष्टी भेटही नव्हती.... पण मग आत्ता आपण असे बेचैन का आहोत?.... काय होतंय आपल्याला? काय शोधतोय आपण.... आपलं मन कशासाठी चाचपडतोय?.... काय हवंय आपल्याला?

विजूचं मनही तिथंच येऊन स्थिरावलं होतं.... काय शोधतोय आपण? पुन्हा एकत्र येण्याची शक्यता?....विजू स्वतःशीच चांगलीय दचकली.... आपलं मन एकत्र येण्याचा विचार तरी कसा करू शकतं?....आणि शरीर.... ? ते आकर्षण तर पार विझुनच गेलंय गेली कित्येक वर्षं.... मनाला उभारी आहे ती कर्तव्यपूर्तीची.... आधार आहे तो आई बाबांच्या मायेचा.... लेकी जावयाच्या प्रेमाचा.... तेव्हढ्याच शिदोरीवर तर आपण इतकी वर्षे काढली.... अलिप्तपणा हाच स्थायीभाव झाला आपल्या स्वभावाचा.... तोही त्याच मुळे.... पण.... पण म्हणून कधी जोडीदाराची गरज भासलीच नाही असं थोडच आहे?.... आज सुधीर समोर आल्यावर मन त्याबद्दल विचार तरी करतंय.... म्हणजे निदान आपण स्वतःशी कबुली देतोय.... खूप काहीतरी हरवल्यासारखं वाटतय.... त्याची नजर आपल्यावर खिळलेली.... पण ती अपराधी वाटतेय.... की हे सारे पुनः आपल्याच मनाचे खेळ आहेत.... ? आणि हा रॉजर तर इतकी बडबड करतोय की धड आपल्याला विचार करायलाही सवड देत नाही आहे.... सुधीरशी जाऊन बोलावं तर.... पण काय बोलणार काही कॉमन धागाच उरला नाही आहे आपल्यात.... असंही वाटतय.... आणि हवा पाण्याच्या गोष्टी बोलण्याइतकं आपलं नातं त्रयस्थपणाचही नाही.... नातं? विजू पुन्हा दचकलीच या शब्दानं.... तेच रॉजर विचारीत होता.... 'सो.. हाऊ लॉंग हॅव यू बीन डीव्होर्स्ड?' 'ओह, वी आर नॉट डीव्होर्स्ड.... वी आर मॅरिड स्टिल.... ओन्ली सेपरेटेड बाय सर्कम स्टान्सेस' आपल्या या उत्तराने पण विजू दचकली....

आपण खरंच डीव्होर्स्ड नाही आहोत. भारतात असताना नवरा अमेरिकेत असतो तरीही आपण घरी राहून सासूसासऱ्यांना आधार देतोय.... कर्तव्य पार पडतोय याचा अभिमान वाटत होता त्यात मॅरिड बट सेपरेटेड बाय सर्कमस्टान्सेस म्हणणं प्रॉपर आणि चांगलंच होतं.... पण आत्ता.... आता काय स्टेटस आहे आपलं? आता तर सगळी कर्तव्य पण संपली आहेत.... इतकी वर्षे ज्या सुखाला सक्तीनं पाठ फिरवली.... फिरवावी लागली.... जे आपण हरवून बसलोय.... ते सुख आता आपल्या आटोक्यात येण्याची शक्यता आहे कां....?.... विजू आणि सुधीर एकदमच एकमेकांकडे जणुं स्तिमित होऊन पाहत राहिले.... दोघांच्याही मनात एकमेव विचार येत होता.... हरवले ते गवसेल का.... गवसेल का आपल्याला पुन्हा.... ???

बदल

इतका प्रदीर्घ काळ जीवनाचा गेलाय
सहाजिकच बदल हाच स्थायीभाव झालाय
अत्तापर्यंत काही बदललं नाही म्हणून सांगू
जवळपास सर्वच गोष्टी लागल्यात बदल मांगू

आजूबाजूचं बदललय जणुं सगळच काही
निसर्ग बदललाय आणि बदलू लागलेत ऋतूही
बदलली आहे थंडी, उन्हाळे आणि पाऊसही
बदलतच आहेत भोवतालची घरे आणि वस्तीही

आणि बदललीत तर सगळीच नाती गोतीही
बदलल्यात एकमेकांविषयीच्या भावनाही
'स्व'च्यापलीकडे काही जगच जणुं उरले नाही
लहान मोठ्याचं काय, शहाणे हेच जणुं काही

पर्वाच नाही उरली कोणाला कसलीही
का म्हणून दाखवायचा आदर कोणालाही
का म्हणून धावायचं कोणाच्या मदतीला तरी
बघून घेतील की जे ते आपल्या जरुरतीही

बदललय हळूं हळूं करून माझं शरीरही
पूर्वीचा चपळपणा, धावपळ करणं जमत नाही
शरीर जस जात गेले वेळोवेळी रोगांच्या पकडीत
आपल्या ताब्यातून निसटून डॉक्टरांच्या तावडीत

सगळंच बदललं तरी ना बदलत भावना, ना अंतरंग
मन तेव्हढं राहिलय तसच, तरल अन प्रामाणिक
प्रेम भावही तसेच राहिले, सुख त्यात आंतरिक
घडले बाहेर बदल कितीही जरी मन राही प्रसन्न

त्यालाच म्हणायचं समजलेय बदलाचे तंत्र
सापडलाय बदलातही सुखाने जगण्याचा मंत्र

२० ऑक्टोबर, २०१४

झुंजूमुंजू

झुंजूमुंजू झालं मनात पहाटेच्या आगमनाची बात !! धृ !!

रात्रीनं ताऱ्यांचा पसारा आवरला
अंधाराचा पडदा हळूच उचलला
उषेने हळूवार गुलाबी रंग उधळले
एकेक किरण रांगोळीत गुंफले

रवीच्या स्वागताची आरास सजली
निळ्यानभी रंगीत पताकांची मेघावली
उधळीत तेज आला रवीचा रथ
उषेच्या नाकी शोभे सोन्याची नथ

सजली दुल्हन प्रियाच्या मिलनाला
शुभ मुहूर्त लाभला जीवनाला
उजळीत साऱ्या तिच्या आयुष्याला
क्षण अन क्षण आला बहराला

हे सारे सृष्टीचे वैभव पाहता पाहता
हरखून जीव मोहरला शहारला
झुंजूमुंजू झाले तिच्या मनात
नवजीवनाची झाली सुरुवात !

१४ सप्टेंबर, २०११

विश्वाचे आंदण

जन्मतःच लाभलेय मला अख्ख्या विश्वाचे आंदण
त्यालाच सजवायला जीवन घडवतय सुरेख नक्षीदार कोंदण
सर्वदूर विखुरलेल्या हिरकण्यानी भरलय माझं अंगण
अन् कणाकणान हे सार साठवतय माझ्या मनाचे प्रांगण

अगणित, असंख्य आविष्कार, भोवताली निसर्ग लेण्यांचे
अनाकलीय वैभव, अतुलनीय सौंदर्य, अनावृत्त मुक्त दर्शनांचे
म्हटलं तर केवळ पळभर, केवळ क्षणभंगुर अस्तित्व ह्यांचे
पण भाग्य लाभलय सातत्याने पुनःपुन्हा उमलत राहण्याचे

कितीदा उलगडून खुले केलेय अवघे दालन अवकाशाचे
अनेक रंगकृतीत नटून थटून व्यापून राहिलेल्या अभ्रांचे
कधी ते हलके, विखुरलेले पुंजकेच जणू काही कापसांचे
तर कधी माखल्या वस्त्रांचे, घुंगट घेतल्या घनदाट मेघांचे

केव्हा केव्हा पाहिलीय आकाशी मुक्त उधळण, नृत्य रंग रूपांचे
कधी गहिरी निळाई, कधी सोनसळी, कधी झगझगीत मध्यान्हाचे
कित्येक अपूर्व नारिंगी, गुलाबी छटा ल्यायलेल्या सूर्योदय सूर्यास्तांचे
तर कधी मेघवर्णाच्च्या दाट धुक्यातून स्त्रवत राहणाऱ्या रुपेरी किरणांचे

मुक्त हस्ते उधळलेल्या जलदाधारांची अनेक रूपे अन् आविष्कार
कधी हलकासा झिमझिमणारा शिडकावा तर कधी संतत पर्जन्यधार
कधी पडघम - गर्जनात तांडवनृत्य करणाऱ्या बरसती धुवाधार
कधी मनमानी करीत, पाऊलही न वाजवता, उतरणाऱ्या वर्षोअवतार

नानाविध पाहिले गडद किंवा फिके रंग एकाच हिरव्या धरित्रीचे
अपार वृक्षवल्ली, विविध रंगरूप ल्यालेल्या, सळसळत्या पानांचे
कधी गर्द काळपट हिरव्या, जंगलभर विखुरलेल्या वृक्षराजींचे
कधी मृदू, फिक्या, कोवळ्या, तलम पालवीचे अन तृणांकुरांचे

धरतीवर पखरण भरभरून उधळलेले रंगीबेरंगी ताटवे रान फुलांचे
तर कधी झोकात सारी झाडेच बहरून रंगविणाऱ्या पळस, पांगाऱ्याचे
कधी नाना रंगात सजलेल्या मधुमालती अन बोगनवेलीयांचे
तर कधी झुडपानाच रंगविणारे झेले जास्वंदी, कोरांटी, अबोलीचे

वेड लावून खुणावणारे कित्येक पुष्पबहार, मोहक, मादक गंधांचे
नाजूक, तलम पोत अन् सुवास दरवळणाऱ्या बकुल, जुई, प्राजक्तांचे
गंधवेड्या मोहक मादक सुरंगी, बाहावा, मदनबाण अन सोनचाफ्यांचे
आपल्याच नादात बहरणाऱ्या रातराणी, हिरवाचाफा अन निशीगंधांचे

केव्हा गर्द निळ्याभोर आरस्पानी अवकाशात सूर्यमाला साकारतात
कधी काळ्याकभिन्न रात्री लखलखत्या चांदण्या अन् तारे खुणावतात
कधी अनंत रात्रीतून रेखलेल्या चित्रावल्यानी आकाशगंगा सजतात
कधी टपोर, शुभ्र, शीतल, चांदण्यात भिजून मने रुपेरी होऊन चमचमतात

झऱ्याझऱ्यातून झिरपणारे, ओढ्या नाल्यातून खळाळणारे
धबधब्यातून कोसळणारे अन् नद्यांमधून संथ वाहणारे
शांत स्थिर लहानमोठे जलाशय मधूनच लहरी तरंग उमटणारे
दृष्टीक्षेपात न मावणारे प्रशांत महासागर किनाऱ्याकडे उधाणलेले

आपल्या रुपासुरानी आकर्षित करणारे खगगण अनेक
फुलारलेल्या पिसाऱ्याचे निळे हिरवे मोर, कबुतरे कित्येक
बोलणारे कोकीळ, रंगी बेरंगी रंगलेले पोपट अन काकाकुवे
कित्येक आठवावे ऐटबाज हंस, बुलबुल, रॉबिंस आणि लावे

हलकेच फुंकर घालीत वाऱ्याची झुळूक गुंजन करणारी
तर वाऱ्यामधून सहजच होते सळसळ पानांची गाणारी
उद्दामपणे झाडे उन्मळून टाकणारे भीषण वारे वळीवाचे
सर्वदूर उलथापालथ माजविणारे चक्रीवादळ विनाशाचे

किती आठवावीत अन किती साठ़वावीत विश्वाची रूपे अनंत
ऋतुचक्रांनी फिरतोय आणि घुमवतोय सारा सारा आसमंत

पण अनादी, आदिम, अनंताची ही कितीतरी अगणित रूपे
बहुरूपी विश्वकर्म्याचे हे नाना खेळ, जणू विलोभनीय स्वरूपे

हेच ते, हेच ते, विश्वाचे अप्रतिम, अगाध, आंदण
किती पाखडावे जीवाला, त्याला करावयास कोंदण

३

मदर्स डे

सकाळी उठल्याउठल्या फोन वाजला म्हणजे नक्कीच नॅन्सीचा असणार. आता हिला काय आठवलं एव्हढ्या सकाळी? म्हणत मेधाने फोन उचलला. पलीकडून नॅन्सीचा रडवेला आवाज आला. 'हाऊ आर यू डुइंग?' कसंबसं म्हणत लगेच नॅन्सी म्हणाली 'मेडा, यू नो व्हॉट, आय एम कन्फ्युज्ड. धिस इस द थर्ड इयर माय किड् हॅव नॉट सेंट मी इव्हन अ कार्ड फॉर मदर्स डे.... इनफॅक्ट आय टॉक्ड टू विन्डी यस्टर डे अँड आय टोल्ड हर माय कन्सर्न, बट शी वॉज व्हेरी एक्सायटेड अबाऊट द मदर्स डे. तिची मुलं दरवर्षी तिच्यासाठी छान सरप्राईज ठरवितात, ती त्यातच गुंगली होती, मला वर म्हणते कशी, 'ऑंट नॅन्सी, तू उगीचच काळजी करतेस अग, तुझा मुलगा वर्कोहोलिक आहे, तो किती कामात गर्क असतो, हे तुला काही नव्याने सांगायला हवं का? आणि आता तर ती त्यांची मुलं काय करतात म्हणून वाट बघत असतील ते दोघे.' 'बट यू नो व्हॉट मेडा, ती मला असं सुद्धा म्हणाली नाही की मी तुझ्या मुलाला फोन करेन म्हणून, निदान त्याला हिंट तरी नसती का देऊ शकली ती? मला माहित आहे की मी म्हातारी होत चालली आहे, मी पॅनिक पण होत असेन कदाचित, पण मला सांग मुलाला मदर्स डेला सुद्धा

आईची आठवण होत नाही? एखादं कार्ड किंवा फुलं पाठवावीशी वाटत नाहीत? काय म्हणायचं मग?' मेधा म्हणाली, 'अग नॅन्सी मी उद्या तुझ्याकडे येणार आहे. आणि एक छानपैकी भेट पण आणणार आहे ना? तू नक्की खुश होशील बघ आणि अजून वाट पहा ग, मदर्स डे उद्या आहे, तुला रॉजर नक्कीच विसरला नसणार...,

पण मेधाला माहित होतं की वरवर कितीही समजुतीचा वाव आणला तरी नॅन्सी काही मनापासून खुश असणार नाहीच आहे. इकडे मदर्स डे म्हणजे जरा जास्तच मोठं अफेअर असतं ना? महिनाभर पेपरांमधून, टीव्ही वर, सारख्या मदर्स डे स्पेशलच्या जाहिराती चालू असतात.... इव्हन ई–मेल्स वर पण 'सेंड फ्लावर्स टू युवर मदर' च्या किती ऑफर्स असतात. मेधानी विचार केला आपणच नॅन्सीच्या मुलानी पाठविलाय म्हणून एक फुलांचा गुच्छ पाठवून द्यावा त्याच्या नावाने, म्हणजे ती खुश होईल. मेधा फोन ठेवताच उठून फ्लॉरीस्टकडे गेली. नॅन्सीच्या असिस्टेड लिव्हिंगच्या पत्त्यावर पंचवीस डॉलर्सचा गुलाबांचा गुच्छ पाठवायला सांगितला. फ्लॉरिस्ट म्हणाली, 'मॅम, युवर मॉम व्हिल बि व्हेरी हॅप्पी, शी इज गोईंग टू लव्ह धिस.' मेधा क्षणभर बुचकळ्यात पडली काय बरं करावं? मग पटकन म्हणाली मला एक कार्ड पण दे ते मी वेगळं पाठवीन, म्हणजे तिला आणखी सरप्राईज होईल. आणि ह्या बुकेवर 'फ्रॉम रॉजर विथ लव्ह' असं लिही. कार्ड जर मेधानी किंवा दुसरं कुणी लिहिलं, तार नॅन्सीच्या नक्की लक्षात येणार.... कारण जरी हल्ली तिला विशेष दिसत नसलं तरी मुलाचं कार्ड, म्हणून ती रॉजरनी तिला दिलेली मोठी लेन्स घेऊन वाचणारच. नकोच ते, त्यापेक्षा कार्ड आपणच गिफ्ट मध्ये घालावं नुसतं त्याच्या नावाने.... फ्लॉरिस्ट कडून बाहेर पडली आणि मेधा केक शॉप मध्ये शिरली. तिथे तिने नॅन्सीचा आवडता मार्बल केक विथ लॉट्स ऑफ चॉकलेट क्रीम ऑर्डर केला, वर 'हॅप्पी मदर्स डे मॉम' असे मोठ्या अक्षरात लिहायला सांगून तोही नॅन्सीच्या असिस्टेड लिव्हिंगच्या पत्त्यावर पोहोचवायला सांगितला.

'गोल्डन एज' नॅन्सी ज्या असिस्टेड लिव्हिंग फॅसिलिटी मध्ये राहत होती ते चांगलंच सोफस्टिकेटेड होतं, तिथे सिक्युरिटी चांगली टाईट असते, सर्व पॅकेजेस, पार्सल्स, रिसेप्शनिस्टच्या ऑफिसमध्ये घेतली जातात, मग ती फॅसिलिटीतल्या एकेकाच्या खोलीतून पोहोचवली जातात. नाहीतर जो तो खाली रिसेप्शन मध्ये येतो आणि आपले पॅकेज घेऊन जातो. 'गोल्डन एज' मध्ये गेला आठवडाभर

गर्दी गडबड चालली होती या पॅकेजेसची. म्हणून तर नॅन्सी अस्वस्थ होती. रोज दुपारी चारला ती नेहमी सारखी तयार होऊन खाली लाऊंजमध्ये जात होती. लाऊंजमध्ये कोण कोण भेटायचं, सगळ्यांच्या तोंडी एकाच विषय होता मदर्स डेचा. कोणा कोणाचा काय प्लॅन आहे, कोणाला मुलं भेटायला येणार होती, कोणा कोणाला भेटी यायला सुरुवात झाली होती. अँजी तर नुसती नाचत होती, तिची सहाही मुलं येणार होती फॅमिलीज सकट आणि तिला घेऊन नाईट आऊटला जाणार होते सगळे. तिथे मदर्स डे निमित्त खास डिनर आणि डान्स ठरवला होता. फारच एक्सपेंसिव्ह प्रकरण होतं ते.... एलेनाची मुलगी येऊ शकत नाही म्हणून तिनं एक भलं मोठं पॅकेज पाठवलं होतं. एलेनाला ते उचलता आलं नाही, म्हणून तिनं ते लाऊंजमध्येच उघडलं होतं.... दोन सुंदर सॅटीनचे लाऊंज वेअर आणि दोन चॉकलेटचे डब्बे आणि एक सुंदर कम्फर्टर पाठवलं होता. नॅन्सीला मनातून खूप असुया वाटली तिची, पण वरवर म्हणाली, 'फार सुंदर गिफ्ट्स आहेत तुझ्या. तू फार नशीबवान आहेस एलेना,' एलेनाला पण वाटलं सगळ्याजणींनी आपल्या मुलीचं कौतुक करावं. पण हेलेन आणि गेल नुसतंच छान आहे तुझी गिफ्ट म्हणाल्या आणि तिथून चालायला लागल्या. एलेना कार्ड काढत असताना रोझा आली तिला एलेना म्हणाली, 'रोझा, बघ माझ्या ब्रिटनीनं काय लिहिलंय', आणि एलेना एकदम रडायलाच लागली अत्यानंदानं !

नॅन्सी मनात म्हणाली, खरंच बेटी भाग्यवान आहे. नाहीतर मी, रॉजरचा फोन पण नाही... भेट पाठविणं तर बाजूलाच राहिलं. माझ्या नशिबी नुसतीच हळहळ आहे. कुठे गायब झालाय गेली दोन वर्षे कोण जाणे ! म्हणाला होता तेव्हा की मी खूप लांबच्या प्रवासाला जातोय म्हणून.... पण म्हणून काय झालं? फोन नाही तर निदान पत्र कार्ड तरी पाठवायला काय झालं? तो गेला ते सुद्धा त्या काळूंद्रीनं त्याचं मन मोडलं म्हणून काय त्याची बायको ती लाश्युंडा.... ती तर काय म्हणा आपल्याला ती कधीच आवडली नाही.... कुठून रॉजरनी काळूंद्री शोधली.... ती खूप कौतुकाने बोलायला यायची सुरुवातीला, पण नॅन्सीलाच तिचं मोठ्यांदा हसणं,

बोलणं, उगीचच वयाला न शोभणारा अल्लडपणा करणं, काहीच आवडायचं नाही.... ती कधी धड लाश्यूंडाशी बोलायची पण नाही. देखल्यादेवा दंडवत 'हाय बाय' च्या पलीकडे काही नाही. बरंतर बरं, त्यांना मुलं नाही झाली.... शेवटी गेलीच बया रॉजरला सोडून. रॉजर नुसता होरपळून निघाला होता, त्याला कशातच इंटरेस्ट वाटेना.... शेवटी उठून ही दूरची नोकरी घेतली. नॅन्सीला पण म्हणत होता की तू पण येतेस का अलास्कात? माझ्याच बरोबर रहा, नाहीतर माझ्या शेजारीच स्वतंत्र घर घे. पण नॅन्सीला नको वाटलं ते. कुठे थंडीत जाणार तडमडायला?.... इथलीच थंडी सोसत नाही अलीकडे, तर ती कुठली अलास्कात जायला? एकदा रॉजरच्या आग्रहाखातर नॅन्सी गेली होती तिकडे.... किती बरं वर्षे झाली त्याला?.... आठवत पण नाही धड, नॅन्सी स्वतःशीच पुटपुटली.... पण तेव्हाच रॉजरने तिची आलाफाशी ओळख करून दिली होती. ती अगदीच अबोल आणि शांत होती. एस्कीमोतील कुठल्यातरी जातीतील होती. नॅन्सीला ती ठीकच वाटली होती म्हणजे तसं खास लक्षात येण्याजोगं किंवा आवडण्याजोगं असं काही आलाफात नव्हतंच. आणि आपली रिबेका.... लेकीच्या आठवणीनं नॅन्सीच्या डोळ्यात पाणी आलं. रिबेका होती तो पर्यंत ती काय काय करायची मदर्स डेला.... नॅन्सी उठून एलेना कडे गेली. रिबेकाने पूर्वी आपल्यासाठी काय काय केलं होतं ते सांगूयात म्हणून.... तो पर्यंत एलेना लिझी बरोबर डिनरला जायच्या तयारीत होती. तिने आणि लिझीनं तिथलं सगळं सामान आवरून ठेवलं आणि त्या डायनिंग हॉल कडे गेल्या.... मग नाईलाजानेच नॅन्सी पण डायनिंग हॉलकडे गेली....

दुसऱ्या दिवशी ब्रेकफस्ट नंतर नॅन्सी आपल्या खोलीत जायला वळणार तेव्हढ्यात मेधा आली, तिनं जवळ येऊन 'हाय नॅन्सी' म्हटलं तर, नॅन्सी म्हणाली, 'ओह हाय, आय डिडंट सी यू कमिंग' नाहीतरी हिला दिसतं कुठे? मेधा स्वतःशीच म्हणाली. 'लूक व्हॉट आय हॅव फॉर यू.... म्हणत तिनं डब्बा नॅन्सीच्या हातात दिला.... एव्हढ्या मोठ्या चॉकलेटवर नॅन्सी असं तुझं नाव लिहिलंय म्हणाली 'आणि आपल्याला लंचला बाहेर जायचंय, मी तुला न्यायलाच आले आहे. चल लौकर तयार हो, कारण आपल्याला दूर जायचंय, लेक वरच्या रेस्टॉरंट मध्ये....' नॅन्सी तयार व्हायला खोलीत गेली, तिची वाट बघताना मेधाला आठवलं की तिला खूप वर्षांपासूनच मदर्स डेचं अॅट्रक्शन होतं. अगदी भारतात असल्यापासून.... कारण त्यांच्या शेजारच्या सानेंचा

प्रदीप अमेरिकेत होता तो दरवर्षी साने काकूंना मदर्स डेचं कार्ड पाठवायचा.... मेधाला ती कल्पना फार आवडली होती.... पण तिची आई, मेधा लहान असतानाच गेली होती. तिला आजीनं मोठ्या प्रेमानं सांभाळली होती.... आताही मेधाला आजीच्या काबाडकष्ट करून खरखरीत झालेल्या, पण प्रेमानं ओथंबलेल्या स्पर्शाची आठवण झाली.... आजी जाऊनही किती वर्षे झाली होती.... मेधा शिकायला अमेरिकेत यायच्या आधीच आजी गेली होती.

मेधाचं शिक्षण संपून, नोकरी करायला लागूनही दोन तीन वर्षे झाली होती. अशीच एकदा स्टोरमध्ये नॅन्सीची आणि तिची ओळख झाली होती. मेधा सामान आपल्या गाडीत भरत होती, तिथे पार्किंग मध्ये शेजारीच नॅन्सी तिच्या गाडीच्या बूटमध्ये सामान ठेवण्याचा प्रयत्न करीत होती. सामान फार नव्हतं, तसं काही जड असेलसं पण वाटत नव्हतं.... पण तरीही तिला ते उचलत नव्हतं, मग मेधाने नॅन्सीला सामान नीट आत ठेवून दिलं. नॅन्सीने तिला आग्रहाने कॉफी पाजली होती. आणि तेव्हापासून त्यांची चांगली मैत्री झाली होती. आई विना वाढलेल्या आणि आता आजी पण नाही, त्यामुळे मेधाला नॅन्सीला भेटण्यात, तिला मदत करण्यात, आपलं माणूस मिळाल्यासारखा आधार वाटत होता. एरव्ही नोकरी आणि अपार्टमेंट एव्हढंच तिचं जग होतं. कॉलेजच्या कोणी मैत्रिणी जवळपास राहत नव्हत्या. त्यात मेधा कुणाकडे जात पण नसे, ऑफिसातल्या ओळखी लंच पुरत्या.... बाकी आपल्या कलिग्जची एकूण मतं आणि वागायची स्टाईल पाहून त्यांच्यातल्या कोणाशी आपली कधी मैत्री होईल अशी शक्यताही मेधाला वाटत नव्हती. मग नॅन्सीतच तिला जिवाभावाची मैत्रीण मिळाली.... आणि नॅन्सीला मेधा.... तिची मुलगी पाच वर्षांपूर्वी कार ॲक्सिडेंट मध्ये गेली होती. रॉजरची ही तऱ्हा वेगळीच. नॅन्सी खूप गप्पिष्ट होती.... रॉजर आणि रिबेकाबद्दल ती नेहमी बोलायची, त्यामुळे मेधाला ते आपलेच कुटुंबीय वाटायला लागले होते.

गेली दोन वर्षे रॉजरचा पत्ता नव्हता. त्याच्याकडून काहीच कॉन्टॅक्ट नाही म्हणता मेधा त्याचा शोध घ्यायला लागली होती. तिने त्याला दोनतीन पत्रे पाठविली, पण ती परत आली होती. फोन करायचा तर खूपदा प्रयत्न केला पण फोन डिस्कनेक्टेड

आहे, म्हणून मेसेज येत होता. काय करावं, कुठून माहिती काढावी हेच मेधाला कळेनासं झालं होतं. तिच्या मनाच्या एका कोपऱ्यात सतत ती ह्या गोष्टीचा छडा कसा लावता येईल हा विचार असे.

नॅन्सी खाली आली तिला पाहताच रिसेप्शनिस्ट म्हणाली, 'नॅन्सी यू हॅव अ पॅकेज हिअर'. रिसेप्शनिस्टकडून पॅकेज हातात घेत मेधा म्हणाली, 'अग हे तर रॉजर कडून आलेलं दिसतंय.... अरे वा आणि गुलाबांचा बुके पण आहे, लकी यू नॅन्सी,' म्हणत मेधाने ते पॅकेज नॅन्सीच्या हातात दिले. पॅकेज उघडताच आत सुंदर चॉकलेटचे आयसिंग असलेला केक पाहून जसं काही आत्ताच ते पाहतेय अश्या थाटात मेधा म्हणाली 'ओह, नॅन्सी लूक युवर फेव्हरेट केक अँड इट सेज हॅप्पी मदर्स डे.... रॉजर हॅज मॅनेज्ड टू सेंड इट इन टाईम.... व्हॉट अ परफेक्ट टायमिंग.... यू वेअर वरिंग फॉर नो रीझन....' नॅन्सी आश्चर्याने थक्क झाली होती. मनोमन अतिशय आनंदली होती.... बघता बघता तिचे डोळे घळा घळा वाहू लागले.... 'या, मेडा, आय वॉज टेलिंग यू दॅट माय रॉजर....' एव्हढे म्हणेपर्यंत तिला हुंदका फुटला. आणि मग मेधालाही रडणे आवरले नाही.... त्यांनी एकमेकींना घट्ट मिठी मारली.... गेली दोन वर्षे न मिळालेल्या भेटीचं दुखः नाहीसे होऊन, आनंदाचा पूर आला.

गेली दोन वर्षे मेधाने नॅन्सीच्या नकळत चालविलेला रॉजरचा शोध जणुं संपला होता.... पॅकेज हँड डिलिव्हर्ड होते.... त्यामुळे रॉजरचा पत्ता नॅन्सीला मिळाला नाही.... तो मिळणार नव्हताच कारण कालच रात्री मेधाला इन्टरनेटवरच्या माय स्पेस मध्ये अलास्कात राहणारी आलाफ रॉजर भेटली होती. तिला मेधाने अर्जंट म्हणून ई–मेल पाठविली की ती जर नॅन्सीच्या रॉजरची बायको असेल, तर प्लीझ लगेच कॉन्टॅक्ट कर त्याची आई फार काळजीत आहे.... म्हणून स्वतःचा फोन नंबर दिला होता.... आणि तासाभरातच आलाफचा फोन आला होता. दोन वर्षापूर्वीच विंटरमध्ये रॉजर शिकारीला गेला होता, तेव्हाच मोठे वादळ झाले होते आणि तो तेव्हापासून बेपत्ता होता.... 'प्लीझ त्याच्या आईला हे सांगू नकोस, तिला हा धक्का सहन होणार नाही, रॉजर तिचा एकुलता एक मुलगा आहे हे मला माहित आहे. आय एम सो सॉरी फॅर हर लॉस, फर्गीव्ह मी, प्लीझ'..... तेव्हाच मेधानेही मनोमन निश्चय केला की इथून पुढे प्रत्येक वर्षी तीच मदर्स डेला रॉजरतर्फे गिफ्ट्स पाठवणार

होती.... रॉजर बेपत्ता आहे हे नॅन्सीला कसे सांगणार? शिवाय अलस्कातील वादळात दोन वर्षापूर्वीपासून कोणी बेपत्ता आहे याचा अर्थ मेधा समजली होती. ते नॅन्सीला सांगणे अशक्यच.... त्यापेक्षा तिला अंधारात ठेवणंच सोयीचं होतं. नुकतीच नॅन्सीची बायपास सर्जरी झाली होती तिची प्रकृती तोळामासाच होती. अश्यावेळी तिला हा मोठाच धक्का बसला असता आणि तिला तो सहनही करणे अशक्यच होते. नॅन्सी मुलगा गेलाय या दुःखाने वेडी झाली असती.... त्यापेक्षा दूर निघून गेलेला आपला मुलगा, निदान मदर्स डेला आपल्याला परत गिफ्ट्स पाठवायला लागलाय, ह्या आनंदात तिनं जगाचा निरोप घेतला तरी ते बरेच होईल, असा विचार करणेच मेधाला योग्य वाटले.... त्याने नॅन्सीचा मदर्स डे तरी चांगला जाईल हे केव्हढे तरी मोठे सुख होते.

('अंतराळ' मासिकात पूर्व प्रकाशित)

जीवापाड

जीवापाड मी जपले
काय काय आयुष्यभरातले

जीवापाड जपले बालपण
जीवापाड जपले निरागसपण

जीवापाड केला अभ्यास
जीवापाड ठेवला विश्वास

जीवापाड जपली मैत्री
जीवापाड जपली खरेपणाची खात्री

जीवापाड जपली पुस्तके
जीवापाड जपले अमुल्य विचार

जीवापाड जपले संस्कार
जीवापाड जपली मूल्ये

जीवापाड जपले निसर्ग
अनुभवला सर्व ऋतुतून

जीवापाड केले प्रेम
जिवापार सजले जीवन

जीवापाड जपली मुले
जीवापाड जपली नातवंडे

आता जीव जायच्या वेळीही
सगळे जीवापाड करणे चालूच आहे

१ जुलै, २०१४

माझ्या मनीचे गूज

सखे, माझ्या मनीचे गूज सांगू का तुला
पण एक आधीच करशील ना कबूल मला
की हे राहील नेहमीच तुझ्या माझ्या मध्ये
कारण खरे तर ते आहे केवळ माझ्याच पुरते

आहे हे तरी खरेच गूज की, नाही आहे काय
कळत नाही जणुं आहे शंखातली गोगलगाय
मनाला काही तरी वेगळे असे हे जाणवतय
पण निश्चित असे काही कुठे सांगता येतय

मला वाटतय त्याची नजर काही शोधतेय
ती पार माझ्या मनात अगदी आत पोहोचतेय
ती माझ्याशी सतत जणुं काही बोलू पाहतेय
फक्त ते माझ्या ही मनालाच कळतेय

न बोलताही ऐकू येणारी साद समजावी कशी
कुठली भाषा म्हणायची ही आकलनावी कशी
सखे, तुला माहिती आहे का असले काहीतरी
समजत जर असेल तर, तू सांग ना मला ही

आहे का हे सुरेल गाणं सर्व निसर्गात पसरलेलं
काय न कोण ग हे माझ्या मनात गुणगुणून गेलं
इथे तिथे सगळीकडेच दिसतोय बहरलेला वसंत
जाणलंय त्यानेच हे गूज आणि आहे त्याला पसंत

४

एकटेपण

खरे तर श्रीरंगने लग्नाचे विचारले तेव्हा विजू जरा बुचकळ्यातच पडली होती. तशी ती श्रीरंगला सात आठवर्षे तरी ओळखत होती. गमत्या स्वभावाने तो त्यांच्या ग्रुपमध्ये ओळखला जात होता. ग्रुपमध्ये तो म्हटलं तर, अलीकडेच आलेला.... एकटाच असावा बहुतेक.... पण तो स्वतःच्या फॅमिलीबद्दल विशेष बोलत नसे. त्यामुळे त्याच्या इतर मित्र मंडळींनाही त्याच्याविषयी काही माहिती नव्हते.... निदान तिला तरी नव्हतेच नव्हते.... त्यामुळे त्याने विजूला लग्नाचे विचारले तेव्हा तो एक प्रॅक्टिकल जोक तर नव्हता ना? असाच विचार प्रथम तिच्या मनात आला. 'आर यू सिरीयस? आय थिंक यू आर किडिंग.... राईट? किती गोंधळूनच गेली होती. तशी त्याने अवेळी विचारले होते असेही नाही. एका दिवाळीच्या फंक्शनमध्ये ते दोघे ऑरगनायझर्स होते.... त्या कामात ते दोघे जवळ जवळ दोन महिने इनव्हॉलन्ड तेव्हा त्यांची घसट वाढली होती ते फंक्शन संपता संपता 'लेट अस मीट फॉर काफी टुमॉरो' म्हणून त्याने विजूला बोलावले होते ते त्याच्या क्लबवर, झकासपैकी सँडविचेस ऑर्डर केली होती आणि आरामात इकडच्या तिकडच्या गप्पा, विशेषतः दिवाळीच्या कार्यक्रमाविषयीच्या, करत असताना मध्येच 'अरे अंधार झालाय' म्हणत त्याने टेबलावर आधीच तयार असलेली मेणबत्ती लावली आणि चक्क वेस्टर्न स्टाईलमध्ये एका गुडघ्यावर

बसून तिला प्रपोज केले होते.... हे सारे छानपैकी रोमँटिक होते, तरीही अनपेक्षित असल्यामुळे विजू गोंधळली होती.... लगेच उत्तर देणे तर तिला शक्यच नव्हते, त्यालाही त्याची कल्पना होती, म्हणून तो म्हणाला होता 'टेक युवर ओन टाईम ओके, आय एम इन नो रश....'

म्हणजे तशी नरेनला जाऊन दोन तीन वर्षे झाली होती. त्या सगळ्या काळात ती फार एकटी पडली होती. मुले नोकरी निमित्त दूरच, अमेरिकेत स्थाईक झालेली. आई एकटी पडलीय.... एकाकी झालीय.... या गोष्टी त्यांना जाणवत तरी होत्या की नाही कोण जाणे! अधून मधून त्यांचे फोनवर बोलणे होई तेव्हढेच. साधारणतः तुझा वेळ कसा जातोय हा प्रश्न विचारायला पण मुले धजावत नसावीत.... फार तर फार 'तूं कशी आहेस? किंवा काय चाललय हल्ली?' असे अगदीच तिर्हाईतासारखे बोलणे होई.... मग ही पण आपल्या एकटेपणाविषयी मुद्दाम काही बोलत नसे. मग हळूहळू तिने ही आपल्या एकटेपणाचा विचार करणे सोडून दिले होते आणि सवयीने ती एकटेपणाला सरावयाला लागली होती. दुसरा काही इलाज पर्याय नव्हता. सुरवातीचे काही महिने दुःखातच गेले.... नरेन अचानक हार्ट अटॅक येऊन जागीच गेला होता. तो ऑफिसमध्ये गेला असतानाच त्याला कार्डीयॅक अरेस्ट झाला. त्याचा मृत्यू हा विजूला मोठाच धक्का होता त्यातून सावरायला वेळ लागणारच होता.... मुलेही लगेच आली होती. पण त्यांना जास्त राहणे शक्य नव्हते.... मुलगी तिला म्हणाली 'आई तूंच येना आता आमच्याकडे राहायला'.... पण मुलीने अमेरिकन माणसाशी लग्न केले होते आणि मुलानेही अमेरिकन मुलगीच सून म्हणून आणली होती. त्यामुळे त्यांच्या घरी जाऊन कायमचे राहणे हा पर्याय उपलब्ध नव्हता.... कारण अमेरिकन संस्कृतीत ते बसणारे नव्हते याची विजूला पूर्ण जाणीव होती. उगीच इकडे तिकडे करण्यात काहीही अर्थ नव्हता.

सुरुवातीला कोणी ना कोणी नातलग भारतातून येत होते.... तिला कंपनी द्यायला.... पण तेहि किती दिवस राहणार? त्यांनाही त्यांचे संसार व्याप असतच.... बहुतेक सगळे तिला पुढे काय ठरवत आहेस असा प्रश्न विचारून भारतातच ये परत, असा सल्लाही देत असत. तिच्या बहिणीने तर तिला आताच चल आणि माझ्याबरोबरच रहा असे सांगितले. आपण न इथलं सगळं आवरून

टाकू, मी राहते तो पर्यंत. इथे तूं एकटी राहून काय करणार? आणि कशाला राहायचं इथे? इथं या देशात काय ठेवलेय आता? नरेन तर बिचारा गेला, आता एकटीनं इथं राहण्यापेक्षा मुंबईला चल, माझ्या घरी राहा आरामात! बहिणीचा कोणत्याश्या उपनगरात घेतलेला वन बेडरूमचा छोटासा फ्लॅट होता. तिने हिला तिथे येऊन राहा म्हणणे हा तिचा मोठेपणा होता.... पण विजू गेली वीस वर्षे इथे राहत होती, नाही म्हटले तरी इथल्या तीन बेडरूम्सच्या स्पेशस फ्लॅटची सवय झालेली ती मुंबईच्या दिड खोलीच्या घरात राहण्याचा विचारही करू शकत नव्हती.... शिवाय इथून भारतात परत जाणे हे सोल्युशनही विजूला भावले नव्हते. इथले संपन्न आयुष्य, ऐषोआराम, रोजच्या सामान्य व्यवहारातील सोयी तिच्या सरावाच्या झाल्या होत्या.... शिवाय तिला पैशाचीही ददात नव्हती. नरेन कामावर असताना त्याचा मृत्यू झाल्यामुळे कंपनीकडून भरपूर काँपेंसेशन मिळाले होते.... शिवाय त्याच्या विम्याचेही खूप दिरहॅम्स मिळाले होते.... भरीला नरेनने तिच्या नावावर एका मित्राबरोबर पार्टनरशीपमध्ये एक्स्पोर्ट इम्पोर्टचा एक ट्रेडिंग बिझनेस चालू केलेला होता. त्याचेही उत्पन्न चांगले होते.... तो पार्टनर तिला व्यवस्थित उत्पन्न देत असे. त्याने कधी तिने धंद्याला मदत करावी अशी अपेक्षाही केली नव्हती. आणि हिनेही कधी त्याला धंद्यात मदत करू का म्हणून विचारलेही नव्हते आणि मुख्य म्हणजे तिचे रेसिडेंट परमिट त्या धंद्यामुळे तिच्या नावावर होते, नरेन पेक्षा वेगळे होते. म्हणजे या देशात राहणे तिला सोपे आणि सुकर होते. प्रश्न होता तो केवळ तिने एकटीने राहण्याचा....

सुरुवातीला घरी थांबणे तिला कठीण वाटले.... वाचन करणार ते तरी किती वेळ? टी. व्ही. बघण्यातही तिला फारसा इंटरेस्ट नव्हता.... सुरुवातीला कंटाळा आला की ती कोणत्यातरी मैत्रिणीकडे जायची पण त्या सुद्धा आपापल्या उद्योगात असत, कधीतरी तिच्या बरोबर थोड्या फार गप्पा होत.... जास्त करून घरी असणाऱ्या म्हणजे ज्यांची मुले लहान आहेत त्या.... त्याही हिच्या मुलीच्या वयाच्या. त्यांच्या घरी गेले तर मुलांच्या बाललीला पाहण्यात त्यांच्याशी खेळण्यात आपला वेळ मजेत जाईल अशी हिची अटकळ.... पण प्रत्यक्षात बघावे तर इथे वाढलेल्या मुलांचे हट्ट अधिक आणि मनमानी करणेच जास्त.... मग आयांचे त्यांना समजावणे 'सोनू, तुला पुरणपोळी हवीय ना करते हं मी, पण आता ही मावशी आलीय ना मग मला जरा तिच्याशी बोलू देत

हं, प्लीज सोनू' मग विजू 'चला मी निघतेच' म्हणून तिथून चहाही न घेता निघत असे. वेळ तर जाता जात नाही जणुं.... एकाकीपण हेच आपले खरे वास्तव आहे हे ती हळूहळू मान्य करायला लागली होती.... एकाकीपण घालवायला काय करावे? कोणी पेईंग गेस्ट ठेवावी का? घर तर आपलं मोठं आहे.... पण त्यानं काय एकाकीपण जाणार आणि सोबत तरी काय आणि कितीशी मिळणार? ती दिवसभर तर नोकरीच करणारी असेल, मग उगीचच इतर वेळात तिऱ्हाईत कोणी मुलगी घरात वावरणार, ही कल्पना ही तिला आवडेना, मग काय करावे? तिची एक मैत्रीण तिला सारखी म्हणे, 'विजू, तूं लग्न कर पुन्हा. आपल्या जोडीदारासारखा कोणी दुसरा कंपॅनियन नसतो, आपली सुख दुःखे वाटणारा.... पण अडचण एकच आहे तूं इथेच राहायचं म्हणतेस खरी, पण इथे कोण मिळणार जोडीदार तुला? तुला भारतातूनच कोणीतरी बघावं लागणार आणि मग अशा माणसाचा काय हेतू असेल? काही छुपा हेतू असलाच, तर सांगताही येणार नाही. बघ बाई नीट सगळा विचार कर, नाहीतर असे का करेनास अमेरिकेत कोणी मिळायची शक्यता बघावी का? तिथे मुलेही आहेत तुझी, फॅमिली सपोर्ट राहील.' मैत्रीण कळकळीने बोलत होती. काय करावे ते सहज सुचण्यासारखे नव्हतेच. विजूच्या मनात जास्तच गोंधळ झाला होता. काय करावे? कसे करावे? हे ठरविणे कठीण होते आणि रिस्कीही. बघू कसे होईल तसे.... ती साठीच्या जवळपास पोहोचलेली. इथली सगळी या वयातील जुनी मित्र मंडळी रिटायर्ड होऊन भारतात तरी परतली होती किंवा जे अद्याप काम करीत होते त्यापैकी बहुतेक करून दुसऱ्या गावी किंवा दुसऱ्या देशात गेलेले, ह्यांच्या इथल्या आत्ताच्या ग्रुपमध्ये सगळ्या फॅमिलीजचे ठीक चालले होते. तेव्हा इथलाच कोणी, भारतातून आलेला आणि एकटा असलेला, हिच्या वयाशी जमणाऱ्या वयाचा, परिस्थितीशी मिळताजुळता असा कोणी मिळणे, म्हणजे अगदीच आखुड शिंगी बहुदुधी गाय धुंडाळण्याजोगे होते. तरीही दिवस अन दिवस एकटीने काढायचे, कोणी बोलणारेही जवळपास नसणे ही एक मोठी शिक्षाच होती. दिवसातील फारच थोडा वेळ घर नीट नेटके ठेवण्यात जात असे.... ही एकटीच घरात, तेव्हा तर अस्ताव्यस्त होण्याचेही कारण नव्हते. दिवसच काय पण रात्रीही तिच्या अंगावर येवू पाहत आहेत असेच तिला वाटे. कारण तिला जास्त वेळ झोपायचीही सवय नव्हती. सुट्टीच्या दिवशी लोक दुपारी १२ वाजेपर्यंत कसे काय झोपू शकतात

असे आश्चर्य तिला नेहमीच वाटे. शाळा - कॉलेजात असल्यापासून सतत काहीतरी करत राहायची तिची सवय.... आपलं जिव्हाळ्याचं कोणीतरी माणूस आपल्यासोबत असणं हे या उतरत्या वयात जास्तच जाणवत होतं.... करावा का आपण लग्नाचा विचार? आपण पुन्हा लग्न करावे हाच एक या एकटेपणावर इलाज होऊ शकतो, हे तिला हळूहळू पटायला लागले होते आणि त्यासाठी मनाची तयारी झाली होती. पण जोडीदार शोधणार तो कसा.... ? आणि कुठे.... ?

ह्या पार्श्वभूमीवर श्रीरंगने तिला लग्नाचे विचारले होते.... तिचे आश्चर्य ओसरेपर्यंत त्याने कॉन्टेक्टही केले नव्हते. काही दिवसांनी त्याचा फोन आला, 'मला तुम्हाला प्रेशराईज्ड नाही करायचे.... पण मला तुम्ही आवडलात प्रथम तुम्हाला पाहिल्यापासूनच.... पण तुम्ही दोघे आनंदात होतात.... तुम्ही तर मला नोटीस तरी केले होते की नाही कोण जाणे!' या प्रश्नाचं खरं उत्तर नाही होतं, म्हणून ते देणं तिच्या जीवावर आलं तेव्हा मोघम काहीतरी 'आय गेस' असं म्हणून ती म्हणाली 'आपण एकमेकांना थोडेसेच भेटलो आहोत तेही बहुधा सगळ्या ग्रुप मध्ये. त्यामुळे आपल्याला एकमेकांची काही माहितीही नाही आहे. आपण एकदा भेटायला हवं जरा वेळ काढून, नाही का? मग एक दोन दिवसातच ते भेटले होते, श्रीरंग भरभरून बोलत होता. स्वतःच्या पूर्वायुष्याबद्दल त्याने खूप माहिती दिली. अगदी कोकणातल्या लहान गावी तो जन्मला, पहिली काही वर्षे तिथेच वाढला. प्राथमिक शाळा तिथलीच होती.... तेव्हापासूनची.... नंतर तो हायस्कूलसाठी जिल्ह्याच्या ठिकाणी आला. मग कॉलेजसाठी कोल्हापूर गाठले तिथे नोकरी करता करता एम.कॉम. केले,.... मग मुंबईला एका एक्स्पोर्ट कंपनीत जॉब मिळाला, तिथूनच वीस पंचवीस वर्षांपूर्वी दुबईला आला.... लग्न आधीच केले होते. बायको दिसायला सुंदर होती.... पण तिला शॉपिंग करण्याशिवाय कशातच इंटरेस्ट नव्हता.... दिवसभर एकतर ती टी.व्ही.पुढे बसून सिनेमे बघे, नाहीतर कोणाला तरी बरोबर घेऊन शॉपिंगला तरी जाई.... बस्स! हेच तिचे लाईफ' ....! त्यामुळे ती इथे राहण्यास खुश होती पण तात्पुरतीच.... माझ्या हातात असणारा शेवटचा दिऱ्हाम संपेपर्यंत शॉपिंग करत असे ती.... सुरुवातीला मला वाटलं, नव्याची नवलाई असेल.... संपेल लवकरच, पण तसे काहीही झाले नाही.... शॉपिंग करता येत नाही असं वाटलं की तिची भुणभुण सुरु होई.... 'मला इथे करमत नाही.... एकटीला घरी बसून कंटाळा येतो....

मुलात तिचे मन रमेल असे मला वाटले होते, पण तेही नाही.... दोन मुले झाली पण तिला कामाचा अतिशय कंटाळा.... तसाच मुलांचे काही काम करण्याचाही कंटाळा.... नॅनी ठेवली होती, मुलं आईकडून नॅनीकडे जायची पण आईने कधी ये म्हटले तर भोकाड पसरायची. काय करणार या बायकोच्या वृत्तीचे? असल्या फॅमिली लाईफ मध्ये मग मलाही इंटरेस्ट वाटेनासा झाला. मी माझ्याकडून तिचे मन रमवायचा बराच प्रयत्न केला.... खुपदा मी मुलांना, तिला आणि नॅनीलाही घेऊन फिरायला जायचो, ही सरळ सांगायची मला फिरायला यायचे नाही. मला आधी रोलाला मार्केटमध्ये सोडा आणि तुमचे फिरणे झाले कि मला परत घेऊन जा. आम्ही फिरून येईपर्यंत बाईसाहेबांची बहुतेक दुकाने लुटून झालेली असायची.... त्याच त्या गोष्टी.... साड्या, ड्रेस मटेरियल.... एक ना दोन इतर अनेक छोट्या मोठ्या गोष्टी.... भारतात जायच्या आधीची खरेदी तर विचारूच नका.... तेव्हा भरीला सोन्याचे दागिने पण असत खरेदीत.... मग ती कोल्हापूरला जायला तयार !! मलाही या साऱ्याचा वीट आला अखेरीस....

मुले चारपाच वर्षांची झाल्यावर मी तिला कोल्हापूरला एक फ्लॅट घेऊन दिला. ती तिथे गेली ती परत आलीच नाही. तिच्या लेखी नवरा म्हणजे फक्त पैसे पुरविणारे मशीन होते. मी तिला, मुलांना महिन्याच्या महिन्याला पैसे पाठवीत राहिलो. मुलेही कधी माझ्याकडे यायचं म्हणाली नाहीत.... तीही आली नाही. मग मीही तिला भेटायला गेलो नाही.... ह्याचं व्हायचं तेच पर्यवसान झालं.... घटस्फोट झाला.... तिला तिच्या मागणी वरून भरपूर एक रकमी सेटलमेंट दिली आणि पुन्हा भारतात गेलोच नाही. स्वतःला कामात बुडवून टाकलं. तिला जे हवे होते ते तिला एकदाच देऊन टाकले, त्यामुळे संबंध ठेवण्याचा प्रश्नच आला नाही.... 'पण तुम्हाला मुलांना पहावे भेटावे असे वाटले नाही?' विजूने विचारले.... 'अगं, वाटलं ना! आणि मी तसा एक दोनदा प्रयत्नही केला.... पण तिनं ना त्यांना फोन दिला, ना भेटू दिलं. जाऊ देत, त्या कटू आठवणी नकोच आता काढायला.... माझं ही मन मग तेव्हा त्यावरून उडालं, उगीच नको असलेल्या नात्याचा भार कोणावर कशाला टाकायचा? मग मी कधीच पुन्हा त्यांना भेटायचा प्रयत्नही केला नाही.... कधी कधी वाटतं की मी संसाराला, म्हणजे बायकोला प्राधान्य दिलं असतं, ती म्हणेल तसं वागलो असतो, भारतात कोल्हापूरला राहून संसार केला असता तर कदाचित माझ्या संसाराचं चित्र वेगळं झालं असतं का?

बायको म्हणेल तसे मी वागू शकलो नाही हा एक तऱ्हेने माझा पराभवच होता का? याला माझ्याकडे उत्तर नाही. तेव्हाही नव्हते.... संसार सुख हा शब्द मला कधी कळलाच नाही.... इतर नवरा-बायकोंना हसताना, खेळताना बघतो तेव्हा मग माझ्याच संसाराचा असा विचका का झाला असा प्रश्न पडतो.... पण दैवच म्हणायचं! नाहीतरी दैवगती पुढे कोणाचं काय चाललंय....' तो उसासा टाकत म्हणाला.

विजुनी पण मग तिच्या आधीच्या आयुष्याविषयी सांगितलं.... सगळं ठीकच होतं प्रथमपासून.... माहेरी सुखासीन आयुष्य गेलं.... एक भाऊ होता, तो ही मोठा. तो आधीच अमेरिकेला गेला होता. इथे आल्यावर तर आयुष्य सुखीच होतं. नरेन स्वभावानी ही चांगला होता, दोघांच्या मतांनी सर्व निर्णय घेतले जायचे. मुलं कशी वाढवली.... काही वर्षे तिनेही मुलीच्या कॉलेजसाठी पुण्यात बिऱ्हाड केले होते पण तिचे लक्ष इकडेच जास्त असायचे. नवऱ्याची आबाळ होतेय म्हणून सतत मन खात राहायचे. मग दोन तीन वर्षांनी मुलांना तिकडे ठेवले.... त्यांच्यासाठी घरकामाला व सोबतीला एक पूर्णवेळ बाई ठेवली.... गावात दोन्ही आजी आजोबा, काका वगैरे होतेच इमर्जन्सीला.... त्यामुळे तशी मुलांची काळजी नसे. ती सुट्टीला इकडे यायची.... दोन महिने हे दोघे पुण्याला जायचे.... शिवाय कधी मुलांच्या परीक्षा किंवा इतर काही कारणानेही विजूच्या वर्षात एकदोनदा तरी आणखी फेऱ्या व्हायच्या. नंतर मुले एका पाठोपाठ एक करीत अमेरिकेला मास्टर्स करायला गेली.... तिथेच त्यांनी नोकऱ्याही सुरु केल्या. ह्या दोघांच्या मग अधून मधून अमेरिकेत फेऱ्या झाल्या. मुलांनी दोघांनीही त्यांचे लाईफ पार्टनर्स अमेरिकन निवडले. आता आम्ही दोघेच होतो. नरेनची करीयर तर उत्तम चालली होतीच शिवाय त्याने मित्राबरोबर पार्टनरशिपमध्ये ट्रेडिंगचा धंदा ही सुरु केलेला होताच. पाच सात वर्षे अशीच गेली आता नरेन निवृत्त होणार होता, मग आम्ही जगभर फिरणार होतो. ते सगळे अगदी प्लॅन प्रमाणे चालले होते. पण एक दिवस नरेन रोजच्या सारखाच कामावर गेला तिथेच त्याला कार्डिॲक अरेस्टचा ॲटेक आला आणि सगळं तिथेच संपलं. तो घरी आला सुद्धा नाही.... माझे रेसिडेन्सी परमिट माझ्या नावावर सुरु केलेल्या धंद्यावर होते त्यामुळे मी इथे राहू शकणार होते. नरेनच्या कंपनी कडून मिळालेले भरपूर कॉंपेन्सेशन आणि त्याची विम्याची

रक्कम मला आयुष्यभर पुरणारी आहे त्यामुळे मला पैशाची ददात नाही.... पण खऱ्या अर्थाने साथी संगतीची गरज आहे....

एकमेकांच्या पूर्वायुष्याबद्दल समजावून घेता घेता किती तरी वेळ ते गप्पा मारत होते,.... त्यांना खाण्या-पिण्याचीही शुद्ध राहिली नाही.... त्याच वेळी दोघांनीही मनाशी खूण गाठ बांधली कि बस्स इथून पुढे हाच आपला जीवन साथी.... मग लवकरच त्यांनी रजिस्टर लग्न केले.... मित्र मंडळींना एक जोरदार पार्टी दिली.... लग्नाच्या दिवशीच त्यांनी आपसात एक करार केला.... झालं गेलं गंगेला मिळालं.... जे आयुष्य संपलं त्याविषयी शक्यतो बोलायचं नाही.... आधीच्या पार्टनरच्या वागण्याची सध्याच्या पार्टनर बरोबर तुलना करायची नाही. हे नवं आयुष्य मनमोकळेपणाने जगायचं.... नव्याने सर्व सुखे मिळवायची.... जी काही वर्षे आयुष्यात राहिली आहेत ती भरपूर आनंदात घालवायची, हाच एक पण त्यांनी केला! एकमेकांवर भरपूर प्रेम करायचं, नवं नातं जपण्यासाठी जे काय करावं लागेल ते करायचं! नव्या जीवनाची सुरुवात.... ऐकायला कानाला किती गोड.... किती रोमँटिक वाटते.... पण पंधरा वीस वर्षे एका तऱ्हेच्या आयुष्याची सवय झालेली असताना दोन वेगळी माणसे एकत्र आली आणि नवीन जीवनाची सुरुवात झाली म्हणजे काय.... अगदी राहायचे कुठे? इथपासून प्रश्न सुरु झाले.... इथे तिचेही अपार्टमेंट होते आणि त्याचेही.... प्रत्येकाच्या अपार्टमेंटमध्ये ज्याच्या त्याच्या पार्टनर विषयीच्या आठवणींचे गाठोडे होते.... खरं तर भल्या बुऱ्या आठवणी सर्वत्र विखुरलेल्या होत्या.... अगदी हॉलमधल्या सोफ्यपासून ते बाथरूममधल्या शॉवर स्टँडपर्यंत.... किंवा किचन मधल्या चमच्यापर्यंत म्हणा ना....

मग त्या दोघांनीही ठरविले की, ज्याला त्याला अगदी लगेच लागणाऱ्या आणि आवश्यक वाटतील तेव्हढ्याच गोष्टी आपापल्या अपार्टमेंट मधून घेऊन नवीन अपार्टमेंट घ्यायचं.... पण अपार्टमेंट बघून आवडण्याजोगी मिळेपर्यंत काय? कुठे राहायचे विजूच्या घरी की श्रीरंगच्या? की हॉटेल मध्येच राहुयात? चारपाच दिवस हॉटेल मध्ये राहिले.... पण ते फारच उपऱ्यासारखे वाटायला लागले.... सकाळचा पहिला चहा मिळायला सुद्धा उठल्यानंतर तास जायचा.... रूम सर्विसची सोय म्हणायला होती, पंचतारांकित हॉटेल

असल्यामुळे.... पण वेळेच्या बाबतीत अगदीच ढिलाई.... विजूला उठल्या उठल्या मोठा मग भरून कॉफी लागायची, श्रीरंगला मस्त कडक चहा हवा असायचा आणि त्याबरोबर आदल्या दिवशीचा टाईम्स ऑफ इंडिया.... विजूने टी.व्ही. वर बातम्या पाहिलेल्या असायच्या तेव्हा त्या पुन्हा वाचण्यात, इव्हन चाळण्यातही तिला स्वारस्य नसायचे, त्यापेक्षा ती ऑन लाईन सकाळ बघायची लॅपटॉपवर.... ही सवय तिला नरेन गेल्यापासून लागली होती. आधी ते दोघे बेडरूम मध्ये सकाळची कॉफी घेत असत.... बेडच्या पायाकडील बाजूशी खिडकीजवळ छोटे टेबल आणि दोन ऐसपैस खुर्च्या मांडलेल्या होत्या. कॉफी बरोबरच नरेन त्याचा दिवसभराचा कार्यक्रम विजूला सांगत असे. मग त्याप्रमाणे तीही तिचा दिवस प्लॅन करू शकत असे. नरेन गेल्यापासून ती सवय मोडली खरी.... पण कॉफी पिता पिता कॉम्प्युटरवर बसून सकाळ चाळणे.... तेव्हापासून सुरु झाले. तरी रोज कॉफी केली की नरेनची आठवण झाली नाही असा दिवसही जात नसे. आता हॉटेलवर तर काय कॉफी आली की ती लॅपटॉप घेऊन बेडवरच बसे आणि श्रीरंग त्याचा चहा आणि पेपर. सकाळी गूड मॉर्निंग म्हणण्या पलीकडे त्यांचे संभाषण होत नसे. फार तर फार पुण्यातली कुठली तरी बातमी विजू त्याला वाचून दाखवायची.... श्रीरंग एकदा सातला कामावर गेला की संध्याकाळीच येत असे, सगळा दिवस मग विजूला खायला उठे.... हॉटेलवर करणार तरी काय? म्हणून मग दोन तीन दिवसातच त्यांनी ठरविले की सुरुवातीला तरी विजूच्या घरी राहावे.... घरी निदान तिचा वेळ जायला तिला थोडेतरी काम असेल. स्वयंपाक घरी केला तर जेवण खाणं तरी व्यवस्थित होईल....

मग ते हॉटेल सोडून देऊन विजूच्या घरी आले.... ते घर चालूच होते तेव्हा विजू तर लगेच कम्फर्टेबल झाली.... श्रीरंगला कम्फर्टेबल करण्याच्या दृष्टीने तिने लगेच त्याचे कपडे कपाटात लावले.... नरेनच्या ज्या काही गोष्टी इकडे तिकडे होत्या, त्या सगळ्या एकत्र करून सगळ्याच खोक्यांमधून भरून ठेवल्या. ते करत असतानाच तिच्या लक्षात आले की नरेनच्या आणि श्रीरंगच्या आवडी निवडी फारच भिन्न होत्या.... श्रीरंग मार्केटिंग मध्ये असल्यामुळे त्याला कस्टमर्सना भेटायला लागायचे, त्यामुळे तो दिवसभर सुटाबुटात असायचा. तर नरेन मोस्टली शर्ट पँट आणि टाय वापरीत असे, सूट क्वचितच घाले तो. इतरवेळी ही तो शर्ट पँटच वापरत असे. श्रीरंगच्या कपड्यात रंगी बेरंगी टी

शर्टसही बरेच होते, शिवाय चट्टेरी पट्टेरी बुशट्र्सही.... तसेच घरी त्याला शॉर्ट्स घालायची सवय होती. सुट्टीच्या दिवशी तर तो नाईटपजाम्यातच असे. विजूला हे सगळे जरा नवीनच होते.... नाही म्हटले तरी तिला जरा अवघडल्यासारखे होत होते.... पण हाही एक नव्या जीवनाचा भाग आहे, तो मान्य करायला हवाच.... होईल आपल्यालाही हळूहळू सवय.... त्या दोघांच्या इतर सवयीही फार वेगळ्या होत्या.... नरेन अतिशय व्यवस्थित होता त्याच्या सगळ्या गोष्टी जागच्या जागी ठेवलेल्या असत.... तर श्रीरंग त्याउलट घरी आला की हॉलच्या सोफ्याजवळच बूट मोजे काढीत असे.... वॉलेट पण तिथेच किंवा डायनिंग टेबलवर पडलेले असे. कोट ही असाच सोफ्यावरच टाकलेला असे.... मग त्याला जाणवणार नाही, अश्या बेताने विजू एकेक गोष्टी उचलून जागेवर ठेवीत असे.... सकाळी निघतानाही पुन्हा त्याची तारांबळच असे.... विजू माझं अमुक कुठे पाहिलस का? वॉलेट इथेच ठेवलं होतं मी काल, मग विजू त्या त्या गोष्टी त्याला आणून देई. नरेनला अशी मदत लागत नसल्यामुळे विजू फक्त ब्रेकफस्ट टेबलवर लावून त्याची वाट बघे.... श्रीरंगच्या मागे पुढे बरीच नाचानाच करावी लागे.... तो घराबाहेर पडे पर्यंत.... अगदी आधीच्या पार्टनरशी तुलना करायची नाही म्हटले.... नवीन लाईफ नव्या उमेदीने जगायचं हे ठरविलं होतं, तरी फरक तर जाणवणारच ना... नि बोललं नाही तर मनात तुलना व्हायचीच. श्रीरंगला त्याच्यासाठी कोणी काही करणं हे नवीनच होतं त्यामुळे तो आणखीनच गोंधळात पडत असे.... विजुनी गोष्टी उचलून जाग्यावर ठेवल्यात म्हटलं तर कशाची जागा कोणती आहे हेच त्याला माहिती नसायचं.... अशा गंमती जमती चालूच होत्या जेवणाच्या वेळीही तीच तऱ्हा.... श्रीरंग लंचला कधीच वेळेवर येत नसे. कधी बारा वाजता येई तर कधी अडीच वाजता.... विजू थांबलेली असे जेवण्यासाठी.... पण तो घरी आला की समोर टेबलवर जे दिसेल ते प्लेटमध्ये घेऊन सोफ्यावर जाऊन जेवायला सुरुवात करी. ही अनेक वर्षे लागलेली सवय.... कधीच चवीनं मनापासून जेवतोय असेही वाटत नसे.... विजू सुगरण होती, रोज नवीन पदार्थ करीत असे पण ते श्रीरंगच्या लक्षातही येत नसे.... विजू विचारत असे कशी झालीय भाजी? त्यावर त्याचे उत्तर मला काही विचारलेस का? कधी विजू विचारे उद्या काय करू? तुझ्या आवडीचा एखादा पदार्थ सांग ना! श्रीरंगला मंदा असतानाही असे विचारण्याची सवय नव्हती करण मंदाला

स्वयंपाकात स्वारस्यच नसायचे.... जेवण बनवायची ती पण नॅनी ! त्यातून ती बाई होती फिलीपिन्स.... ती जे काय करायची ते पोटात ढकलायचे. पोट भरावे म्हणून.... एव्हढाच जेवणाशी संबंध.... मंदा भारतात परत गेल्यापासून तर तो लंच डिनर बाहेरच घेत असे. राहिता राहिला चवीचा प्रश्न.... आता तर त्याला अनेक पदार्थात, त्याची नावे, त्यांच्या चवी, असे काही आठवत तरी होते की नाही शंकाच होती. पण विजूच्या हे लक्षात आलं, तशी तिने एकेक पदार्थ करायला सुरुवात केली, त्याला नव्याने चवीचे खायला शिकवायचा चंगच बांधला जणुं! हळूहळू श्रीरंग पुन्हा पूर्वीच्या मराठी पदार्थात, रमत गेला आणि मग न चुकता हे छान झालय, ह्याला काय म्हणतो ग आपण?

अश्या तऱ्हेने त्या दोघांचा जेवताना संवाद सुरु झाला.... तसेच तो टेबलाशी बसून शांतपणे जेवूही लागला.... नव्या आयुष्यातील चांगले बदल दोघेही टिपत होते. नाही म्हटले तरी हे अटळही होते. सगळ्यात लक्षात यायचे त्याच्या, म्हणजे विजूची टापटीप आणि स्वच्छता.... रात्री झोपताना नायटी घालायच्या आधी ती शॉवर घ्यायची.... केस विंचरून छान फ्रेश व्हायची.... नकळत श्रीरंगलाही आपण पण शॉवर घ्यावा असे वाटायला लागले.... असे घडत जाणारे बदल बोलले गेले नाहीत पण जाणवत होतेच! हेच तर खरं नवं आयुष्य.... शिवाय सगळ्यात जास्त ॲडजस्टमेंट करायला लागली ती बेडमध्ये. इतकी वर्षे एकटाच राहत असल्यामुळे श्रीरंग बेडमध्ये कसाही अस्ताव्यस्त लोळायचा.... रात्री उशिरापर्यंत काहीतरी वाचायचे किंवा बेडमध्येच टी.व्ही. बघत बसायची सवय झालेली.... मग त्याला तशीच झोप लागून जायची. टी.व्ही.... लाईट.... सगळे तसेच चालूच राहायचे.... मग त्याला झोप लागल्यावर विजू उठून टी. व्ही., लाईट, वगैरे बंद करायची.... त्याच्या लक्षात आले की त्याला अगदी कान कोंडले होऊन जायचे.... बेडमध्ये तिच्याशी मात्र तो अतिशय हळुवारपणे वागत असे. बायकोशी धसमुसळेपणा करणे त्याच्या स्वभावातच नव्हते.... त्यातून इतक्या वर्षांनी इतकी चांगली सखी मिळालीय याची त्याला पुरेपूर जाणीव होती.... त्याबद्दल तो देवाचे सतत आभार मानायचा.... त्यातूनच त्याने संध्याकाळी घरी आल्यावर देवापुढे दिवा, उदबत्ती लावायला सुरुवात केली. हात जोडून देवाला प्रार्थना एव्हढीच की विजूला सुखात ठेवण्याची मला बुद्धी दे. नरेनचा देवावर विश्वास होता पण असे काही तो श्रद्धेने करीत नसे....

विजूच देवाचं करीत असे. आता श्रीरंगही प्रार्थना पूजा करतोय, म्हटल्यावर विजूला खूपच बरे वाटले.... मग नव्या घरी जाताना त्यांनी सत्यनारायणाची पूजा घातली.... साग्रसंगीत सोवळे नेसून, कॅसेट प्रमाणे सर्व विधी करून.... नव्या घरात राहायला येताना ठरविल्याप्रमाणे ज्याने त्याने आपापल्या सवयीच्या वस्तू आणल्या होत्या. त्यामुळे कमफर्ट लेव्हल प्रत्येकालाच होती. पण हळूहळू एकमेकांच्या गोष्टींची सवय होत गेली. एकमेकांच्या चांगल्या गोष्टी, आवडलेल्या गोष्टींचे कौतुक करता करता दोघेही नवीन जीवनाला सामोरे जात होते. रोज नवीन काहीतरी सापडल्याचा आनंद होता आणि एकमेकांसाठी काही गोष्टी प्रयत्न पूर्वक केल्या जात होत्या त्यामुळे त्यांचे सहजीवन जास्त आनंददायी, सुखकर होत होते. एकटेपणाचा लोप होत होता आणि एकत्र सुखांची चाहूल लागत होती. पूर्वायुष्यातील आठवणी विसरणं तर शक्य नव्हते पण त्या नजरेआड करून हव्या तेव्हढ्या आठवणी मनाच्या आतल्या कप्प्यात टाकून, नव्या आयुष्याला सामोरे जाण्यात दोघांनाही सुख वाटत होते.... नव्या जोडीदाराचे वेगळेपणही स्वागतार्ह वाटत होते.... आधीच्या जोडीदाराशी तुलना न केल्यास जीवन जास्त सुकर आणि सोपे होते, तसेच आनंददायीही, असे दोघांनाही जाणवत होते. आपले नवे आयुष्य जास्तीत जास्त आनंदात घालविण्याचे व्रतच जणु काय दोघांनी मनापासून अंगिकारले होते.... त्यामुळे दोघांचे एकटेपण कुठल्या कुठे अदृश्य झाले त्यांचे त्यांनाही कळले नाही.

मन कसे ग मन कसे

मन कसे ग मन कसे
मन असे आणि मन तसे

मन डोंगर निळे जांभळे
मन नभ भरून काळे सावळे

मन जलौघ वाहता खळखळ
मन पाऊस सतत कोसळत

मन कधी भरून होई जडशील
मन कधी तरंगते हिमफूल

मन कधी माझे दिव्याची ज्योत
पाडी प्रकाश दाखवी योग्य वाट

मन कधी जणूकाळोख मिट्ट
अंधाराने डोळे मिटले गच्च

मन कधी नाजूक बकुल फूल
मन कधी चकवा कधी रान भूल

मन रात्रीची शांत चांदण्याची झूल
मन कधी बनते खिदळते मूल

मन कधी कसे अबोल अमोघ
मन कधी क्षणात चपळ चंचल

मन हिंदोळे आनंद झुल्यावर
मन नकळत होई दुःखात चूर

मन कसे बने कधी हट्टी वेडे
त्याचा कोणताही हेका मुळीच न सोडे

अल्याड पल्याड

मन सदैव बनून राहि एक कोडे
आपल्यालाही ते पेचातच पाडे

मना सारखे कोणी ही नसे दुसरे
धडपड त्याची कधीही न सरे

मन कशालाही मुळीच न विसरे
प्राण आणि जाण ह्यांनी मन बने.

२५ फेब्रुवारी, २०१४

जगण्याची आस

क्षण, तास, दिवस हळूहळू एकेक करून
काळाच्या चाळणीतून गेले सारे गळून
आता बाकी उरलो फक्त आपण दोन
एक मी अन दुसरा तूं आणि काही क्षण

कशाला मग हा असा विचार करावा?
आणि अखेर कशाचा भरंवसा धरावा?
जसा बघता बघता निसटून जातोय वेळ
मनातल्या मनातच चाले हा सारा खेळ

खोलवर आतून उमटणारी एकच कळ
सत्य उरले आहे ते, तेव्हढेच केवळ
बाकी सारे उरती ते, नजरेचे मेळ
आणि त्यावर बेतलेले मनाचे खेळ

नव्हते काहीच शाश्वत, होते फक्त भास
कधीच नसते काही खरे, सारेच आभास
तरीही का मग मनाला क्षणोक्षणी तुझाच ध्यास?
आता आयुष्यात उरलेले क्षण, अन जगण्याची आस

१७ फेब्रुवारी, २०११

ओढ दिव्यत्वाची

एकदा मी निघालो तुला शोधीत
समोर दिसली एक पाऊलवाट
पाऊले माझी राहिली चालत
दूरवर मला होत राहि तुझा भास

मग त्या आभासाच्या अनुषंगाने
राहिली पाऊले चालत त्या वाटेने
दूर वरून येणाऱ्या वाऱ्याच्या झुळुकेने
वाटे सळसळ होतेय तुझ्या साडीने

जवळून अंगावरून ती झुळूक जाता
फुले शहारा वाटे तो स्पर्श हवासा
होता का तो तुझ्या तलम ओढणीचा
का हाही केवळ आभासच मनाचा

पण पाऊले मात्र स्पर्शाच्या ओढीने
सतत पडतच राहिली पुढे पुढे
कोमल मुलायम हस्त स्पर्शासाठी
माझा हातही होत राहिला पुढे पुढे

दूरवर दिसणारा अंधुकसा प्रकाशही
राहिलाच वाढत हळूहळू उजळतही
अचानक कळले त्या आभासाचे रहस्यही
आली प्रचिती की ओढ असे दिव्यत्वाची

१० जून, २०१५

आठवणींचा पूर

वाट चालताना वाटले मी आहे स्वच्छंद
जाणवले की असे ती एकाकीपणाची खंत
मनाला वाटे सोबत हवीहवीशी पण
हाकारावे ते कुणाला येईल संग कोण

अचानक वळीवाच्या सरींनी गाठावा
तसा गोळा झाला आठवणींचा मेळावा
मन दचकून पाहू लागले या मेळाव्याला
जाणवलास जिथे तिथे तूंच तू भरलेला

नको नको म्हणताही झाल्या साऱ्या गोळा
न जाणे अचानक कुठूनशा अवतरल्या
कधी कधीच्या आठवणींनी फेर धरला
मनाच्या भोंवताली अन जीव त्यात रंगला

रुळलेलीच वाट चालत होती पाऊले
पाहता पाहता अरे हे असे काय झाले
दाटुनी अभ्रे आठवांचे मळभ जमा झाले
आसवांच्या पुरात सारेच वाहुनी गेले

८ एप्रिल, २०१४

५

नीरक्षीर विवेक

विचार करकरून गौरव शिणला होता. काय करावं समजत नव्हतं. त्यातच गेले दोन दिवस अपर्णानं अबोला धरला होता. आधी बोल बोल बोलून घ्यायचं आणि मग अबोल्याचं अस्त्र बाहेर काढायचं. गौरवने राजीनाम्याचा विषय काढला की अपर्णा जाम वैतागत असे. गेल्या दोन वर्षांत चारपाच वेळा तरी हा विषय निघाला होता. सुखासुखी मिळणाऱ्या हजारो डॉलर्सवर पाणी सोडणं हे फालतू अविवेकीपणाचं लक्षण आहे असं अपर्णाचं ठाम म्हणणं होतं. चांगलं सुखाचं आयुष्य चाललं असताना उगीचच काहीतरी हाय लेव्हल फिलॉसॉफिकल वगैरे बोलून गौरव स्वतःचीपण दिशाभूल करतोय, अस अपर्णाचं म्हणणं. तूच उगीच नसते विचार करत बसतोस! आपल्याच मनात भुतं उभी करायची. हा सगळा कल्पनांचा खेळ आहे. त्याचा तुझ्या कामाशी संबंध ना आपल्या आयुष्याशी. हा साधुसंतपणा कुठून आला अचानक? हे बघ गौरव, असले विचार करशील तर जगणंच अशक्य होईल. हा अविवेकीपणा करू नकोस, कालच अपर्णा गौरवला म्हणाली होती. हो ना, तीच तर भीती आहे, जगणंच अशक्य होईल मला, अपर्णा! गौरवही तेच तिला सांगत होता.

गेली दोन तीन वर्षे कामाचा ताण वाढला होता. तसा गौरव पाच वर्षांपूर्वीच फायनॅन्स डिपार्टमेंटचा व्हाईस प्रेसिडेंट झाला, तेव्हापासूनच कामाचा व्याप वाढत होता. जबाबदारी तर फारच. गौरवला हे प्रमोशन मिळालं तेव्हा तो काय खूश होता! वयाच्या ४०व्या वर्षी व्ही.पी.चं प्रमोशन म्हणजे ग्रेटच! कारण ही त्याच्या डिपार्टमेंटमधली सर्वांत वरची पोझिशन होती. गौरव १५ वर्षांपूर्वी 'सिन्ट्रोनिक्स' मधे कामाला लागला होता. एवढ्या मोठ्या कंपनीत, त्यातून फायनॅन्स डिपार्टमेंटमधे जॉब मिळणं हीच मोठी अचिव्हमेंट होती. गौरव तसा अचिव्हरच होता. 'दिल्ली स्कूल ऑफ इकनॉमिक्स' मधून एम.ए. करून तो अमेरिकेत सरळ स्टॅनफर्डला आला होता. एम.बी.ए.ला फायनॅन्स स्पेशलायझेशन घेतलं होतं. त्याला दोन वर्षाची फुलब्राईट स्कॉलरशिप होती. शिवाय दुसऱ्याच टर्मला डिपार्टमेंटमधे रिसर्च असिस्टंटशिपपण मिळाली होती. डिपार्टमेंटचे चेअरमन डॉक्टर स्मिथ त्याच्यावर खूष होते. सिन्ट्रोनिक्सचं एक प्रॉजेक्ट डॉ. स्मिथना मिळालं होतं. गौरव त्याच प्रॉजेक्टवर काम करत होता. त्यामुळे त्याचं एम.बी.ए. संपता संपताच त्याला सिन्ट्रोनिक्समधे जॉब ऑफर आली होती आणि दहा वर्षातच तो डिपार्टमेंटमधल्या सगळ्यात वरच्या जागेवर पोहोचला होता. त्याच्या हुशारीवर, सचोटीवर व चोख कामावर तमाम बॉस मंडळी खूश होती. विशेषतः त्यानं वेळोवेळी सुचवलेल्या क्लृप्त्यांमुळे त्याच्या कंपनीला फार मोठ्या प्रमाणात टॅक्स वाचविता आला होता. कंपनीतल्या कामगारांसाठीसुद्धा गौरवनं अनेक गोष्टी सुचविल्या होत्या. वरवर कामगारांचा फायदा आहे असं वाटणाऱ्या, पण खरं तर कंपनीचा पैसा वाचविणाऱ्या!

तीन वर्षापूर्वीच्या बोर्ड ऑफ डायरेक्टर्स मीटिंगसाठी लाँग टर्म डिसेबिलीटीची पॉलिसी कंपनीने ठेवावी आणि शॉर्ट टर्म डिसेबिलीटी इंडिव्हिज्युअल एम्प्लॉइजच्या इन्शुरन्समधे असावी असे प्रपोजल तयार केले होते. त्यामुळे त्याआधी दरवर्षी शॉर्ट टर्म डिसेबिलीटीवर जाणाऱ्या एम्प्लॉइजसाठी होणारा हजारो डॉलर्सचा खर्च वाचणार होता. लाँग टर्म डिसेबिलीटीवर एक टक्का एम्प्लॉइजसुद्धा जात नसत. पण शॉर्ट टर्म डिसेबिलीटी मागणारे आठ ते दहा टक्के एम्प्लॉइज होते. या गौरवच्या हुशारीबद्दल त्याला दहा हजार डॉलर्स एक्स्ट्रा बोनस कंपनीने दिला होता. गौरव तर स्वतःच्या हुशारीवर खूश होताच, पण त्यामुळे हातात येणाऱ्या जादा पैशावर अपर्णाही फार खूश होती. त्याच वर्षी

तिच्या ४० व्या वाढदिवसाच्या निमित्त गौरवने तिला सरप्राईज अलास्काची क्रूझ ट्रिप दिली होती. आयत्या वेळी अर्जंट काम निघाल्यामुळे गौरवला क्रूझ अर्धवट सोडून परतावं लागलं होतं. बोर्डानं खास कामासाठी त्याला बोलावलं होतं अन् कंपनीचं जेट त्याला घ्यायला अँकरेजजवळ पाठवलं होतं, हेहि अपर्णाला तिच्या सो कॉल्ड ग्रुपमधे भापायला निमित्त झालं होतं. पण अपर्णाचा हिरमोड झाला तर ती चिडचीड करायला लागेल म्हणून गौरवनं जाताना तिला One more surprise is waiting for you when you come home म्हणून चिठ्ठी ठेवली होती. शिवाय त्याबरोबर तिला तिचा वेळ हवा तसा घालवता यावा म्हणून आणखी तीनचार हजार डॉलर्स ठेवले होते. मग काय अपर्णा आणखीनच खूश झाली. तिनं अख्खा एक दिवस क्रूझ शिपवरच्या 'स्पा' मधे घालवला होता, निरनिराळ्या तऱ्हेने स्वतःची कोडकौतुकं करून घेत. फेशल आणि हेअर तर करून घेतलंच, वर मसाज सेशनही घेतलं होतं. हर्बल मास्क ट्रीटमेंट घेतली होती. शिवाय उरलेल्या पैशातून एक ब्लू टोपॅझचं पेण्डण्ट घेतलं होतं. आणि मग तिच्या ग्रुपमधल्या सगळ्यांना ते पेण्डण्ट दाखवायला, मिरवायला घरी परत गेल्यावर किटी पार्टी केली होती. या पार्टीत गौरवला अचानक परत जायला लागलं म्हणून कंपनीनं कसं जेट पाठवलं; मग आपला विरस होऊ नये म्हणून त्याचा वचपा काढायला गौरवनं काय काय केलं, आपण क्रूझवरचे नंतरचे दोन दिवस कसे लक्झरीत लोळत घालवले वगैरे किस्से ऐकवले. विशेषतः शिवानी लालवानीला आपला ब्लू टोपॅझ दाखवणं हा अपर्णाचा सुप्त हेतू होता. गेल्या वर्षी शिवानी मेक्सिकोला गेली होती व्हेकेशनला, कॅनकूनला! तेव्हा तिने एवढेसे कानातले टॉप्स आणले होते, ब्लू टोपॅझचे!

एकूण अपर्णा बेमधल्या इंडियन सोसायटीत भाव खाऊन होती. मराठी मंडळात तर विचारायलाच नको. गेली दहा वर्षे ती सतत मंडळाच्या कार्यकारी मंडळावर काम करत होती. मंडळासाठी अनेक नवनवीन योजना तिने आखल्या होत्या! मुख्यतः मराठी लायब्ररी तिच्या पुढाकारानं सुरु झाली होती. मराठीतली उत्तमोत्तम प्रकाशने तिनं मागवून घेतली होती. शिवाय मंडळातल्या मेंबर्सना सांगून त्यांच्या घरच्या लायब्ररीतली पुस्तकं लिस्ट करून ठेवली होती. महिन्यातून दोनदा लायब्ररीतून पुस्तके, मासिके, मराठी नाटके, सिनेमांच्या कॅसेट्स, सीडीज्, डीव्हीडीज् सर्वांना उपलब्ध होत होत्या. त्यासाठी अपर्णानं

स्वतःच्या घरातील स्टडीमधली दोन कपाटं दिली होती. ती स्वतः पुस्तकांची देवाणघेवाण, नोंदी ठेवणं वगैरे करीत असे. आपली स्टडी किती अप्रतिम आहे हे लोकांना दाखविण्याचा छुपा हेतूही त्यात होताच. गौरवने स्टडी खरंच सुरेख करून घेतली होती. गराजच्या वरच्या बाजूला गेस्ट रुमच्या शेजारीच ही स्टडी होती. मेन एन्ट्रन्सच्या हॉलवेमधूनच पुढे डाव्या हाताला या स्टडी आणि गेस्ट रूम कडे जाणारा चारपाच पायऱ्यांचा जिना होता. स्टडी १५' x २०' ची होती. तीन बाजूंना चार फूट उंचीपासून काचेच्या भिंती होत्या. चार फूट उंचीपर्यंत काचेच्या सरकत्या दरवाज्याची कपाटं होती त्यांत रेफरन्सच्या पुस्तकांसाठी एक फूट रुंदीचे खाने होते. एका आतल्या बाजूच्या भिंतीला गौरवची अकाउंट्स, फायनॅन्सची पुस्तके होती. त्या भिंतीपुढे दीड फूट उंचीच्या गुबगुबीत गाद्यांचा दिवाण होता त्यावर लोड-तक्क्यांची बैठक होती. त्याच्या एका बाजूला ऑडिओ व्हीडीओ सेंटर होतं. ते कोपऱ्यात अशा रीतीने बसवले होते की त्यात फारसे रिफ्लेक्शन येत नसे. जरूर वाटल्यास काचेच्या भिंतींना व्हर्टिकल ब्लाईंड्स होतेच. दिवाणाच्या उजव्या हाताला दिवाणावरून ऑपरेट करता येईल असे कपाट होते. हवे तेव्हा कळ दाबली की एक अर्ध गोलाकार फळी आपल्याला हवी तेवढी पुढे ओढून घेता येत असे. हवं तर लिहायला वापरावी. हवं तेव्हा स्नॅक्सच्या बशा ठेवाव्यात. त्याच फळीच्या एका टोकाला फोल्ड होणारा कप / ग्लासचा स्टँड होता.

गौरव अन् अपर्णानं खूप हौसेनं हे सनीव्हेलमधलं घर सजवलं होतं. सनीव्हेलमधे इतकी मराठी मंडळी होती की दारावर पाट्या लावल्या असत्या नावाच्या तर सदाशिव पेठेत हिंडतोय असं वाटलं असतं. ही कल्पना अपर्णा नेहमी सगळ्यांना ऐकवीत असे अन् स्वतःच खूप मोठ्यांदा हंसत असे. अपर्णा मूळची गोव्याकडची त्यामुळे इतर पुण्यामुंबईकडच्या माहेरवाशिणी तिला जरा अडाणीच समजत. त्यामुळे स्वतः ला हुशार न् स्मार्ट समजणाऱ्या आधुनिक बायकांपुढे भाव मारायची एकही संधी अपर्णा वाया घालवीत नसे. आपल्या घरी मराठी लायब्ररी ठेवण्यातल्या हा हेतू चांगलाच साध्य झाला होता.

अपर्णा गेली १२/१३ वर्षं सनीव्हेलमधे रहात होती. चांगली सेटल झाली होती. मुळातल्या काही खोडी सोडल्या तर चांगली अमेरिकनाळली पण होती. इथल्या इतर अलीकडे नवीन आलेल्या मध्यमवर्गीय सॉफ्टवेअरवाल्यांच्या एच् वनवर

आलेल्या बायकांसारखं रिकामटेकडेपणा, उठसूठ केव्हांही एकमेकींकडे जाणं, तिच्यात रूळलेल्या अमेरिकन शिस्तीत बसत नव्हतं. तेव्हा दर मंगळवारची अकरा वाजताची कॉस्मॉपालिटन रमीची बैठक उर्फ किटी पार्टी आणि एका आड एका गुरुवारची मराठी लायब्ररी ह्या अपर्णाच्या भापायच्या जागा नू वेळा होत्या.

गौरवला अर्थातच या सगळ्यात शून्य इंटरेस्ट होता. तो त्याच्या कामाच्या व्यापात असे. शनिवार-रविवारी वीकएंडला घरी असला तर नाट्यगीते ऐकत वामकुक्षी घेण्यापुरता तो स्टडीत येत असे. एरव्ही रात्री उशिरापर्यंत काम करायला स्टडी हीच त्याची जागा ठरलेली होती. गौरव फारसा सोशलाईज पण होत नसे. त्याला वेळच नसायचा बहुतेकवेळी कुठे जायला. पण हिंदू सोसायटीचे नवीन गणपती मंदिर उभारण्यात त्याला इंटरेस्ट होता. गणपती हे त्याचं लहानपणापासूनचं श्रद्धास्थान. घरातल्या देवातही गणपतीची मूर्ति त्यानं मुद्दाम घडवून आणली होती सांगलीतल्या सराफाकडून. तसाच सांगलीच्या गणपती मंदिराची प्रतिकृती असलेला देव्हारा एका शिल्पीकडून करवून घेतला होता. अपर्णा लक्ष्मीभक्त होती. ती दर शुक्रवारी लक्ष्मीपूजा करे आणि संध्याकाळी आटीव दुधाचा नैवेद्य दाखवी. मार्गशीर्षातले लक्ष्मीव्रत आणि दिवळीतली लक्ष्मी पूजनाची पूजा तिनं कधी चुकवली नव्हती. दर दिवाळीत लक्ष्मीपूजनाला ती दिवाळी पार्टी करत असे. घरी देवळातले गुरुजी पूजा करायला बोलावलेले असत. पंचपक्वांनांचा नैवेद्य असे. त्या पार्टीला मोठा थाटमाट असे. सर्व घरावर रोषणाई तर असेच; शिवाय बॅकयार्डमधल्या तलावामध्ये तरंगत्या मेणपणत्या असत. तलावाच्या कडेला टेबलं, त्यावर सेंटर पीस म्हणून एका बोलमधे तरंगत्या मेणपणत्या. डायनिंग टेबलावर मोठं केरळी समईचं झाड होतं. त्यातल्या सर्व ज्योती ती लावत असे. त्या झाड-समईला तेलच मुळी एक गॅलन लागे. शिवाय लक्ष्मीपूजेच्या शेजारी दोन बाजूंना पुरुषभर उंचीच्या पितळी समया ठेवत असत. पूजेत चांदीच्या समया असत त्या वेगळ्याच. अपर्णाकडचं दिवाळीतलं लक्ष्मीपूजन अगदी डोळ्याचं पारणं फिटणारं असे. एकूण अपर्णाला झगमगाटात राहायची सवय झालेली होती. अलीकडे भरमसाट पैसा मिळत राहिल्यामुळे तर जास्तच!

मुलांच्या शिक्षणाबाबतही प्रचंड श्रीमंती थाट होता. महागडी लोकल प्रायव्हेट स्कूल्स सुद्धा अपर्णाला पसंत नव्हती. म्हणून मग मिडलस्कूलपासूनच तिनं मुलांना स्वित्झर्लंडला ठेवलं होतं. त्या मुलांच्या सुट्टीतल्या फेऱ्या, शिवाय वर्षातून एकदा तिची फेरी या सगळ्याला भरपूर डॉलर्स लागत होते. मुलांचं स्कूल ग्रॅज्युएशन व्हायला अजून तीनचार वर्षे होती. शिवाय नंतर त्यांना एम.आय.टी. किंवा हार्वर्डला पाठवायचं होतं. अपर्णाच्या मनात अनुपला डॉक्टर तर अक्षयला लॉयर करायचं होतं. त्यासाठी अजून १२-१५ वर्षे तरी हजारो डॉलर्स खर्च करायला लागणार होते. गौरव भरपूर पैसे मिळवत होताच, पण हल्ली मधेच खूळ लागल्यागत काहीतरीच डोक्यात घेऊन बसायचा. म्हणे राजीनामा देतो! राजीनामा द्यायला कारण तरी सबळ हवं ना! गौरवचा प्रामाणिकपणा वाखाणण्याजोगाच! कधी कंपनीची एखादी पेनीसुद्धा इकडची तिकडे होत नसे त्याच्या हातून. त्याची स्वतःची राहणी साधी होती. त्यामुळे गरजाही कमी!

गौरवने अपर्णाला खूपदा त्याची फिलॉसफी, लॉजिक समजावून सांगण्याचा प्रयत्न केला. पाच वर्षांपूर्वी एकदा त्याची सेक्रेटरी जेनी त्याला कॉम्प्लिमेंट्स् देताना म्हणाली होती, You are doing great Gaurav, but with these financial calculations in your head can you sleep peacefully? तेव्हा गौरव जोरात Sure, I can just lock everything out of my mind and sleep like a baby असं म्हणाला होता. आणि ते खरंही होतंच तेव्हा!

त्यानंतर मात्र गेल्या दोनतीन वर्षांत वरचेवर असे प्रसंग घडत गेले. जॉनचा कार ॲक्सिडेंट झाला आणि तो मानेपासून पॅरलाईज्ड झाला दोन वर्षांपूर्वी. जॉननं शॉर्ट टर्म डिसेबिलीटी पॉलिसी घेतली नव्हती त्यामुळे त्याची सगळीच लीव्ह ऑफ ॲब्सेन्स होणार होती. शॉर्ट टर्म डिसेबिलिटी पॉलिसी नसली तर एम्प्लॉईज अपोआपच लाँग टर्म डिसेबिलिटीज् मधून वगळले जावेत अशी कंपनी पॉलिसी गौरवच्या सूचनेवरूनच झाली होती. कंपनीने लाँग टर्म डिसेबिलिटी द्यायला हवी असा युनियनने आग्रह धरला पण ते कंपनी पॉलिसीच्या विरुद्ध आहे असे ह्युमन रिसोर्सच्या हेडने प्रतिपादन केले. जॉन गौरवच्या डिपार्टमेंटला होता. जेव्हा गौरव त्याला भेटायला गेला, तेव्हा जॉन म्हणाला, Gaurav have you ever thought that our policies will boomrang on us? गौरवला स्वतः

च्या पायावर धोंडा पडून घेतल्यागत झालं. I am really very sorry जॉन एवढंच गौरव म्हणू शकला. पण आपली आर्थिक धोरणातली चतुराई कोणाला आयुष्यातून उठवेल असं कधी गौरवला वाटलं नव्हतं. तो एकदम हैराण झाला. आपण कंपनीचा फायदा बघतो म्हणजे कोणाला फायदा होतो? श्रीमंत लोकाना, भागीदारांना आणखी श्रीमंत करण्याची खटपट! आणि त्या अनुषंगानं गरिबांना नागवलं जातंय का याचा विचारही आपण करत नाही? काय झालंय आपल्याला? हा आपल्या कामाचा भाग म्हणून 'कर्मण्येवाधिकारस्ते मा फलेषु कदाचन' म्हणून गप्प बसायचे का? गौरवला आठवले त्यानंतर जॉनच्या जागेसाठी इंटरव्ह्यु घेतला होता ऑर्नेडोचा! हा मुलगा कोलंबियाहून आला होता. शिक्षण अमेरिकेत स्टॅनफर्डला झालेले. खूप हुशार मुलगा होता, पण त्याला ग्रीन कार्ड नव्हतं. ते मिळवायला त्याला कंपनीची मदत लागणार होती. म्हणून गौरवनेच त्याला ते आमिष दाखवून जॉनच्या १/३ पगारात लावून घेतला होता. वर त्याच्यावरच कंपनी उपकार करत असल्यामुळे गेली दोन वर्षे त्याला रेझसुद्धा दिला नव्हता. हे किती माणुसकीला सोडून वागणं झालं आपलं ही खंत गौरवच्या मनात होतीच.

गौरवची ही विचारसरणी अपर्णाला भावणार नव्हती. त्यामुळे ती विरोध करून अबोला धरत असे. त्यामुळे गौरवला मन मोकळं करायला एकच जागा होती - अनिरुद्ध - अपर्णाला अजिबात न आवडणारा गौरवचा मित्र. पुण्याशेजारी मुळशीच्या डोंगरावर आदिवासींच्या मुलांसाठी शाळा चालविणारा, कोकण वाचवा मोहिमेत पार वाड्यावाड्यातून हिंडून लोकजागृती करणारा. सध्या पुण्यातील टेकड्या आक्रमक बिल्डर्सकडून वाचविण्यासाठी खटाटोप करणारा. गौरवला नुकतंच त्यांच्या एका कॉमन मित्राकडून कळलं होतं की बिल्डर्स असोसिएशनने देऊ केलेले लाखो रुपये अनिरुद्धने नाकारले होते. एका बिल्डरने त्याला खूश करण्यासाठी मुळशीतल्या आदिवासींचे पुनर्वसन करण्यासाठी पाणथळ जागेत त्यांना घरकुलं बांधून दिली होती. त्याला आशा होती की अनिरुद्ध जरातरी त्याच्या स्कीमच्या बाजूने बोलेल आणि फार्म हाऊसेसाठी आदिवासींच्या जमिनी मिळवता येतील. पण छे! नांव नको. गौरवला अनिरुद्धच्या बाणेदारपणाचा अभिमान वाटला. एकदा वाटलं की अनिरुद्धला ई-मेल टाकून त्याचा सल्ला विचारावा की काय?

कारण आत्ताचा प्रसंग फारच मोठा होता. गौरवनं या प्रसंगाचं स्वरूपही अपर्णाला सांगणं टाळलं होतं. गेले दोन तीन महिने सिनीयर बोर्ड मेंबर्सनी गौरवला भंडावून सोडलं होतं - त्यांच्या मनात काय काय कल्पना येत होत्या त्यासाठी त्यांना गौरवच्या मागे लागून गौरवकडून वेगवेगळ्या स्कीम्स तयार करून हव्या होत्या. गोशवारा असा होता, कंपनी पुढच्या दोनतीन वर्षांत फेज आऊट करायची. आधी खोटे बॅलन्स शीट करून खूप प्रॉफिट दाखवायचे म्हणजे कंपनीच्या शेअर्सची किंमत वाढेल. मग आपापले पैसे शेअर्स विकून काढून घ्यायचे न् शेवटी कंपनीचा न भरून येणारा तोटा दाखवत राहून शेवटी दिवाळं काढायचं. याची सविस्तर योजना गौरवला करायला सांगितली होती दोन महिन्यापूर्वीच्या मीटिंगमधे. ही योजना तयार करणं म्हणजे गौरवच्या दृष्टीने 'दाये हाथ का खेल था' - पण जसजसा या स्कीमचा गौरव खोलवर विचार करायला लागला तसं तसं त्याला लक्षात आलं की या योजनेचे भागीदार, सर्वसामान्य नागरिक आणि कर्मचारी दोघांनाही भयानक दुष्परिणाम भोगावे लागतील. हे गौरवला ठळकपणे दिसत होतं. सर्वांच्या नोकऱ्या तर दिवाळं काढल्यामुळे जाणारच होत्या पण ४०१ मधून घेतलेले शेअर्स, जे निवृत्तीनंतरच्या जीवनाचा मूळ आधार होते, त्यांची किंमत शून्य होणार दिवाळं काढल्याने! गरीब मध्यम वर्गीय कर्मचाऱ्यांना पुढचं आयुष्य कसं काढायचं हा प्रश्न उभा राहणार होता. विशेषतः वयानं ५० च्या जवळपास असलेल्या कर्मचाऱ्यांना सिन्ट्रॉनिक्ससारखी दुसरी कंपनी नव्हतीच. त्यांच्या स्पेशलायझेशनचा कुठेही उपयोग होणार नव्हता. नवीन नोकऱ्या मिळणार नव्हत्या.

एकदा बोलण्याच्या ओघात तो सहज अपर्णाला बोलून गेला तर ती म्हणाली होती, थिंक ऑफ इट गौरव. जर तूं असली काही योजना यशस्वी केलीस तर कित्येक मोठमोठ्या कंपन्या आपल्या दाराशी येतील. त्यांना नुस्तं फ्रि लान्स कन्सलटेशन करून आपण मिलीयन्स ऑफ डॉलर्स मिळवू शकूं....

अपर्णाच्या या विचारानं गौरवला धक्काच बसला होता. तो चकित तर झालाच पण अस्वस्थही - हजारो लोकांना त्यांच्या जन्मभराच्या गुंतवणुकीला बुडवून, त्यांना नागवून आपण लाखो डॉलर्स कमवायचे? छे.. छे..हे इतकं मोठं पाप आपल्या शिरावर घेण्यापेक्षा आपण राजीनामा द्यावा. अपर्णाने त्यावरही मखलाशी केलीच - अरे तू राजीनामा द्यायचा मूर्खपणा केलास म्हणून कंपनी

थोडीच थांबणार आहे? ती डायरेक्टर मंडळी दुसऱ्या कोणाकडून, कदाचित ऑर्नेडोकडून हे काम करवून घेतील. गौरव या सगळ्या माखलाशीवर अवाक् झाला होता.

कालचा वीकएंड कार्ल्सबाडच्या गोल्फ क्लबवर घालवून नुकतंच गौरव परतला होता. अलीकडे अलीकडे बरेच वेळा सिन्ट्रॉनिक्सचे डायरेक्टर्स गौरवला गोल्फ खेळासाठी आमंत्रण देत आणि हे आमंत्रण खेळासाठी नसून ती एक अनौपचारिक मीटींगच असते - ते नाकारण्याचा प्रश्नच उद्भवत नाही हे गौरवला कळून चुकलं होतं.

खरंतर त्याला वीकएंड बॅकयार्डमधल्या गार्डनमधे घालवायला आवडत असे. सकाळी लवकर उठून मैल दोन मैल वॉक घेऊन यायचं. मग ब्रेकफस्ट झाला की बॅकयार्डमधल्या गुलाबांची मशागत करण्यात सकाळ घालवायची.... लंचनंतर आरामात स्टडीत नाट्यगीत ऐकत आराम करायचा हा गौरवचा वीकएंडचा आवडता कार्यक्रम असे. ते सोडून गोल्फ मीटिंग्जना जाणं त्याला मुळीच आवडत नसे. पण करता काय? जॉब आहे! डायरेक्टर, प्रेसिडेंट कोणी बोलावलं तर गेलंच पाहिजे. दरवेळी काहीतरी नवी क्लृप्ती काढण्याबद्दल या मीटिंग्ज असत. गौरव जणू सुळावर जाणारा बकरा बनत असे. म्हणूनच त्याला त्या मीटिंग्ज नको असत. पण कालच्या वीकएंडची गोष्ट आणखीच वेगळी. कार्ल्सबाडचं गोल्फ कोर्स जगप्रसिद्ध! पी.जी.ए. टूर्नामेंट्स् दरवर्षी तिथे होतात. सॅन होजेजवळ डोंगरातलं हे सुंदर गाव. एरवी गौरवनं अगदी एन्जॉय केलं असतं ते कोर्स आणि भोवतालचा निसर्ग. पण ही गोल्फ मीटिंग वॉज वर्स्ट ऑफ इट्स काइंड म्हणायला हवी. दोन दिवस पूर्ण वेळ कोर्सवर पण गोल्फ थोडा अन् चर्चा फार असाच गेला. ब्रेकफस्ट, लंच, डिनरला सगळेच सारखे एकत्र अगदी स्टीमरूममधे पण! ह्या डायरेक्टर्सनी त्याला भंडावून सोडलं होतं. गेल्या वर्षीपेक्षा प्रॉफिट १०० टक्के जास्त दाखवायचा म्हणे. म्हणजे स्टॉक दुपटी-तिपटीनं भडकेल. मग वर्षभरानं फेज आऊट करायचं. तीन चार वरचे डायरेक्टर्स रिटायर करायचे. म्हणजे त्यांना भलं मोठं सेव्हरन्स पॅकेज द्यायचं. शिवाय त्यांचे शेअर्स त्याआधी विकून ते मिलीयन्स ऑफ डॉलर्स कमावणारच. हा मिलियन डॉलर्सचा खेळ पैसेवाल्यांच्या घशात आणखी पैसे घालणारा. तेहि एकवेळ गौरवनं केलं

असतं. पण त्यांची पुढची रिक्वेस्ट फारच भयानक होती. नंतरच्या दोन वर्षात भरपूर तोटा दाखवून कंपनीचं दिवाळं काढण्याची ... You will also reap the harvest Gaurav, त्यातल्या एका डायरेक्टरनी म्हटलं होतं, because you will know exactly what we are doing and when! Of course, you are with us so you are also an insider.

म्हणजे आपापल्या पोळीवर तूपच काय साखर, मध, मुरंबा, जे जे काय शक्य असेल ते सगळं ओढून घ्यायचं! ओरबाडून घ्यायचं कंपनीला! कंपनी सोडण्याबद्दलच्या सेव्हरन्स पॅकेजेसचे मिलीयन्स, खोट्या फुगवलेल्या किंमतीनं कंपनी स्टॉक विकून पुनः आणखी मिलीयन्स म्हणजे या डायरेक्टर्सची भरपूर चांदी. आणि दुसऱ्या बाजूला गरीब बिचाऱ्या कर्मचाऱ्यांचं जन्माचं नुकसान! कंपनीचं दिवाळं काढल्यामुळे हवालदिल झालेली अनेक कुटुंब! बाप रे. गौरवच्या अंगावर काटाच उभा राहिला. त्यातच अपर्णानं बोललेलं एक वाक्य त्याच्या मनात घुमत राहिलं, कंपनीनं लोकांचं नुकसान करायचं ठरवलं तर तू ते वाचवू शकत नाहीस. गौरव, तेवढी तुझी ताकद नाही.

होय अपर्णा, ते खरं आहे पण निदान त्यांच्या विनाशाला कारणीभूत न होणं हे तरी माझ्या हातात आहे ना? आणि निदान तेवढं तरी मी नक्कीच करू शकतो. मला रोज सुखानं झोपायचंय. हजारो लोकांच्या विनाशाचं पातक माझ्या डोक्यावर.... हे ओझं मला असह्य आहे.

गौरवला स्वामीजींच्या व्याख्यानाची आठवण झाली. ते नेहमी म्हणायचे, विवेक धरायला हवा. विवेक म्हणजे चांगल्या-वाईटाची बूज राखणं. अविवेकीपणा मोहातून जन्माला येतो. मोह कोणाला चुकलाय? खरं तर आपण मोहावरच जगत असतो. जगण्याचा मोह सोडला तर मृत्यूचा मोह धरायला हवा. पण आपण एक करू शकतो. आपल्या मोहाचे संमोहनात रुपांतर होऊ न देणे. ते झाले तर मोहिनी गिळंकृत करते ती आपल्या सदसद्विवेक बुद्धीला! नीरक्षीर विवेक बुद्धीने मोहावर ताबा ठेवायला हवा....

बस्स! गौरवचा निर्णय झाला. नीरक्षीर विवेक फक्त हंसच करू शकतो. मला हंसाचे पंख लावलेला कावळा व्हायचं नाही आहे. मला हंसच व्हायचंय. नीरक्षीर विवेक बुद्धी असणारा एकमेव हंस!

खरं आणि खोटं

खरं काय आणि खोटं काय
गोगलगायीच्या पोटात पाय

क्षितिजापासून किनाऱ्याकडे उधाणलेले
सागर खरे, की मैलोंमैल वाळवंट पसरलेले

उत्तुंग उंच अशी हिमशिखरे खरी
की पाताळापर्यंत खोल प्रशांत सागर

आकाशात थैमान घालणारी वादळे खरी
त्यातूनच होणारी पोषक बरसात खरी

धरतीच्या पोटातून उसळणारे ज्वालामुखी
खरे की धरतीला शांतविणारे प्रपात

रखरखणारे उन खरे की सावली खरी
भगभगीत प्रकाश खरा की शांत काळोख

ही सतत दिसणारी पंच महाभूते खरी
की मानवी मनात उसळणारी तांडवे खरी

मनात धुमसणारे राग द्वेष खरे
की आनंदाच्या उसळणाऱ्या उर्मी खऱ्या

जे वाटतं भासतं ते खरं की खोटं
मग जे असतं तेव्हढच खरं की काय

या साऱ्या मुलभूत खऱ्या गोष्टीत
कसा लागणार माणसाचा निभाव

मग काय खोटं आणि खरं काय
वागणं काय आणि बोलणं काय

मग त्यावर आधारलेली नीतिमूल्ये काय
कशात काय आणि गोत्यात पाय

अखेर खरे ते फक्त एव्हढेच आहे की काय
गोगलगायीच्या पोटात दोन पाय

१२ फेब्रुवारी, २०१५

काजवा आणि सूर्य

लुकलुकणारा एक थवा काजव्यांचा,
काळोख्या रात्रीत किर्र रातकिड्यांचा,
म्हणजे काजवा एक दुसऱ्यास, आहे का माहित?
रान सारे उजळून निघते आपल्याच प्रकाशात?

तेव्हढ्यात आला एक फिरत प्रकाश झोत
लुकलुकायचे थांबून काजवे म्हणाले हे कोण?
घाटातून उतरणाऱ्या गाडीचे होते ते दिवे,
आकर्षून काजवे त्या गाडीत जाऊन बैसले.

पोहोंचता पोहोंचताच एका गावात,
त्यांना दिसले दिवेच दिवे रस्त्यात,
म्हणाले हे काय की पूर्वज आपुले,
की परग्रहावरून आलेले हे काजवे.

तेव्हढ्यात गाडी थांबली सिग्नलकडे पाहून
काजवे म्हणाले काय हा चमत्कार झाला म्हणून
एव्हढा मोठा प्रकाश झोत टाकणारे हे दिवे,
कसे थांबले हे आपसूक या लाल दिव्यापुढे?

थांबले असता, त्याना दिसले दिव्यांचे उंच खांब,
आश्चर्याने म्हणते झाले, काय हे, इथेच जरा थांब
काय करताय तुम्ही राहुनी एकावर एक उभे?
आम्ही तर करतो आकाशातून इशारे धोक्याचे.

वर आकाशात बघता दिसले चमचमते तारे,
काजवे म्हणाले, कोण हे, इतक्या वर कसे गेले?
तारे म्हणाले आम्ही तर आसमंतातील जणुं हिरे,
चमकतच राहतो रात्रंदिन, विसरून भोंवतीच सारे.

तेव्हढ्यात झाला सूर्योदय, बसले गप्पच सारे,
सूर्य जसजसा वर आला प्रकाशात न्हाऊन निघाले.
आसमंत सारे उजळले, त्या उज्ज्वल तेजोनिधीमुळे
सूर्य तळपतच तेंव्हा राही, आपल्याच दिमाखामध्ये.

६

हाती धुपाटणे आले

नीरजाने बेडमधूनच टी.व्ही. बंद केला. रात्रीचे बारा वाजून गेले होते. उद्या उठून कामावर जायचं होतंच, आता झोपणं भाग होतं. पण झोप यायला पाहिजे ना? संध्याकाळी घरी आल्या आल्या सवयीनं तिनं मेल घरात आणली होती. चहा पितापिता तिनं मेल उघडली होती. त्यातल्या एका पत्राने ती फारच अस्वस्थ झाली. हे अगदीच अनपेक्षित होतं. अघटीत घडत होतं. निरजा सुन्न होऊन गेली होती. खरं तर नीरजा कधीच मेल आत आणत नसे, हे काम अशोकचं होतं. ती आपली गाडी थेट गराज मध्ये घ्यायची आणि जेमतेम वॉशरूमला जाऊन आली की पदर खोचून संध्याकाळच्या स्वयंपाकाला लागायची. त्यातच दुसऱ्या दिवशीच्या लंच बॉक्सचीही तयारी असायची. दोन वर्षांपूर्वी अस्मिता आणि गेल्यावर्षी अमित युनिव्हर्सिटी टाउनला गेल्यापासून हल्ली नीरजा फक्त तिचा आणि अशोकचा डबा करीत असे. अलीकडे तेहि जवळपास बंदच झालं होतं. गेले वर्षभर काहीसे असेच चालले होते. रात्रीच्या जेवणाला अशोक नसायचाच बहुतेक. सकाळी लंच बॉक्सही नेली तर नेली, नाही तर नाही, असेच चालले होते. प्रथम प्रथम नीरजा त्याला टोकायची.... की 'अहो, तुम्ही हल्ली रात्री उशीरा का

येता? काय झालय? काम फार वाढलय का?' काम वाढलय ही सबब नीरजानच पुरवली होती ते अशोकच्या पथ्थ्यावरच पडलं होतं. रात्री कधीतरी अपरात्री येऊन तो झोपायचा, तुझी झोप मोड नको म्हणून तो स्टडीतल्या डे बेडवरच झोपायला लागला होता अलीकडे. सकाळी नीरजाला लौकर निघावे लागत असे. बहुतेक वेळा अशोक उठलेला ही नसे, तेव्हा नीरजा त्याचा डबा भरून आयलंडवर ठेवायची, पण दोन चार दिवस आयलंडवरचा डबाही तसाच होता संध्याकाळ पर्यंत, तेव्हा तिनं 'डबा का नेत नाही हो तुम्ही?' म्हणून प्रश्न विचारला होता. 'काय एव्हढ्याशा गोष्टीवरून कटकट तुझी? मला लंच मिटींग्ज असतात गरज नसते डब्याची. तू माझा डबा भरत जाऊ नकोस, मी बघेन काय करायचे ते. या संवादालाही दोन महिने झाले होते. गेले दोन आठवडे तो कामानिमित्त एल.ए. ला गेला होता. त्याचा फोन ही आला नव्हता. नीरजानं त्याच्या लोकल ऑफिसला फोन केला होता तेव्हा, 'ही इज आऊट ऑफ टाऊन' असं मोघम उत्तर मिळालं होतं. आपण त्याची बायको आहोत हे सांगायला नीरजाला धीर झाला नव्हता. आपला नवरा आऊट ऑफ टाऊन आहे आणि आपला त्याच्याशी काँटेक्ट नाही हे कुठल्यातरी सेक्रेटरीला सांगणे नीरजाला अर्थातच कमीपणाचं वाटलं होतं.

अस्मिताला वीकएंडला फोन केला होता तेव्हा तिनं नीरजालाच वेड्यात काढलं, 'मॉम, यू आर वरिंग टू मच, जस्ट लेट गो, ही शुड कॉल, मेबी ही इज बिझी. ही कॉलड मी लास्ट नाईट, ही इज ओ.के., ही सेड ही इज सो बिझी, ही डझंट हॅव टाइम इव्हन टू ब्रिध. मे बी युवर लाईन वॉज बिझी. टेक इट इझी. ओ.के.?' खरं तर अस्मिताला वाटत होतं आज ममाचा कॉल आला नसता तर बरं झालं असतं, तिचं आणि ममाचं काही फार सूत होतं अशातला भाग नव्हता. पण नीरजाला ही बातमी ऐकून धक्का बसणार आहे. डॅडनी आपला निर्णय झाल्याचं अस्मिताला सांगितलं होतं. अस्मिताला डॅडबद्दल जास्त सहानुभूती होती. ममाच्या कटकटीनी, चिडखोरपणाने घरातील बिघडलेल्या वातावरणाची तिला कल्पना होती. पण ममा मुळात चांगली आहे, प्रेमळ आहे, ती धास्तावलेली आहे इथल्या टीनेजर्सचं वागणं बघून, म्हणून ती ओव्हर रिॲक्ट करतेय, हे आता ती त्या घरातून बाहेर पडल्यावर अस्मिताला पटलं होतं. म्हणूनच तिला ममाशी काय बोलावं असा प्रश्न पडला होता.

गेली दोन तीन वर्षे तरी नीरजा आणि मुलांचं विशेष पटत नव्हतं. अस्मिता आणि अमित गेली दहा वर्षे अमेरिकेत वाढले होते. सहाजिकच ती दोघे खूपच वेस्टर्नाइज्ड झाली होती. अशोकचा त्यांना पूर्ण सपोर्ट होता. मुलांना त्यानं लाडावून ठेवलय,.... वाटेल तसे कपडे, काय हव्या त्या वस्तू घेऊन देतो. नीरजाला वाटायचं की जरातरी आपली संस्कृती, आपले संस्कार, याचा विचार करायला हवा. नुस्तं इथल्या लोकांचं अंधानुकरण करून कसे चालेल? अस्मिताचे टँक टॉप्स आणि अमितच्या बॅगी शॉर्टस् बघूनच तिला कससंच व्हायचं. काय विचित्र कपडे घालतात ही मुलं? अशोकचं म्हणणं, 'आता इथे वाढताहेत ना ती मुलं? ती टीनएजर्सच आहेत, इथल्या टीनएजर्स सारखेच कपडे ती घालणार, तुझाच हट्ट होता ना अमेरिकेत यायचा, मग आता का कुरकुरतेस?'

नीरजाचा अमेरिकेत येण्याचा हट्ट होता हे तर खरंच. ती अनेक वर्षे अशोकच्या मागे लागली होती की कसंही करून आपण अमेरिकेत जाऊया. अशोक गरिबीत वाढलेला होता. तो हुशार होता. सतत नॅशनल स्कॉलरशिप्स मिळवीत होता. त्याचं इंजिनियरिंग पर्यंतचं सगळं शिक्षण स्कॉलरशिप्सच्याच पैशावर झालं होतं. त्याचे वडिल, संगमनेरला हायस्कूलचे हेडमास्टर होते. आईही तिथल्या हेल्थ सेंटरवर नर्स होती. अशोक त्यांचा एकुलता एक मुलगा होता. एक मुलगी होती अमृता. त्यांच्या साऱ्या आशा अशोकवर केंद्रित होत्या. त्यांच्याच मार्गदर्शना खाली अशोक इंजिनियरिंगची डिग्री घ्यायला पुण्याला आला होता. अशोकला हॉस्टेलला राहणंही परवडणारं नव्हतं, तो डेक्कनवर त्याच्या बाबांच्या मित्राकडे पेईंग गेस्ट म्हणून राहत होता. पवार क्वार्टर्स ही जवळपास चाळच होती. गोळे कंस्ट्रकशन्सच्या गोळ्यांचा बंगला शेजारीच होता. नीरजा गोळ्यांची मुलगी.... ती फर्ग्युसनला आर्ट्सला होती. फिलॉसॉफी घेऊन बी.ए. करत होती. नीरजा काळी सावळी, पण स्मार्ट होती. अशोक इंजिनियर झाला तेव्हा देशपांडेकाकांनी त्याला सुचविले की शेजारच्या गोळ्यांच्या कंस्ट्रकशन कंपनीत विचारुयात का तुला तिथे काम मिळेल का म्हणून? अशोकला सिव्हील इंजिनियरिंगला पहिला वर्ग मिळालेला होता. देशपांडयांची गोळ्यांशी ओळख होती. सरळमार्गी सज्जन शेजारी म्हणून गोळ्यांना देशपांडेबद्दल आदर होता.

नीरजाने अशोकला पाहिलेले होते आधी, पण ओळख झाली ती तो देशपांडे काकां बरोबर डॅडीना भेटायला आला होता तेव्हा. उंच नींच, धिप्पाड, जरा रांगडा, हिरो सारखा दिसणारा, नीरजाला त्याच्यात राजेंद्र कुमारचा भास झाला. त्याचं नम्र वागणं, बोलणं आवडलं नीरजाला. गोळेंवर पण चांगलं इम्प्रेशन झालं. अशोक कामात हुशार होता, स्वतःहून जबाबदारी घेऊन काम शेवटाला नेण्यात त्याची हातोटी होती. गोळ्यांनीच त्याला स्ट्रक्चरल स्पेशलायझेशन करायला सुचविले. अशोकला आय.आय.टी. पवईला ॲडमिशन मिळाली, त्याचा सगळा खर्च गोळेंची कंपनी करणार होती. अशोक त्याबद्दल कृतज्ञ होता. तो मुंबईहून आला की गोळ्यांकडे जात असे रिपोर्ट द्यायला, तेव्हा नीरजाही एकदोन वेळा भेटली होती. तेव्हाही तिच्याबद्दल कोणताच विचार त्याच्या मनात आला नव्हता. आपल्या बॉसची स्मार्ट मुलगी, एव्हढंच अशोकचं इम्प्रेशन होतं तिच्याबद्दल. नीरजाचं बी.ए. पुरं झाल्यावर ती पण डॅडींबरोबर कंपनीत जायला लागली होती. थोडं फार ॲडमिनिस्ट्रेशन, अकाऊंट्स वगैरे बघायला शिकत होती. पण तिच्या ममीला अर्थातच आता तिच्या लग्नाची घाई होती. नीरजाला अशोक आवडत होता पण ममीला तो पसंत पडणं कठीण होतं. तिला श्रीमंत जावई हवा होता.... स्वतः निरजाला कर्तृत्ववान आणि हुशार नवरा हवा होता. आपल्या वडिलांच्या धंद्यात राहून घरजावई होणारा तर नक्कीच नको होता. पण श्रीमंतीचा तोरा असणारा ही नको होता. विशेषतः अलीकडे श्रीमंत घरातून एक वेगळीच संस्कृती साकारत होती. पाश्चात्य संस्कृतीने भांडारकर रोड, प्रभात रोड काबीज केला होता. तिथल्या सगळ्या बायका बॉब कट आणि स्लीव्हलेस संस्कृतीतल्या होत्या. त्यांच्यात क्लब, ड्रिंक्स ही सर्रास चालत. इंग्लिश तर अशा बोलायच्या की जणुं ‘लेडीच्या फ्रॉकातून पडल्यात’ ही अर्थातच नीरजाच्या आजीची फ्रेझ होती. नीरजाची आजी देवधर्म करणारी होती. नीरजा नेहमी आजीच्या मागे मागे असे त्यामुळे तिच्यावर चांगले संस्कार झाले होते. ती रोज प्रार्थना करीत असे. आजीच्या देवपूजेची तयारी पण तीच करीत असे. गोळ्यांच्या घरी सावळ्याओवळ्याचे स्तोम नव्हते, पण गौरी, गणपती, नवरात्र असे कुळाचार चालत. ममी त्यांना पण नाक मुरडत असे, पण तिचे आजीपुढे काही चालत नसे. तिला गपचुप सगळे सणवार करायला लागत होते. तशा

स्वयंपाकाला काकू होत्या, त्याही ब्राह्मणाच्या होत्या. घरात अन्ड्याखेरीज इतर नॉन व्हेज चालत नसे. तसे क्वचित नीरजा मैत्रीणींबरोबर गुडलकला पार्टीजना गेली होती तेव्हा चिकन करी, कटलेट्स टेस्ट पण केले होते, पण तेव्हढीच तिची मजल होती. तिच्या दोन तीन मैत्रिणी लग्न करून अमेरिकेला गेल्या होत्या. त्यांच्याकडून तिथल्या समृद्ध जीवनाचे, स्वच्छतेचे, ऐश आरामाच्या आयुष्याचे कौतुक ऐकून नीरजाने मनाशी ठरविले की, आपण पण अमेरिकेतील मुलाशीच लग्न करावे. पण त्याला आजीचा ठाम विरोध होता. सुवर्ण रेखातील आजीच्या महिला मंडळातील बायकांकडून तिने अशा लग्नानंतर येणाऱ्या प्रॉब्लेम्स बद्दल ऐकले होते. विशेषतः तिकडून लग्नासाठी येणाऱ्या काही मुलांची आधीच तिकडे लग्न झालेली असतात वगैरे, तेव्हा तिच्या लाडक्या नातीसाठी असले भलतेच धोके पत्करायला ती अजिबात तयार नव्हती. पण ममी आणि स्वतः नीरजाचे अमेरिकेचे वेध पाहून आजीने एक तोडगा सुचविला होता नीरजाच्या डॅडीना. अरे, एखाद्या चांगल्या माहितीतल्या मुलाशी लग्न करून नंतर नीरजाला नवऱ्या बरोबर तू पाठवून दे की अमेरिकेत. नीरजाने हे ऐकले तेव्हा तिच्या डोळ्यापुढे अशोक आला. पण ते ती कसे बोलणार? शिवाय अशोकच्या फॅमिली विषयीही काही माहित नव्हते तिला. पण नशिबाची साथ चांगली होती....

डॅडींनीच अशोकला नीरजा बद्दल विचारले. साधा सरळ, सालस आणि हुशार अशोक त्यांना आवडला होता. त्यांनी देशपांडे काकांच्या मध्यस्थीने अशोकला लग्नाचे विचारले. अशोकचं स्पेशलायझेशन संपतंच आलं होतं ते झाल्यावर लग्न करायचे असे ठरले आणि मग ते रीतसर अशोकच्या आई वडिलांना भेटायला संगमनेरला जाऊन आले. नीरजाला दाखविण्याचा कार्यक्रम पुण्यात झाला. अशोकच्या आई वडिलांना आणायला गोळ्यांनी संगमनेरला गाडी पाठविली होती. नीरजाचं नम्र शालीन वागणं जोशी पती पत्नीना आवडलं होतं. आठवड्यातच अशोक पुण्याला वीकएन्डला आला असताना धूम धडाक्यात साखरपुडा सुवर्ण रेखात पार पडला. तीन चार महिन्यानंतरची लग्नाची तारीख ठरली. आता अशोक दर वीकएन्डला पवईहून पुण्याला यायला लागला. नीरजा आणि अशोकच ऑफिशीयली कोर्टींग चालू झालं. लग्न गोळ्यांना शोभेल अशा थाटात झालं होतं. जोशी मंडळींचा चांगला मानपान झाला होता.

मंडळी खुश होती. अशोक नीरजासाठी गोळ्यांनी त्यांच्या नवीन प्रोजेक्ट मध्ये कांचन गल्लीत एक फ्लॅट ठेवला होता. नीरजा अशोकचा संसार तिथे सुरु झाला. अशोकचं स्पेशलायझेशन झाल्यावर त्याने डॅडीबरोबर काम न करता दुसऱ्या कंपनीत काम करून थोडा अनुभव घ्यावा आणि मग अमेरिकेला जावं असे गोळे मंडळींनी ठरविले होते. विशेषतः तो नीरजाचा प्लॅन होता. अशोकची मते वेगळी होती. त्याच्या बहिणीचं अमृताचं लग्न व्हायचं होतं. आपलं ज्ञान आपल्या देशाच्या उपयोगी पडलं पाहिजे, आपल्या देशाच्या भरभराटीसाठी आपण झटावं.... आपलं ज्ञान वापरलं जावं असे त्याचे मत होते. त्याला अमेरिकेला जाण्यात काही खास इंटरेस्ट नव्हता. अमेरिकेला जायला तो उत्सुक तर अजिबातच नव्हता. नीरजाच्या मते हे भेकड देश प्रेम होते. धडाडीने बाहेरच्या देशात जाऊन धडपडायला नको, म्हणून शोधलेली ही पळवाट होती. लग्नानंतर तिचे आणि अशोकचे ह्याबाबत खटके उडू लागले. नीरजाने अमेरिकेत जावे म्हणून तिची ममी पण तिला प्रोत्साहन देत असे. ममीच्या पी.वाय.सी. तल्या क्लब मधल्या काही मैत्रिणींच्या मुली अमेरिकेत होत्या. आणि त्या मैत्रिणी मुलींच्या बाळंतपणासाठी चारचार महिने अमेरिकेत जाऊन राहत होत्या. त्यांच्या तोंडून ऐकलेली अमेरिकेची वर्णने ऐकून मिसेस गोळे पण नीरजानं अमेरिकेत जावं, म्हणजे आपल्याला पण इतर मैत्रिणीं सारखे अमेरिकेत जाता येईल अशी स्वप्ने त्या पाहत होत्या. पण अशोक बधत नव्हता. नीरजाची दोन्ही बाळंतपणे शेवटी ती पुण्यात असतानाच झाली. अस्मिता आणि अमित मध्ये दीड वर्षांचेच अंतर होते. खूप गोंडस होती नातवंडे.... नीरजा आणि तिची मम्मी नेहमी अमेरिकेत जाण्याबद्दल बोलत असत. अशोकला त्याच्या आई वडिलांची काळजी होती ते नुकतेच रिटायर्ड झाले होते. त्यांना पुण्याच्या फ्लॅट मध्ये आणावं, म्हणजे अमृता त्यांच्याकडे बघू शकेल. अमृताचं लग्न होऊन ती पण पुण्यात आली होती. त्यामुळे नीरजाने हा तोडगा काढला होता. अशोकचे आई वडिल पण त्याला भरीला घालत होते की त्याने अमेरिकेला जाण्याचा चान्स सोडू नये म्हणून.... आता अशोकचा नाईलाज होता तेव्हा शेवटी एकदाचा तो अमेरिकेला जायला तयार झाला. डॅडींचे एक मित्र अमेरिकेत होते, त्यांची स्ट्रकचरलची कंसलटन्सी होती. डॅडींनी त्याला पत्र लिहून अशोकच्या जॉबचे जमविले होते. जराशा नाराजीने का होईना पण अशोकनी शेवटी ते स्वीकारले होते.... दोन चार वर्षे

जाऊन तर बघुयात मग बघता येईल काय करायचे ते, असा अशोकचा विचार होता. आणि अश्या रीतिने अखेर नीरजाच्या मनासारखे झाले होते. नीरजाला सुखी करणे, हेही त्याचे कर्तव्य होतेच की असा विचार करून शेवटी दहा वर्षापूर्वी अशोक नीरजा छोट्या अस्मिता आणि अमितला घेऊन अमेरिकेत आले होते. नीरजाचे आणि तिच्या मम्मीचे अमेरिकेचे स्वप्न साकार झाले होते. नीरजा अर्थातच खूपच खुशीत होती. अशोकला चांगला पगार होता. अमेरिकेतील सर्व सुखसोयी हाताशी आल्या होत्या. नीरजा मुलं आणि संसार यातच पार बुडून गेली होती. वेळ मिळाला की शॉपिंगला जात होती. काळ मोठ्या आनंदात चालला होता. वर्षा दोन वर्षाने नीरजा मुलांसह पुण्याला जात होती. अशोकही दोन आठवड्याच्या सुट्टीत येऊन सगळ्यांना भेटून जात होता. नीरजा आता टिपिकल इंडियन रेसिडेंट इन अमेरिका झाली होती. अमेरिकेतील आपल्या वैभवाचे प्रदर्शन करणाऱ्या गोष्टी, नवे घर, नवी गाडी, युरोपच्या व्हेकेशन्स याबद्दल पुण्यात बढाया मारत होती. भारतात जाताना छोट्या मोठ्या गिफ्ट्स सुद्धा सगळ्यांना नेल्या की नातलग मंडळी खुश. सगळीकडे सगळेजण त्यांची वरवर करीत असत. जिकडे तिकडे जेवणे, पार्ट्या.... तिकडे किनईची.... हिची रेकॉर्ड सुरु असे.... त्यातच तिकडच्या मैत्रिणींच्या आई वडिलांसाठी काही पॅकेट्स किंवा पत्र नेणे आणणे.... मग त्यांचं आणि आमचं कसं सारखं किंवा वेगळं आहे याची चर्चा.... पाच सात वर्षे हे तंत्र छानच जमून गेले होते.

नीरजा स्वप्नपूर्तीच्या आनंदात होती. इकडेही घरात मुलांशी मराठीत बोलणे तिने टिकवून ठेवले होते. शाळेत मुलांची प्रगती चांगली चालली होती. अभ्यास, खेळ याबरोबरच इतर बाबतीतही मुलं हळूहळू अमेरिकन बनत चालली होती. इकडच्या ॲक्सेंट मध्ये इंग्लिश बोलत होती.... सगळं कसं सोन्यासारखं चाललं होतं. तीन वर्षापूर्वी पर्यंत नीरजा सुखाच्या सागरात पोहत होती म्हटल्यास वावगे होणार नाही. पण तीन वर्षापूर्वी एक दिवस पुण्याहून फोन आला आजी सिरीयस होती. तिने नीरजाचा ध्यास घेतला होता, म्हणून नीरजा तडका फडकी पुण्याला गेली होती. आजीचं आजारपण रेंगाळल अखेर आजी शेवटी त्या आजारपणातच गेली.... मग तिचे दिवस वगैरे होईपर्यंत नीरजा राहिली होती.... एकेक करता करता ती जवळपास पाच सहा महिने पुण्यात होती. कधी एकदा परत घरी अमेरिकेत जातेय असे तिला सहाजिकच होऊन गेले होते. नीरजा परत आली

तर घरातील चित्रच पालटलेले होते. मुलांच्या खोल्यांचा नुसता उकिरडा झाला होता. जेम तेम फॉर्मल लिव्हिंग डायनिंग ठीक होते. किचन मध्ये इकडे तिकडे अर्धवटखाऊन टाकलेले अन्न दिसत होते. देव तर पारोसेच होते बहुतेक पाच सहा महिने. फॅमिलीरूम मध्ये बियरच्या बाटल्या पसरलेल्या होत्या. संध्याकाळी मुलांना देवाला नमस्कार करायला बोलावलं तेव्हा 'मॉम इजंट इट इनफ नाऊ?' म्हणून दोघांनीही यायचं टाळलं होतं. मुलं डॅड बरोबर बसून फुटबॉलची गेम पहात होती. अशोकचं पिणंही बरंच वाढलेलं दिसत होतं. फ्रीजमध्ये तर बियरचे कॅन्स होतेच, पण नवीन बारची पण खरेदी झालेली दिसत होती. तो हर तऱ्हेच्या ड्रिंक्सच्या बाटल्यांनी सुसज्ज ही दिसत होता. हे सारे पालटलेले चित्र बघून नीरजा मनोमन धास्तावून गेली होती.

दुसऱ्या दिवशी मुलांच्या खोल्या आवरायला गेली आणि मुलांचे कपडे इकडे तिकडे पडलेले लाँड्री लावायला एकत्र करत गेली आणि अमितच्या जीन्सचे खिसे उलटे केले, तर खिशातून पांढरी पावडर असलेल्या छोट्या प्लॅस्टिकच्या पुड्या बाहेर पडल्या. नीरजा ते पाहून हादरून गेली. त्या पुड्या काढून तिने तिच्या बेडरूममध्ये ठेवल्या आणि कशी बशी त्याची पुस्तके आवरून शेजारच्या अस्मिताच्या खोलीत ती गेली. तिच्या ड्रेसरवर ढीगभर वस्तू रचलेल्या होत्या. त्या आवरून तिने खण उघडले त्यातली मेकअप बॉक्सची हालत बघून ती वैतागली, ती स्वच्छ करावी म्हणून बाहेर काढली तर ड्रॉवरच्या मागच्या बाजूला तिला बर्थ कंट्रोलच्या गोळ्यांची डबीच सापडली आणि नीरजा तिथेच हतबल होऊन मटकन खालीच बसली.... गेल्या पाच सहा महिन्यात हे काय झालं? असं कसं होत्याचं नव्हतं झालं? अस्मिता सोळा वर्षाची होती. शाळेत सातवी पासूनच सेक्स एज्युकेशनचे कोर्सेस होते.... ते एकार्थी बरं, आपोआपच शहाणपण शिकवलं जातंय असं तेव्हा नीरजाला वाटलं होतं. त्या रात्री तिनं अशोकशी या विषयावर बोलून मगच काय ते करावं असं ठरवलं तरी तिची अस्वस्थता कमी झाली नव्हती. अशोकनी तिलाच उडवून लावलं होतं, तुला उगीच काहीतरी संशय येतो सगळी मुलं करतात, तसं थोडं फार काहीतरी इकडे तिकडे होत असेल.... जरा दुर्लक्ष करायचं.... जेव्हा ती असं कसं रे दुर्लक्ष करायचं म्हणून रडायला लागली, तेव्हा मात्र तो तिच्यावरच चिडला होता.... 'हे बघ, हा सगळा विचार इकडे येण्यापूर्वी करायला हवा होता, इट्स टू लेट नाऊ.

तुझी बुर्झ्वा मते सोडून दे आता. लेट देम लिव्ह देअर लाइव्स. 'तू का नाही बघितलस पाच सहा महिन्यात मुलांकडे?' ह्या नीरजाच्या प्रश्नाला मला वेळ नव्हता फालतू पोलीस गिरी करायला आणि एव्हढा प्रॉब्लेम वाटतोय तुला तर तू का गेलीस त्यांना इकडे सोडून? आपल्यावर काहीच जबाबदारी न घेता शेवटी अशोकनं तिच्यावरच ठपका ठेवला होता. तेव्हा मात्र आपला कोणी वाली नाही याची तिला खात्रीच पटली जणुं. काय करावे काही सुचेनासं झालं.... ममीनी रूम आवरली म्हणून अस्मिता जाम भडकली होती. 'यू डोंट हॅव राईट टू पीप इन माय प्रायव्हसीज. म्हणून तिनं नीरजाला धमकावलं. तरीही नीरजाने बर्थ कंट्रोल पिल्स बद्दल विचारलंच तर 'आय डोंट ओ यू एनी एक्सप्लेनेशन' म्हणून उडवूनच लावलं. वर स्वतःच चिडून ममाशी बोलणं बंद करून टाकलं होतं महिनाभर.... त्यातल्या त्यात अमित निदान ड्रग्ज बद्दल बोलणं काढल्यावर घाबरला होता. माझ्या एका मित्रानं ठेवायला दिली होती वगैरे काहीतरी कारण सांगायचा प्रयत्न करीत होता. मी कधीच घेतली नाहीत म्हणून सफाई देत होता. पण त्या सहा महिन्यात नीरजाचं विश्व उध्वस्त झालं होतं. मुलांच्यात आणि तिच्यात विश्वास म्हणून उरला नव्हता. तिच्याशी त्यांनी आपण होऊन बोलणं जवळ जवळ टाकलं होतं. तिनं काहीही विचारलं तरी ते प्रश्न त्यांना संशय वाटत होते. त्याने प्रश्न तर सुटत नव्हतेच, उलट तेढ आणखीनच वाढत चालली होती. अशोक तटस्थ होता.... जणु घरात काय चाललंय याच्याशी त्याचा काहीही संबंध नव्हता.... त्याचं सारं लक्ष जणुं काय पिण्यावर एकवटलं होतं. घरी असला तरी स्पोर्ट्स चॅनल लावून बियर पिणे चालायचे, सुट्टीच्या दिवशी सकाळी सुद्धा.... नीरजा काही म्हणाली की भांडणच होत होती. नीरजाच्या अमेरिकेत येण्याच्या हट्टाचा शंभरदा उल्लेख करून तो साऱ्या चुकांचं खापर तिच्या माथी मारत होता. पण स्वतः मुलांना काही चार समजुतीच्या गोष्टी सांगण्या ऐवजी त्यांचे लाडच जास्त करत होता. त्यांना हव्या त्या गोष्टी आणून देणे एव्हढंच आपलं कर्तव्य मानत होता अशोक. बाकी सारी जबाबदारी नीरजाची होती. हळूहळूं नीरजाच्या मनात पराभवाची भावना रुजू लागली. यातून बाहेर पडायचा काहीच मार्ग दिसेना. जशी जशी ती विचार करे तस तसे तिला वाटू लागले की अशोक आणि मुले मिळून आपल्या विरुद्ध कट करून वागताहेत. आपल्याला मुद्दाम चिडवत आहेत. तिचा ही सहनशीलपणा संपायला आला तसं तिनं या साऱ्याबद्दल अशोकलाच

जबाबदार ठरवून त्यालाच धारेवर धरलं. तिनं त्याच्याशी अबोला धरला, राग रुसवा धरला.... सतत तीन वर्षे घरात धुसफूस आणि चिडचिड चाललेली.... सगळा आनंद मावळला होता. त्यानंतर आधी अस्मिता आणि गेल्यावर्षी अमित घराबाहेर पडे पर्यंत सगळेजण एकमेकांना टाळत असत किंवा अगदी समोर आलेच तर नुसती एकमेकांवर चिडचिड करीत असत असेच दिवस ढकलणे चालले होते. घरात सदैव कातावलेली, खिन्नावलेली नीरजा, एव्हढंच निरजाचं वास्तव शिल्लक होतं. मुलांच्या काळजीनं तिला आतून बाहेरून पोखरून काढली होती. ह्या साऱ्या मुळे अलीकडे नीरजाला झोप येणं पण दुर्मिळ झालं होतं. अशोकही पार दुरावला होता. मुलं घराबाहेर गेल्यापासून तर अशोक आणि नीरजामध्ये संवाद पण उरला नव्हता. तोंड उघडली की वादावादी भांडणं ठरलेलं.... काय झालं हे सारं, कशानं आपण इथवर येऊन पोहोचलो. हेच नीरजाला कळेनासं झालं होतं. शेवटी यातून आपल्याला डिप्रेशन तर येणार नाही याची पण काळजी वाटायला लागली. आपलं इथे कोणीच नाही असं एकाकी वाटायला लागलं तेव्हा या एकटेपणा वर तोडगा म्हणून तिने जवळच्या विमेन्स शेल्टरवर नोकरी धरली होती. इतरांचे प्रॉब्लेम्स आपल्यापेक्षा कितीतरी भीषण आहेत आपल्याला निदान घर आहे, न बोलणारा का असेना, नवरा आहे असा विचार तिला अलीकडे दिलासा देत होता.... पण.... पण आजच्या मेल मध्ये आलेल्या पत्राने मात्र नीरजा पार ढासळून गेली होती. ती अशोकच्या वकिलाकडून आलेली घटस्फोटाची नोटीस होती. घटस्फोटाला मुख्य कारण दिलं होतं की, 'अतिरेकी टोकाच्या वागणुकीने सतत नॅगिंग करून माझी बायको अति मानसिक छळ करीत आहे. माझी मानसिक शांतता नष्ट झाली आहे. मला या बाईबरोबर आयुष्य काढणे अशक्य झाले आहे'

नीरजा तशीच तळमळत होती. अपमानाच्या रागाने मन जळून राखरांगोळी झालं होतं.... डोळ्यात पाणी येण्याऐवजी अंगार धुसमत होते. त्यात अश्रू जणुं काही वाहून गेले होते.... संसार सुखाचा व्हावा, मुलांना चांगले संस्कार मिळावेत, चांगलं आयुष्य मिळावं त्यांना हर तऱ्हेच्या संधी उपलब्ध व्हाव्यात ह्या हेतूने दहा वर्षांपूर्वी अमेरिकेत यायचा हट्ट तिने धरला होता.... पण इथे आल्यावर.... इतकी धडपड करूनही आता ना संसार सुखाचा राहिला, ना मुलांची जवळीक.... ना नवऱ्याचे प्रेम, ना काही कोणाचा आधार.... आपलं

काय चुकलं? कुठे चुकलं? हे नीरजाला कळत नव्हतं. मुलांचं असं बेमुर्वतखोर वागणं हाही आपलाच पराभव आहे.... आपण कमी पडलो.... काय मिळवलं आपण? आजीकडून वरचे वर ऐकलेली एक म्हण डोक्यात घर करून रुतून बसली. काय झालं हे आपल्या सुखी आयुष्याचं? खेळ खंडोबा? ती म्हण आठवली तिला.... तेल गेलं, तूप गेलं आणि हाती धुपाटणं आलं....??

जीवन मुल्ये

आजतागायत कळायला लागल्यापासून
वेळोवेळी कुठे कुठे काही शिकत जाऊन
जन्मभराचा ठेवा असा अमुल्य समजून
जीवन मुल्ये ही अशी ठेवली जोपासून

जीवनाच्या प्रवाहात पडायलाच हवे प्रत्येकाला
त्यातली आपली मुल्यांची धार हवीच धरायला
पण त्या धारेतही पोहायची एकाच एक दिशा
नाही पोहता येत उलटे, फक्त वाहण्याची मुभा

वेगळी वाट जर वाटे जावे शोधायला
तर हवा नक्की आधी किनारा गाठायला
पण धारेत राहून कसे जाणार किनाऱ्याला
म्हणजे पुन्हा प्रवाह हवा सोडून द्यायला

मन म्हणते, अग वेडे हा विचारही चुकीचा
हे असे काही करण्याची तुला नाहीच मुभा
वाट चुकविण्याच्या आधी संस्कारमाला तुटे
आणि मग पायात घुसतील संस्काराचे काटे

जीवन मुल्यांचे असे हे सारे सारे काटे
आपणच तर आहेत पेरले आपल्या वाटे
स्वतःच तर ओढली मी ही लक्ष्मण रेषा
ती मीच ओलांडावी कशी हे कुणी सांगा

२१ मे, २०१२

जीवन वणवा

ग्रीष्माचा वैशाख वणवा
आभाळी उन्हाचा तडाखा
पोळलेला भूमीचा तुकडा
शेतात राख झालेला कडबा

आला जेष्ठ जगली आशा
येतील हे मेघ घेऊनी पावसा
वट पौर्णिमेला वडाचा नवा पानोरा
आषाढ आला तरी उजाडलेला झाडोरा

भोंवती टेकड्या दिसती सोनसळी
वणव्याने जंगलाची राखरांगोळी
ढगही आले ते कोरडे तसाच उकाडा
पावसाचा कुठेही न झाला शिडकावा

रिकाम्या ढगांनी केली निराशा
ढगाऐवजी डोळ्यात पाण्याची भाषा
लावणीचे भात तसेच गेले जळून
शेतकऱ्यांच्या मनात उदासीनता व्यापून

कसे करावे जराही न पिकले भात
कसे जगावे पसरून ऋणकोपुढे हात
कसे घालावे अन्न पोरांच्या मुखा
कसे फिटावे ऋण पीक न पिकता?

२२ मार्च, २०१२

७

एव्हढं सारं करूनही

सुलेखा कितीतरी वेळ खिडकीशी बसून होती.... कितीवेळ झाला कोण जाणे.... बाहेर बर्फ पडत होता.... काळोख दाटायला लागला.... तसा उजेड आधीपासूनच बेताचाच होता. सारे धूसर.... बाहेरचे आकारही दिसेनासे झाले.... आता खरं तर उठून दिवे लावायला हवे होते.... पण सुलेखाला कशाचे भानच नव्हते.... ती तशीच तिथेच बसली होती बे विंडोजवळ.... ही जागा तिची आवडती होती.... इथून मागचे सारे दिसायचे तिचे बॅकयार्ड, त्यानंतर पलिकडच्या घराचे बॅकयार्ड.... शेजारी तिसऱ्या घराचे बॅकयार्ड.... मग ती मागची दोन घरे, त्यांचे बॅक पोर्च.... त्यानंतर त्यांच्या फॅमिली रूम्स, किचन्स आणि ब्रेकफास्ट नुक्स! त्या घरातून दिवे लागलेले होते. स्वयंपाक घरात जेनीची वर्दळ चाललेली दिसत होती.... फॅमिली रूम मध्ये ही दिवा लागलेला होता पण पडदे ओढलेले असल्यामुळे आत काय चालले आहे ते दिसत नव्हते.... आणि सुलेखाला काय करायचं होतं त्यांच्याशी? त्यांच्याशीच काय, सुलेखाला कोणाशीच काय करायचं होतं? जगातल्या कोणाशीच तिचं काही देणं घेणं नव्हतं.... खिडकीशी ती बसली होती जणुं काही कोणाची वाट पाहतेय असं वाटावं अशी.... पण वाट कोणाची

पहायची? मध्येच तिला मळमळल्यागत झालं.... पोटात कसंतरीच झालं.... वाटलं उठावं आणि निदान काहीतरी खाऊन घ्यावं.... बळेच उठून तिनं फ्रीज उघडला, दुधाचा कॅन जवळपास रिकामाच होता.... ब्रेडच्या डब्यात एक अर्धी स्लाईस होती. तिनं ती तशीच कोरडा तुकडा मोडीत खाल्ली आणि दुधाचा कॅन तोंडाला लावला....पण दुध नासलं होतं.... तिनं तिथेच किचनच्या सिंकमध्ये ते थुंकलं आणि तोंडावर पाणी मारलं.... क्षणमात्र अंमळ बरं वाटलं.... काही तरी झणझणीत खाल्लं तर तोंडाला जरा चव तरी येईल असं वाटलं आणि रजुच्या मिरची भज्यांची आठवण आली.... आपण करावीत का भजी? पण आपल्याला कुठे येतात? एकदा केली होती, पण ओम फस्स झालं होतं इथल्या मिरच्या ही गोडीळ.... त्यात ती मीठ घालायला विसरली होती.... तळता तळता भजी करपून गेली होती, कडवट लागत होती. शीः त्या आठवणींनी तिचं तोंड कडवट झालं. फ्रीजमधलं पाणी तेव्हढंच प्यावं आता, म्हणून तिनं ग्लास भरला आणि घाई घाईतच पाणी प्यायली,.... ठसका लागलाच.... रजू तूच एक बाई आहेस माझी आठवण काढणारी पण बाई तू तरी आता कशाला आठवण काढशील.... पूर्वी जरा आठवण आली की ती रजूला फोन लावायची.... मग मधलं हजारो मैलाचं अंतर संपून जायचं ही इकडून मन मोकळं करीत राहायची.... रजू नुसती हं हं करीत राहायची.... की मग ही इकडे चिडायची 'काय ग मीच बोलतेय सगळं, तू का घुम्यासारखं हं हं करते आहेस?' ही फणकरायची 'पण लेखा अग पियू रडतेय तिकडे' 'मग जा बाई तू आपली नातवंडे सांभाळ' म्हणून फुरंगटून ही फोन बंद करायची.... आताही करावा का रजूला फोन? नुकतीच उठली असेल पण बघूया तर म्हणत तिनं रजूचा नंबर फिरवला.... 'हॅलो रजू अगं काय करतेस?' 'लेखा अगं तू ह्या वेळी.... अगं झोपले होते, पहाटेचे पाच वाजलेत.... काय झालं ग?' रजुनी जरा काळजीनच विचारलं. लेखा म्हणाली 'रजू अगं मिरचीची भजी' आणि तिला रडायलाच अलं, रजू तिकडून हॅलो हॅलो करीत राहिली. तशी लेखानं फोन बंद केला.

रजू ही लेखाची अगदी शाळेपासूनची एकमेव मैत्रीण, म्हणजे तसं पाहिलं तर आजतागायत त्या जवळपास ५०/५५ वर्षे तरी मैत्रिणी आहेत.... पण ही मैत्री कशी तर एकतर्फी ! लेखा हवं तेव्हा रजुला जवळ करायची.... अगदी लहानपणापासून रजुच्या डब्यावर लेखाचा हक्क असे. कधीही ती म्हणे रजू मला

भूक लागलीय अन रजुच्या डब्यात पोळी भाजी, पिठलं भात जे काय असेल ते ही खाऊन टाकायची. आणि आपला डबा रजुच्या पुढ्यात सारायची उपकार केल्यासारखी.... रजू शांत आणि मितभाषी.... लेखा श्रीमंताची लेक.... तिचे वडील नावाजलेले डॉक्टर.... हे शेंडेफळ, म्हणून आई बाबांची लाडकी, घरी नोकर मोलकर्णींचा ताफा असे. लेखाच्या डब्यात ही काय काय नवे पदार्थ असत.... पण लेखा त्या पदार्थांना नावे ठेवी.... रजूचा डबा मात्र मिटक्या मारीत खाऊन टाकत असे.... वर्गातील इतर मुली रजुला म्हणत कशाला त्या शिष्ठ मुलीशी मैत्री करतेस? तीही फक्त तुझं डबा खाण्यापुरती. अग, असली श्रीमंत तर तिचं तिला.... असेल हुशारही, पण काय आगाऊपणा करते, आम्ही नाही बाई तिच्याशी बोलायला जात. रजू म्हणे, 'अग ती तशी चांगली आहे गं, पण तिला बरोबरीची भावंडं नाही ना, म्हणून तिला वाटून खायची सवय नाही' 'ए, पण काय दादागिरी करते गं तुझ्यावर'.... पण रजुला लेखा आवडे.... तिला बिचारीला कोणीच मैत्रीण नाही तर आपणच सांभाळून घेतले पाहिजे. रजुच्या घरची परिस्थिती बेताची.... त्यात चार भावंडं.... स्वभावही गरीब, पण तिची आई सुगरण होती. तीही रजुला म्हणे खाऊन दे डबा खाल्लान तर, तुला तिचा डबा देते ना ती? मग झालं तर.... पण काय गं, इतर कोणी तिला डबा देत नाही का?' 'छेः गं लेखा न सगळ्यांना फार शिष्ठ वाटते.... ती श्रीमंत आहे ना? आणि वर हुशार पण म्हणून आपल्याच तोऱ्यात असते, तिच्याशी धड कोणी बोलत पण नाही आई!' 'अगं, आपण आपलं चांगलं वागावं बाकी ज्याचं त्याला'.... रजुने तीच शिकवण कायम मनात ठेवली होती. कॉलेजात गेल्या दोघीही आर्टसला, पण रजुनी मराठी घेतलं तर सुलेखानं मॅथ्स.... मग सुलेखाला तिच्या वेगळ्या मैत्रिणी मिळाल्या. हुशार असल्यानं तिची अभ्यासात मदत व्हायची म्हणूनच चाहत्या मिळाल्या.... पण सुलेखाच्या मनात आलं की ती उठून रजुच्या घरी हजर.... कधी पिठलं भात खायचाय म्हणून तर कधी मिरचीची भजी! स्वतः च्या घरी पण असाच तोरा चालायचा आत्ताच्या आता मला अमुक करून हवय म्हणून.... हाताशी स्वयंपाकीण बाई होत्या म्हणून हवे ते लाड चालत.... घरात काम करण्याचा प्रश्नच नव्हता.... कधी क्वचित आई म्हणायची 'सुले, अगं काकूं कडून भाज्या बिज्या नाहीतर निदान पोहे, उपमा शिकून घे' तर हिचे उत्तर असे, 'आई तुलाच कधी काही करावे लागत नाही तर मीच कशाला शिकू?

तूच घे शिकून, कारण माझं लग्न झालं की मीच काकूंना नेणार आहे माझ्या घरी' अखेर झालं हेच की सुलेखानं स्वयंपाकात कधीच लक्ष घातलं नाही. कॉफी फिल्टरमध्ये कॉफी करायला शिकली, तेहि इथे अमेरिकेत आल्यावरच ! आत्ता मिरचीच्या भज्यांची आठवण झाली या निमित्ताने सुलेखाला आपली रजू बरोबरची मैत्री, सुलेखाने वेळोवेळी तिच्यावर गाजवलेली हुकुमत.... या साऱ्या गोष्टींची आठवण झाली.... रजुने किती निरपेक्षपणेप प्रेम केलं आपल्यावर.... आपल्याला तिच्याकडून कायम मिळतच राहिलं.... आपण तर कधी तिला जाणून घेण्याचाही प्रयत्न केला नाही.... आपण स्वयंकेंद्रीतच राहिलो आणि ती कायम निरपेक्ष. आपल्या सर्व मागण्या बिनविरोध मान्य करणारी.... पण ती आपला केवढा मोठा आधार ठरली आयुष्यात....

आपलं आयुष्य म्हणजे एक प्रकारे आपली मनमर्जीच. मनकी ख़ुशी दिलका राज! स्वामित्व गाजविण्याची अफाट हौस.... कोणासाठी काहीही करण्याची आपली कधीच तयारी नसायची. सर्वांनी आपल्याच तालावर नाचले पाहिजे.... का तर आपण हुशार. आपल्या हुशारीने, बुद्धी चातुर्याने भाळून जे कोणी आपल्या जवळ आले, त्या सर्वांकडून आपण एकच एक अपेक्षा ठेवली, की त्यांनी आपलं श्रेष्ठत्व कायम कबूल करावं.... वर्चस्व मानावं.... मग बौद्धिक पातळीवर सुद्धा कोणाचा विरोध किंवा जास्त बुद्धीची झेप आपण मानली नाही. सुलेखाला आठवलं विनायकचं प्रणयाराधन.... हा मुंबईच्या बोर्डात पहिला आलेला मुलगा, पवईत एम.टेक. करून थेट स्टॅनफर्डला आलेला, तेथे डॉक्टरेट करत असताना त्याची अन सुलेखाची कुठल्यातरी सेमिनार मध्ये भेट झाली. ते सुलेखाचं प्रेझेंटेशन इम्प्रेसिव्ह झालं होतं. तिचा आत्मविश्वास, स्मार्टनेस यावर विनायक भुलून गेला.... त्यानं तिच्याशी ओळख करून घेतली.... सुलेखा तेव्हा बर्कलेला प्युअर मॅथ्समध्ये एम.एस. करीत होती. सेमिनार संपल्यावर तिला बर्कलेला सोडायला विनायक गेला होता.... तो आपल्यावर भाळलाय हे तिच्या लक्षात आलं होतं. मग हिचं आपलं मुद्दामच त्याच्याकडे दुर्लक्ष करणं.... त्याने डेटसाठी चारदा फोन केल्यावर उपकार केल्यासारखं एकदा हो म्हणणं, त्यातही वेळ ठरविताना, आज नाही, उद्या नको, मे बी नेक्स्ट वीक असं करून त्याला घायकुतीला आणणं.... पण त्याचा फोन एखाद्या आठवड्यात आला नाही की मग त्याला आपली उणीव भासत नसेल तर त्याला आपली आठवण

करून द्यायला हवीय, म्हणून मग सुलेखा फोन करायची त्याला.... त्यातही अरेरावी असेच.... काहीतरी कारण काढून आत्ता लगेच ये मला भेटायला म्हणून तिची हुकुमशाही चाले.... विनायक इतकी मनधरणी करी पण ही काही त्याच्या मनाप्रमाणे वागणार नाही.... विनायक टिपिकल सरळ मार्गी स्कॉलर होता.... आपण बरं की आपला अभ्यास बरा या वृत्तीचा.... पण तो सुलेखाच्या प्रेमात पडला आणि तिचे नखरे सांभाळता सांभाळता हैराण झाला.... अखेर त्यानं निश्चय केला की तिला प्रपोज करू, लग्नही इकडेच करूयात म्हणजे मग सतत आपला जीव टांगणीला लागलेला तरी राहणार नाही. पण सुलेखानं हो किंवा नाही काहीच न म्हणता, बघू मी एव्हढ्यात लग्नाचा विचार करत नव्हते म्हणून तीन चार महिने तंगवलच.... आणि आता तो विचार बदलेल की काय अशी शंका तिच्या मनात आल्यावर मात्र 'विनायक चल पुढच्या आठवड्यातच आपण लग्न करून टाकूयात...' असं म्हणून स्वतःच प्रपोज केलं तेही त्याच्यावर उपकारच जणुं! आता दोन आठवड्यांची नोटीस द्यावी लागली म्हणून तिसऱ्या आठवड्यात लग्न करून ही बर्कलेहून आपलं सामान सुमान गोळा करून स्टॅनफर्डला विनायकच्या अपार्टमेंटवर राहायला आली. विनायकने तेव्हा एका मित्राच्या बायकोच्या मदतीने साग्रसंगीत गृह प्रवेशाची तयारी केली होती.... शिवाय घरात सगळीकडे मेणबत्या लावल्या होत्या.... 'पण काय रे, हे सगळं कशाबद्दल आपण अशी काय मोठी बाजी मारलीय मला हे लक्ष्मीचं रूप, माप ओलांडणं, ओवाळणं वगैरे अगदीच बुझ्र्वा वाटतं.... शिः' म्हणून विनायकची हेटाळणीच केली होती. 'मग तुला माझं नाव ही बदलायचंय की काय सरस्वती वगैरे?' असं म्हणून विनायकच्या मनातील सगळ्या रोमांसवर छान पैकी पाणी ओतलं होतं. लग्न झालं तरी हिचा हेकटपणा, विचित्रपणा, आपला चालूच राहिला.... विनायकला अमेरिकेला येताना त्याच्या आईनं गणपतीची मूर्ति आणि महालक्ष्मीचं यंत्र दिलं होतं.... त्यानं स्वयंपाक घरातील काऊंटरवर छोटीशी लाकडी बैठक करून त्यावर देव मांडले होते. तो सकाळ संध्याकाळ उदबत्ती लावी, पूजा करी. सुट्टीच्या दिवशी ते घरात असले तर तो देवापुढे निरंजनही लावीत असे. सुलेखा देव बिव मानणारी नव्हतीच, पण विनायक पूजा करतो, तर निदान किचनमध्ये शूज तरी आणू नयेत हे ही ती पाळत नसे. क्वचित ती त्याबद्दल सॉरी म्हणे 'पण मी फार दमले आहे रे' म्हणून तशीच तिथेच बसून राही.

कोणासाठी काही करणे, हे मुळी तिच्या स्वभावातच नव्हते. तेव्हा लग्न झालं म्हणून त्यात काही बदल होण्याची शक्यताच नव्हती. विनायक आपला मध्यम वर्गीय त्यातून गरीब स्वभावाचा. घरातील सारी स्वच्छतेची कामे, ग्रोसरी, वगैरे तो करीत असे. सुलेखा मात्र कधी साधा वरण भाताचा कुकरही लावत नसे. म्हटलंच त्यानं कधी तर, 'ए मला नाहीय हं असल्या कामाची सवय, तू आपला टेक आउट आण ना काहीतरी! उगीच मला कटकट करू नकोस' हे आणि असेच काही तरी नेहमीच चालू असे. तशातच तिला दिवस राहिले. आपल्याला बांधून ठेवायचा हा विनायकचा डाव आहे असे डोक्यात घेऊन सुलेखाने फार चिडचिड केली.... आणि सतत अबॉर्शन करण्यासाठी विनायकशी हुज्जत घालत राहिली.... शेवटी तो ऐकेना तेव्हा 'इट्स माय बॉडी अँड आय डोंट वॉन्ट धिस बेबी...' असा पवित्रा घेतला.... विनायकने तिला खूप समजावले, 'मी सगळं करीन बेबीचं.... पण येणाऱ्या जीवाला नाकारू नकोस' म्हणून विनवण्याही केल्या.... पण सुलेखानं त्याचं काही एक ऐकलं नाहीच.... पण जेव्हा गायनॅकने सांगितलं 'इट्स टू लेट. आय वूड नॉट ॲडव्हाइस अबॉर्शन....इट्स टू मच रिस्क फॉर यू एज वेल'.... तेव्हा सुलेखाचा नाईलाजच झाला.... पण तिची चिडचिड मात्र वाढतच राहिली. सगळ्यात जास्त राग अर्थातच विनायकवर.... मग स्वतःवर आणि शेवटी बाळावरही! स्वतःची पूर्णपणे आबाळ केली सुलेखाने! ना धड वेळेवर खाणं पिणं.... ना औषध पाणी! ह्या तिच्या वागण्यानं बाळावर परिणाम होत राहिला आणि व्हायचं तेच झालं.... प्रिया अपुऱ्या दिवसांची जन्मली. तिच्याविषयी तेढच राहिली सुलेखाच्या मनात.... प्रियाचं सगळं विनायकच करायचा, अगदी न्हाऊमाखू घालण्यापासून अंगाई गाऊन निजविण्यापर्यंत.... त्यानं त्या लहानग्या जीवावर प्रेमाचा वर्षाव केला.... सहाजिकच प्रिया त्याला चिकटली.... आई कडे जायचीच नाही.... मग त्यावरून सुलेखा विनायकशी भांडत राही.... सगळं आपल्या मनाविरुद्ध घडतय.... आणि त्याला विनायकच जबाबदार आहे असे मानून तिनं पी.एच.डी. करण्यासाठी म्हणून घर सोडलं. अर्थातच विनायक आणि प्रियालाही सोडलं.... विनायकसाठी किंवा प्रियासाठी म्हणून थांबून ती स्वतःच्या करिअरचं नुकसान करणं शक्यच नव्हतं.... विनायकने तेही ॲक्सेप्ट केलं. सुलेखाने वेस्ट कोस्ट सोडला आणि ती कोलंबिया युनिव्हर्सिटीत ॲडमिशन घेऊन न्यू यॉर्कला मुव्ह झाली.

सुलेखाचे करिअर आणि मुख्य म्हणजे स्वतंत्र जगणं पुन्हा एकदा सुरु झालं.... कधीतरी तिला विनायकच्या वरण भाताची आठवण येई, तेही तितपतच.... ती एकदाही लेकीला पाहायला सुद्धा गेली नाही.विनायक आणि प्रिया या दोन दुष्ट व्यक्तींमुळे माझ्या आयुष्यातील तीन वर्षे वाया गेली आता तो काळ भरून काढण्यासाठी धडपड करून पुढे जाण्याची सुलेखाला घाई होती. विनायक पेक्षा आपण जास्त हुशार आहोत हे दाखवून देण्याची तिची गरज होती. या सगळ्याचं पर्यवसान व्हायचं तेच झालं. सुलेखा आणि विनायकचा घटस्फोट झाला. प्रियाचा ताबा सुलेखाला नकोच होता, त्यामुळे तो सहजपणेच विनायकला मिळाला.... या सगळ्या आठवणी येत असताना वरण भात तरी करावा, असं सुलेखाच्या मनात आलं. पण वरण भात करायला डाळ तांदूळ आणायला लागतात! ते तरी कुठे होते तिच्याकडे? वैतागून तिनं गाडी काढली आणि जवळच्या मॅकडोनल्ड मधुन बर्गर आणि फ्राईज घेऊन येऊन, पुन्हा आपल्या खिडकीशी येऊन बसली.... आता मागच्या घरातही जेवणं चाललेली दिसत होती. जेनी आणि माईक ब्रेकफास्टनुक वरच जेवत होते, पलीकडे हाय चेअरवर एमा होती.... आपल्याला असं कुटुंबाचं सुख कधी मिळालंच नाही.... या विचारानं सुलेखाचं तोंड कडू झालं.... पण हे सगळं वागणं मिडीऑकर लोकांनाच ठीक असतं.... आपल्यासारख्या हुशार बाईला हुशारी वापरून जगासाठी काही ज्ञान निर्माण करणं हेच शक्य असतं.... आपण जेनी सारखी स्टोरमध्ये नोकरी थोडीच करतो? डॉ. सुलेखा नेने स्वतःचं नाव उच्चारताच तिला राग आला, का आपण विनायकच्या आडनावाशी बांधील आहोत.... आपलं एम.एस., पी.एच.डी., सगळं नेने नावानीच झालं.... तो पर्यंत अनेक पेपर्सही पब्लिश झाल्यामुळे आपली या जगाला तीच ओळख होती त्यामुळे नेने आडनाव बदललं नाही. अगदी जॉनशी लग्न केलं तरीही नाही. कोलंबिया युनिव्हर्सिटीत असताना अशाच एका सेमिनारच्या वेळी जॉनशी ओळख झाली. तो चेअरपर्सन होता. अतिशय हुशार होता, त्याच्या नावाचाच दबदबा होता, पण म्हणे माणूसघाणा स्वभाव होता. सुलेखाचं आणि त्याचं दोन तीन दिवसातच सूत जमलं.... अन सुलेखानं स्वतःहून त्याच्या रिसर्च मध्ये पोस्ट डॉक्टोरल फेलोशिप करायची इच्छा व्यक्त केली.... जॉनही तिच्या हुशारीनं प्रभावित झाला होताच, त्याने पुढच्याच टर्मला तिच्या फेलोशिपचं जमवलं होतं.... आणि सुलेखाची सू नेने होऊन ती ह्युस्टनला राहायला आली.

आणि एकमेकांना बौद्धिक आव्हाने करता करता जॉन आणि सू ची झकास मैत्री झाली.... सू लाच आपण जॉनच्या प्रेमात पडलोय असा साक्षात्कार झाला, तिला काही सुचेनासे झाले.... पण हे केवळ जॉनच्या बुद्धीमत्तेमुळे झाले असे आपल्या मनाला पटवून देऊन तिने आणि जॉनने एकत्र राहायचे ठरविले.... जॉनची मुले सू च्या वयाची होती.... जॉनची बायको नॅन्सीही टिपिकल फार्मर्स कुटुंबात वाढलेली होती.जॉनला आणि मुलांना खाऊपिऊ घालणे ही तिची सुखी संसाराची व्याख्या होती. जॉनच्या हुशारी विषयी तिला मूर्ख अभिमान होता असे सू चे मत होते. कारण जॉन काय काम करतो, त्याची असामान्य हुशारी, चिकाटी, संशोधन याविषयी नॅन्सिला काहीही कळत नव्हते. आणि त्याचा अंदाजही नव्हता.... जॉन सू ला अगदी तळहातावरच्या फोडासारखे जपत असे. जॉनला स्वयंपाकातले काही येत नसे पण बौद्धिक संसाराला टेक आउटचे सोल्युशन चांगले होते. घरी काहीही स्वयंपाक वगैरे करायचा नसल्याने किचनमधील कपाटेही मॅथ्सच्या पुस्तकांनी भरलेली होती.... आमचे किचन ही आमची स्टडी आहे असे सू अभिमानाने सांगे....जॉनच्या रिसर्च वर्कमुळे आता त्याला प्रोफेसर इमेरिट्स म्हणून निरनिराळ्या युनिव्हर्सिटीजमध्ये लेक्चर सिरीजना बोलावत असत.... तेव्हा त्याची असिस्टंट म्हणून सू जायची.... पण सगळीकडे, आपल्याला तिथे कोणी विचारत नाहीत.... जॉनची वाहवा होते.... आपल्या हुशारीचा जॉन वापर करून घेतोय, त्याचे करिअर चांगले होण्यासाठी आपला रिसर्च तो वापरतोय, अशा गंडानं सू ला घेरलं होतं. जॉनची करिअर उत्तमच चालली होती. त्याला नोबल प्राईज मिळालं. इंटरनॅशनल सोसायटी ऑफ मॅथ्स रिसर्चनी त्याला गौरविलं होतं. पुढची तीन वर्षे त्याला जगभरातल्या निरनिराळ्या युनिव्हर्सिटीज मध्ये सिरीज ऑफ लेक्चर्स घ्यायचे होते. म्हणजे पुन्हा माझं दिवाळं.... माझ्या करिअरचे बारा वाजणार शेवटी! सुलेखाच्या मनात अलं, सहाजिकच तिनं जॉनला सोडायचं ठरवलं आणि ती ह्युस्टन सोडून बोस्टनला आली.

तिथे मॅथ्स मधल्या रिसर्च जर्नल्समध्ये संपादकांना मदतनीस म्हणून. येणारे सर्व रिसर्च पेपर्स गुणवत्तेप्रमाणे ह्या जर्नल्समध्ये पब्लिश होत. काम महत्त्वाचं होतं, पण एव्हढे काम करून सुद्धा हिचं नाव कुठेच नसे.... शिवाय तिच्या विषयातील

लोकांच्या आणि तिच्या गाठी भेटीही होत नव्हत्या.... वर्षा दीड वर्षातच या जॉबचा पोकळपणा तिच्या लक्षात आला. शिवाय कोणत्या युनिव्हर्सिटीतल्या प्रोफेसर्सना पाठिंबा द्यायचा, कोणाचा लेख छापायचा वगैरे हे केवळ गुणवत्तेवरच ठरत नसे.... त्यातही रिजनल पॉलिटिक्स.... तेव्हा ऑन प्रिन्सिपल ती राजीनामा देऊन मोकळी झाली.... पुन्हा काम शोधणं आलं.... रिसर्च ओरिएंटेडच काम हवं.... तेही एखाद्या रिसर्च इंस्टीट्युट मध्ये....

जॉनबरोबर राहत असताना एका रिसर्च इंस्टीट्युट मध्ये जॉन आठवडाभर होता.... तिथल्या डायरेक्टर माईकशी तिची चांगली ओळख झाली होती. विषयाचा संपर्क तुटायची वेळ आली तशी स्वतःचा सर्व ईगो बाजूला ठेऊन तिनं माईकला फोन लावला. त्यानंही तिला लगेच ये, एक नवा प्रोजेक्ट मिळतोय तो तुलाच देतो म्हणून बोलावून घेतले.... प्रोजेक्ट सरकारी होतं, मोठं होतं, तेव्हा त्याच इंस्टीट्युट मधले तीन चार रिसर्चर्स असणार होते. तीन मुली होत्या आणि एक मुलगा. तो माईकचा आवडता स्टुडंट होता एरन.... इथे सुलेखाला भरपूर मान मिळत होता. तिच्या विषयातील तिचे ज्ञान उत्तमच होते.... सारी टीम मॅम....मॅम करून तिच्या मागे फिरत असे.... एरन त्याच विषयात पी.एच.डी. करत होता. त्यामुळे तो कामाच्या निमित्ताने सतत सुलेखा बरोबर असे. खूप वर वर करत असे तिची. वर्षा दोन वर्षात सारा डेटा कलेक्शन संपविण्याचा एरनचा हेतु होता. ते दोघे कितीतरी वेळ रात्री उशिरा पर्यंत काम करत असत.

....अशातच सुलेखाच्या लक्षात आलं की तरूण उमद्या एरन विषयी तिला खूप आकर्षण वाटायला लागलय. एरन शिवाय आपलं जीवन फोल आहे.... आपण त्याच्याशिवाय जगूच शकणार नाही. एरन सुट्टीसाठी आठ दिवस घरी गेला होता तेव्हा तिला हे प्रकर्षाने जाणवले. एरन परत आल्या आल्याच तिने तिच्या नेहमीच्या उतावळेपणाने व्हॅलेंटाईन्स डेला एरनला प्रपोज केले.... एरनला हे अनपेक्षित होतं पण एव्हढी हुषार रिसर्चर आपल्या प्रेमात पडलीय म्हणता त्यानंही हो म्हटलं.... आणि पुन्हा सू चा नवा संसार सुरु झाला.... आता तिची करिअर स्टेबल होती. एरनला तिचा वापर करून स्वतःची करिअर बनवायची होती.... हे सुलेखाच्या लक्षात आलं, त्यावेळी तिला दिवस गेले होते.... एरनला हे संसाराचे लोढणे नको होते.... त्यानं तिला अबॉर्शन करायला

भाग पडलं.... एरनचा जास्त वेळ इंस्टीट्युट मध्येच जातो तिथे ही आपल्याला फार काम नसतं. सरकारी प्रोजेक्ट संपायला आला होता. पण त्या सगळ्या डेटाचा ताबा एरननी घेतला होता. त्याची थिसीस आणि प्रोजेक्ट रिपोर्ट एकाच वेळी मॅनेज करत होता. आपण पुन्हा फार एकटे पडतोय हे सुलेखाच्या लक्षात आलं.... आपण मूल होऊ द्यायला हवं होतं.... उगाचच एरनचं ऐकलं असं वाटत राहिलं. आता आपण एरनलाही डोईजड वाटतोय या विचारानं तिची उमेदच खचली.

जॉनकडून काही मदत होईल का हे बघायला तिनं जॉनशी संपर्क साधायचा प्रयत्न केला. पण तिच्या मोठाल्या इमेल्सना 'गुड टू हिअर फ्रॉम यू. हाऊ आर यू?' असे त्रोटक एखाद्या ओळीचे उत्तर असे त्याचे! तेहि बहुधा त्याच्या सेक्रेटरीनेच पाठविलेले असावे कारण त्यात जॉनच्या कामाबद्दल किंवा मॅथ्सच्या विषयी काही उल्लेखही नसायचा.... जॉन स्वतःबद्दल काही लिहील आणि मग आपणही आपल्या एकाकीपणाबद्दल लिहू, ह्या आशेनी सू पुन्हा पुन्हा ई-मेल्स लिहित राहिली. पण त्याचा दोन ओळींचा रिसपॉन्सही बंद झाला.... एरननेही त्याच्या एका मैत्रिणी बरोबर लग्न केलं आणि तो सुलेखाच्या घरातून निघून गेला.

आता खऱ्या अर्थानं ती एकटी पडली होती.... त्याच सुमारास विनायक गेल्याचं त्याच्या वकिलानं कळवलं होतं, ते विनायकच्या विलचं वाचन करायच्या बैठकी संबंधी.... सुलेखानं त्याच्याकडूनच प्रियाचा फोन नंबर घेऊन तिला फोन केला.... कन्डोलंस कॉल म्हणून.... तर प्रिया धड बोललीही नाही. 'आय ॲम युवर मॉम, प्रिया' असं सुलेखानं म्हणताच तडकून 'व्हॉट मॉम? आय डोंट हॅव एनी मॉम...' म्हणून फोन बंद केला. बघुयात प्रत्यक्ष भेटीत काय घडेल ते.... कदाचित प्रिया आपल्या बरोबर राहू शकेल.... कितीही राग आला तिला तरी अखेरीस रक्ताचे नाते आहे आपले. या कल्पनेतच सुलेखा कॅलिफोर्नियात विलच्या वाचनासाठी गेली. तिथे तिला विनायकच्या वकिलाने सांगितले की विनायक कॅन्सरने गेला.... आणि प्रियाने अद्याप लग्न केले नाही. आपल्या मुलीला या जगात आता कोणी आपलं म्हणणारं नाही, म्हणून त्याने सुलेखाला पत्र लिहिलं होतं आणि तिला विनंती केली होती की निदान आता तरी सुलेखानं ओपन हार्टेडली प्रियाचा मुलगी म्हणून स्वीकार करावा. त्यामुळे सुलेखाची आशा

बळावली होती. निदान विनायकच्या पत्रामुळे तरी प्रिया आपल्याला झिडकाणार नाही, अशा आशेने ती पुन्हा पुन्हा प्रियाशी बोलण्याचा प्रयत्न करीत राहिली. पण प्रिया बिथरलेलीच होती, ती उलट हिलाच म्हणे 'व्हाय डू यू कीप ऑन कॉलिंग मी? व्हॉट डू यू वॉन्ट फ्रॉम मी?.... डोंट बोदर कॉलिंग अगेन' असा शेवट झाला. त्याने सुलेखा अगदीच नॉन प्लस झाली.... काय करावं हे ही तिला सुचेना. कोणाचा सल्ला घ्यायचा म्हटलं तर कोणी मित्र मैत्रिणी पण नाहीत. रजूचाही याबाबतीत काही उपयोग होणार नाही....

आता मात्र विचार करण्याची सुद्धा सुलेखाला भीती वाटत राहिली. ती नैराश्याची शिकार होऊन राहिली. दिवस अन दिवस नुसती पडून राहायची, नाहीतर या बे विन्डो जवळ बसून असायची, आपल्याला वेड लागेल अशानं! असेही विचार कधी तिच्या मनात यायचे.... जरा ठीक असली की आपल्या आयुष्याचा विचार करे.... आपण एव्हढ्या हुशार. पण जे जे आपल्या हुशारीने मोहून आपल्या जवळ आले, त्यानी शेवटी आपल्याला सोडूनच दिले ना? सरळ झिडकारूनच टाकले.... एरनचं न ऐकता आपण ते मूल होऊ दिलं असतं तर.... तर निदान आपलं सगळच संपलय, अशी नैराश्यग्रस्त अवस्था आलीच नसती.... आपलं संपूर्ण जीवन विफल झालं.... करिअर, करिअर करत राहिलो पण तिथेही ३० वर्षांत २०/२२ पेपर्स लिहिले म्हणजे काही ग्रेट जगावेगळं केलं नाहीच.... आपल्या हुशारीचा वृथा अभिमान बाळगला आणि जगाला तुच्छ लेखित राहिलो. आपल्या पेक्षा जास्त हुशार पुरुषांशी लग्न करून किंवा त्यांच्याबरोबर राहूनही आपला अहं कमी झाला नाही कधी! आपण सतत त्यांच्याकडूनही आपला उदो उदो व्हावा, गौरव व्हावा हीच अपेक्षा ठेवली आणि ती पुरी होणं थांबलं, तशी एकेकाला सोडत गेलो. नजरे आड करत गेलो. खरं म्हटलं तर विनायकशी इतकं भांडून सुद्धा त्यानं मरेपर्यंत आपली आठवण ठेवली. त्याला सोडून निघालो नसतो तर.... तर आज प्रियालाही आई असती आणि आपल्याला फॅमिली.... आता हे काय झालंय आपलं? घर आहे, पैसा मिळवला आहे.... पण, पण माणसं जोडता आली नाहीत.... माणसं होती तीही तोडून टाकली.... माणसं जोडणं, जपणं, नाती जोपासणं हे तर दूरच.... आपलं आयुष्य आता हे असेच जाणार.... बे विन्डो पाशी बसून बाहेरचा थंडगार, चिट पाखरू ही न दिसणारा

आसमंत.... बर्फाचा बोचरा थंडपणा हाच आपला स्थायीभाव आहे.... पानगळ झालेल्या वृक्षा सारखी आपली स्थिती आहे आणि वसंत आला तरी त्याला पालवी फुटण्याची ही आशा नाही.... हाच आपला वर्तमान आणि हेच आपले भविष्य! जन्मभर घरकामाला, स्वयंपाक करण्याला गौण मानलं, तुच्छ लेखलं, आता आपल्या नशिबात ही बे विन्डो आणि थंडगार बेचव टेक आऊटच आहे आपल्या सोबतीला.... एव्हढं सारं करूनही.... शेवटी हेच आले आहे आपल्या नशिबाला....

वेध मनाचा

माझ्या मना, मी कशी अन् कसा म्हणून शोध घेऊ तुझा?
कधीही तुझ्यात डोकावलं तर
मला जाणवतं की तू आहेस आनादी अनंत..
तुझ्याकडे वर येऊन बघू म्हटलं तर..
तुझा वरचा थरच सापडत नाही...
कितीही वर वर जायचं प्रयत्न केला तरीही
तुझ्या तळाशी जाऊन शांत बसावं म्हटलं तर....
किती किती खोलवर जात राहिले तरी...
तरीही तुझा तळ दिसतच नाही....
तू आहेस एक प्रचंड अथांग..........

कधी एखाद्या शांत जलाशयासारखा तू शांत असतोस....
तर कधी एखाद्या ओढ्यासारखा खळाळतोस
कधी अभ्रावर सवार होऊन हलकं पिस होतोस
तर कधी एखाद्या वादळासारखा झंझावतोस
कधी काजळ काळ्या काळोखात मिट्ट होतोस
तर कधी लक्ष लक्ष दीपानी उजळून जातोस
कधी प्रखर सूर्याच्या तेजाने तळपतोस
तर कधी मंद समईची ज्योत होऊन तेवतोस
तू आहेस एक अगम्य न सुटणारं कोडं..........

आणि तुझी ती अगणित रूपं....?
कधी गोजिरवाणी, तर कधी केविलवाणी.
कधी लोभस, तर कधी राजस
कधी दिसतं तुझं नाजूक तरल रूप
मुलायम कोमल पण असोशी निर्माण करणारं
एखाद्या हलक्याशा स्पर्शानं व्याकूळ होणार

कधी हलकं फुलकं हळुवारपणे उमलत जाणार
कधी एखाद्या नजर भेटीत हरखून जाणार
कसा शोध घ्यावा ह्या अनेक रूपातून तुझा..........

कधी वाऱ्यावर येणाऱ्या हलक्याशा सुगंधानं फुलून येणार
तर कधी चांदण्यात सामावून पिठोरी चंदेरी बरसणार
कधी दिसतं तुझं अति उग्र भयानक रूप
वणव्यातील आग पिऊनही शांत न होणार
कधी वज्राघात सोसूनही घट्ट अढळ राहणार
कधी तू अढळ ध्रुवताऱ्याप्रमाणे स्थिरावतोस
कधी अश्रुच्या एखाद्या थेंबाने तू कोसळून पडतोस
तर कधी दुःखाच्या पुरातही लव्हाळ होऊन हेलावतोस
तू आहेस एक अनोखं अकल्पनीय..........

कधी तू पहिल्या पावसाचा हळूवार मृदगंध होतोस
तर कधी उग्र कुबट जीव घुसमटविणारी घाण होतोस
कधी भावनेचा बेभान धबधबा होऊन कोसळतोस
तर कधी श्रावणसरी हलकीशी भुरभूर होऊन गोंजारतोस
कधी नाजूक पारिजातकासारखा तलम होतोस
तर कधी काटेरी कॅक्टस होऊन ओरबाडतोस
कधी व्यवहारी चाकोरीतून पै आणि पैचा हिशोब जमवतोस
तर कधी अवचित कोणावर लक्षावधी मोहरा उधळतोस
तू खरोखरी आहेस सर्वस्वी अगाध..........

बा, माझ्या मना तुझा शोधच घेता येत नाही
तर मग वेध कसा आणि कुठून घेणार....?

कोण कोणाला ओळखते

आपल्याला वाटते सारे कळतेच
आपल्याला स्वतःला उमगतेच
आणि मग ह्या भल्या 'स्व' मध्येच
हरवून जातो आपण आपल्यातच

पण खरे तर कुणाचे काय कळते
दुसऱ्याचे जवळपास काहीच न कळते
तसे कळण्याजोगे काही नसतेच
करण सगळे वरवरचे तर चालू असते

कुणाच्या मनात शिरायचे ते कसे
कोण काय म्हणतंय ते ऐकायला
आपल्या मनाची दारे उघडी असावीत
पण तीही बहुतेक वेळ बंदच असतात

आणि जेव्हा ती उघडी असतात
त्यातून आत येणारे सगळेच
कसे सारे गाळून, पारखून हवे तेच
उतरते आपल्या मनात हवे तितकेच

शिवाय प्रत्येकाच्या अंतःकरणात
असतोच ना एक बंद कमरा
याची किल्ली त्याच्या शिवाय
कोणालाच नसते कधी मिळत

आणि तरीही म्हणतोच आपण
मी ओळखू शकतो कुणालापण
उगीचच स्वतःला काहीही न कळता
आपण आपला 'स्व' कुरवाळतो

३० जानेवारी, २०१४

जिद्द, आशा की स्वप्ने

एकदा प्रश्नानी फेर धरला मनात
उलगडत जाणाऱ्या आयुष्यात
गुणगुणले कोणी कानात, सांग तरी खरे
आधी कोण येते जीवनात, जिद्द, आशा की स्वप्ने?

आशेतूनच पालवती अपार स्वप्ने
स्वप्नातून स्फुरते जिगर जीवनाचे
जिगरीने बनते जिद्द आणि पुनः जन्म घेते
जीवनाची उमेद जागविणारी आशा

सततच आशेच्या वेलीवरती उमलती
स्वप्नांच्या कळ्या, अन झेले फुलवंती
स्वप्न झेले फुलवती जिद्द जगण्याची
जिद्द पुनः उजळून देते आशा जीवनाची

अशक्य कोटीत जमा होणारी स्वप्ने गोड
त्यांना अतूट दुर्दम्य आशावादाची जोड
देई उमेद, अशी जिद्दीने जगण्याची बेजोड
उमलते, स्वप्ने प्रत्यक्षात उतरण्याची आशा, अजोड

आगे मागे, पुढे पाठी, कोण न कशाला येते
का येते? न कळे, आणि त्यामुळे जीवनाचे
आवर्त हेच जणुं बनते, केवळ एक अगम्य कोडे
उन्मेष सजवीत राहती पुनःपुन्हा जीवन स्वप्ने

आशा पांघरून मन शांत पहुडलं तरीही
अशी स्वप्नांची शृंखला ही चालूच राही

जिगर आणि जिद्द, हातात हात घालून जागविती
जीवनातील उन्मेष, आणि आशा जगण्याची

असे हे अखेर बनते आवर्त जगण्याचे
सहज घडत जाणाऱ्या आपल्या जीवनाचे
पण तरीही कधी मनाला हे प्रश्न का भिडती?
सांग जिद्द, आशा की स्वप्ने येती आधी?

जुलै, २०१०

८

घुसमट

नीलाने पुन्हा एकदा ए.सी.च्या व्हेंटकडे पाहिले - हवा येतेय की नाही कोण जाणे? तिला चांगलंच गरम होत होतं पण खुर्चीवर चढून वरच्या व्हेंटमधून गार हवा येतेय की नाही हे बघणं तिला शक्य नव्हतं. आपल्याला साध्या साध्या गोष्टी सुद्धा करायचा प्रॉब्लेम वाटतो याची तिला पुन: एकदा खंत वाटली. पण काय करणार? ती शेजारी सूझनच्या खोलीत डोकावली. तिची खोली छानपैकी गार होती. ''सू, आय वॉज वंडरिंग इफ् ए.सी. इज ओ.के.'' नीला म्हणाली. 'व्हाय! इट इज सू? ..'' ''आय ॲम सो हॉट' नीला बाहेर जाता जाता म्हणाली, मे बी आय ॲम जस्ट वर्क्ड् अप..

खरंच आपल्याला कां बरं एवढं गरम वाटतंय? कदाचित 'हॉट फ्लॅश' असेल असं म्हणत तिनं बॅगमधून नॅपकिन् काढला आणि तोंड पुसून जवळचं पॅड घेऊन ती वारा घेत बसली फोनवर लक्ष ठेवून. सकाळपासून पाच-पाच मिनिटांनी फोन वाजत होता. कधी कोणी क्लायंट असे तर कधी कोणी व्हेंडर. ठराविक साचाची उत्तरं आणि तीच ती माहिती देऊन नीला कंटाळली होती. मधे मधे सारख्या मेसेज स्लीप्स् भरून फ्रंट डेस्कवर ज्याच्या त्याच्या कप्प्यात टाकत

होती. आज काउन्स्लर्स जरा कमीच आलेले होते. उद्यापासून सुरु होणाऱ्या लेबर डे वीकएंडचा हा परिणाम.

गेले दोन आठवडे ती इथल्या लोकांच्या गप्पा ऐकत होती. मुलांच्या समर व्हेकेशन्स संपायच्या आधी शेवटचा वीकएंड म्हणून सगळ्यांची एकच धूम चालली होती. कोण कुठे 'अप् नॉर्थ' जाणार आहे किंवा कोणाकडे फॅमिली येणार आहे. मग बार्बेक्यूझ किंवा पिकनिक पार्टीजचे काय काय प्लॅन्स आहेत याच्या चर्चा चालल्या होत्या. नीलाला हे सारं ऐकून ऐकून आणखीनच वैताग येत होता. यावर्षी समरमधे आपण काहीच केलं नाही. मुलांना व्हेकेशनला कुठे नेणं तर राहिलंच, पण साधं एखाद्या कॅम्पलासुद्धा पाठवलं नाही. काय झालंय आपल्याला? कशाला इतकं हताश झालोय? गेल्या वर्षीही अशीच पैशाची सिच्युएशन होती; पण तरीसुद्धा आपण एक छोटीशी का होईना, व्हेकेशन अरेंज केली होती. शिवाय मुलांना वाय.एम.सी.ए.च्या स्विमिंग कॅम्पलापण घातलं होतं, नवीन स्टाईल्स शिकायला.. मग आताच एवढं डिप्रेस्ड् कशानं वाटतंय?

सुधीर काही महिन्यापूर्वी नोकरी शोधण्यासाठी म्हणून मायामी सोडून गेला होता. नक्की कुठे जातोय हेही सांगितलं नव्हतं. बघीन जे काय करायला लागेल ते करीन. पोट कुठे घेऊन जाईल तिकडे जाईन तो जरा तिरसटपणेच बोलला होता. आणि तो सरळपणे काही सांगेल अशी अपेक्षा करणंही चुकीचं होतं. त्याचा जॉब जाऊन वर्षापेक्षा जास्त वेळ झाला होता. त्या आधीच तो सारखी खुसपटं काढून भांडणं करीत होता. छोट्या छोट्या बाबतीत नीलाचा ऐतखोरपणा दाखवून तिचं उणेपण दाखवायचा प्रयत्न करीत होता. 'आय हॅव हॅड इनफ्चं'' तुणतुणं वाजवत होता. पण म्हणजे नक्की काय झालंय? त्याला कशाचा कंटाळा आलाय हे नीलाला समजत नव्हतं. तिनं त्याला खूपदा विचारायचा प्रयत्न केला की सुधीर तुला काय होतंय? तू कशानं वैतागलेला असतोस हल्ली? सुरुवातीला तो क्वचित् 'जॉबमधे प्रॉब्लेम्स आहेत' असं सांगत असे आणि लगेच 'तुला त्यातलं कळणार नाही,' असं म्हणून गप्प बसे. 'अरे पण नुसतं बोलून पण हलकं वाटतं. मला कळत नसेल तर दुसऱ्या कोणाशी बोल - अनिलशी किंवा गीताशी बोल!' नीलानं एकदा सुचवलं होतं. अनिल आणि गीताही त्यांच्यासारखे इकडे आले होते - सॉफ्टवेअर कॉन्ट्रॅक्टवर! त्यांना सुधीरच्या जॉबवरचे प्रॉब्लेम्स समजले

असते, असं नीलाला वाटायचं. ''छे! नाव नको काढूस त्याचं - साला केसानं गळा कापला माझा'' सुधीरनं धुडकावून लावलं. नीला गप्प बसली. अनिल अन् मनिषा दोघे खरं तर सज्जन आहेत असं नीलाचं मत होतं. अनिलचं अन् सुधीरचं काय बिनसलं हे काही सुधीर बोलला नाही. मनीषाशी नीलाची मैत्रीही फोनवर गप्पा मारण्यापुरती किंवा कुठे पार्टीबिर्टीत भेटल्या तर! तशी नीला फार सोशल नव्हती. तिचा स्वभावही बोलका नव्हता. इंडियातसुद्धा ती आपले आपण बरे, आपलं घर बरं, या जातीतली होती. तेव्हा तीहून अनिलला किंवा गीताला फोन करेल, काही विचारील,अस नव्हतच भलतंच बिनसलंय, एवढं तिला नक्की कळत होतं; पण काय करावं हे कळत नव्हतं.

तिच्या नू सुधीरच्या लग्नाला वीस वर्षं झाली होती. नीलाला अमेरिकेत येण्यात फारसा इंटरेस्टही नव्हता. तिचं माहेर चांगलं श्रीमंत होतं. एकच मुलगी म्हणून लाडात वाढली होती. तिनं मराठीत एम.ए. केलं होतं. काही दिवस वडिलांच्या फॅक्टरीत रिसेप्शनिस्ट म्हणून जातही होती, पण ते आपलं उगीच गंमत म्हणून. सुधीरला भारतात चांगला जॉब होता; पण त्याला अमेरिकेचं फारच अॅट्रॅक्शन होतं. नीलाचा दादा डॉक्टर होता. तो २५ वर्षांपूर्वीच अमेरिकेत आला होता. सुधीरनं नीलाच्या मागे लागून तिला दादाची डिपेंडंट सिस्टर म्हणून ग्रीनकार्ड मिळवायला लावलं होतं. स्वतःही खूप धडपड करून सॉफ्टवेअरचे अनेक कोर्सेस केले होते व एका एजन्सीतर्फे चार वर्षांपूर्वी अमेरिकेत जॉब मिळवला होता.

इथे आल्यावर त्या एजन्सीनं ऑफर केलेला पगार कॉन्ट्रॅक्टवर काम करणाऱ्या इतर लोकांपेक्षा बराच कमी आहे असं सुधीरच्या लक्षात आलं. त्यामुळे तीन वर्षांपूर्वी सुधीरनं एजन्सीचा करार मोडून इंडिपेंडंट काँट्रॅक्ट साईन केलं होतं. पण गेल्या वर्षी त्याचं काँट्रॅक्ट रिन्यू झालं नव्हतं. आणि त्यामुळेच तो त्रस्त होता. काँट्रॅक्टवर भरपूर पगार घेण्याची सवय झाली होती. त्यामुळे कमी पगाराचा दुसरा जॉब घेण्याची त्याची तयारी नव्हती. तिथे ईगो आड येत होता. पूर्वीच्याच टर्म्सवर त्याला नवं काँट्रॅक्ट हवं होतं आणि ते घडत नव्हतं.

या सर्व डीटेलस त्यानं नीलाला सांगितल्या नव्हत्या. सगळं टेन्शन सुधीर स्वतःवरच घेत होता. कारण नीलाला हे सगळं कळेल आणि ती काही सल्ला

देऊ शकेल, असं सुधीरला वाटत नव्हतं. दुसरं म्हणजे ती आधीच मनाविरुद्ध अमेरिकेत आली होती. इथल्या लाइफस्टाईलला ती कायम वैतागलेली असे. कारण एक तर भारतात तिला अजिबातच घरकामाची सवय नव्हती. माहेरी अन् सासरी सुबत्ता होती. त्यामुळे स्वयंपाकाला बाई, इतर घरकामाला गडी, शिवाय धुण्या-भांड्याला वेगळी बाई, असे तीनचार नोकर हाताशी असण्याची सवय असल्यामुळे नीला सहाजिकच अमेरिकेत सगळीच कामं स्वतः करून करून कंटाळत होती; वैतागत होती. आधीच तिनं तिच्या वहिनीकडून कितीही पैसा असला तरी अमेरिकेत ऐषारामाचं आयुष्य मिळत नाही, स्वतःची सगळी कामं कशी करावी लागतात हे अनेकदा ऐकलेलं होतं. आपलं सुखासीन आयुष्य सोडून अमेरिकेत येऊन राहण्याची हौस तिला मुळीच नव्हती. अमेरिकेतल्या प्रमाणे स्वयंपाकघरातील मिक्सर, टोस्टर, अव्हन वगैरे गोष्टी तिच्या घरी भारतातही होत्या. शिवाय भारतात तिला गाडीही चालवायला लागत नसे. घरात प्रत्येक गाडीला शोफर होता. या सगळ्या सुखासीन आयुष्याच्या पार्श्वभूमीवर नीला अमेरिकेत राहायला नाखूष असणं आणि वैतागणं सहाजिकच होतं. इथल्या काही गोष्टी तिला आवडत असल्या तरी इथले कष्ट तिला मनातून नको होते. त्यात सुधीरच्या कॉंट्रॅक्ट जॉबचाही तिला भरंवसा वाटत नव्हता.

अमेरिकेत येण्याला विरोध असण्याचं आणखी एक कारण होतं, आणि नीलाच्या दृष्टीनं ते फार महत्त्वाचं होतं. सुधीरनं इकडे यायचं ठरवलं व जॉब घेतला, तेव्हा दोन्ही मुलं तशी अजाणच होती. १२ वर्षांची निशा आणि १० वर्षांचा सुयश. चांगले संस्कार त्यांच्यावर व्हायला हवेत असं नीलाचं सहाजिक मत होतं. या संस्कारक्षम वयात अमेरिकेतल्या नको त्या गोष्टी मुलांच्या डोळ्यांसमोर यायला नकोत, असं नीलाला वाटलं तर ते चुकीचं नक्कीच नव्हतं. तरीही सुधीरचा हट्ट म्हणून अखेर नीला मुलांसह इकडे आली होती. इथे आल्यावर इथली शिक्षणपद्धती आणि एकूणच मुलांच्या डेव्हलपमेंटच्या दृष्टीने त्यांना खूप चांगला वाव मिळतोय, अनेक वेगवेगळ्या फील्ड्समधे चांगलं एक्स्पोजर मिळतंय, नवनवीन गोष्टी शिकायची संधी मिळतेय, हे बघून नीलानं हे आयुष्य मान्य केलं होतं. मुलांवर चांगले संस्कार घरात घडविण्याचा आपण दोघांनी भरपूर जागरूक आणि दक्ष राहून प्रयत्न करायला हवा, असं ती सुधीरला सतत

सांगे. तू बघ ना काय करायचं ते, मला कुठे वेळ असतो? असं म्हणून सुधीर बहुतेक वेळी तो विषय अंगाबाहेर टाकत असे.

तशी गेल्या चारपाच वर्षांत मुलं चांगली रुळली होती. दोघेही आता हायस्कूलमधे जात होते. निशा दोन वर्षांनी हायस्कूल ग्रॅज्युएट होणार होती आणि सुयश यंदाच हायस्कूलला गेला होता. सुयश चांगल्या ग्रेड्स मिळवत होता. निशालाही 'बी' तरी मिळत. त्यांचे पुढच्या आयुष्याचे बेत सुरु होते. नीलाच्या नू सुधीरच्या मनातही दोन मुलांना चांगलं ग्रॅज्युएट स्कूलपर्यंत एज्युकेशन द्यायचं असा प्लॅन होता. निशानं युनिव्हर्सिटीज् बद्दल माहिती काढायलाही सुरुवात केली होती.

आणि अशात गेल्या वर्षी सुधीरच्या जॉबमधे प्रॉब्लेम आला. आधी चांगले पैसे मिळत होते, तेव्हा मुलांना इकडे तिकडे व्हेकेशन्सला जाऊन एन्जॉय करायची सवय लागली होती. शिवाय दर दिवाळीला निदान चार दिवसांसाठी तरी आईबरोबर मामाच्या घरी न्यूजर्सीला पण ती जात होतीच. सुधीरचा जॉब गेल्यावर तो इतका अप्सेट झाला की बस्स. त्यानं दोनतीन महिन्यातच नीलाला म्हटलं, ''मला वाटतं तू आणि मुलांनी पुण्याला परत जावं. माझ्या जॉबचं काही खरं नाही. सॉफ्टवेअर मार्केट डाऊन आहे... उगीच इथे राहून नस्ते खर्चच होणार''... सुधीरच्या ह्या सजेशनमुळे नीला मात्र थक्कच झाली. अमेरिकेत यायचा हट्ट सुधीरचा. तो तिनं पुरवला तेव्हा मनाविरुद्ध - आणि आता ती नू मुलं इथं रुळली होती, तर हा म्हणतोय पुण्याला परत जा. नीला म्हणाली, ''सुधीर आपण जरा शांतपणे विचार करू या. आत्ता मुलं चांगल्या ग्रेड्स मिळवताहेत. इथल्या अभ्यासक्रमांची त्यांना चांगली सवय झाली आहे. हीच दोनचार वर्षं खरं तर त्यांच्या आयुष्यातली महत्त्वाची वर्षे आहेत. आत्ता त्यांना परत भारतात नेलं तर कसं जमणार? तिथला अभ्यासक्रम वेगळा, परीक्षेच्या पद्धती वेगळ्या! मला वाटतं की आता आपण मुळीच परत जायचा विचार करू शकत नाही. वी डोंट हॅव दॅट चॉईस. मुलांवर हा अन्याय होईल. मला तर काय आवडतंच पुण्यात. माझा प्रश्न नाही. पण तरीही मी आता परत जाणार नाही. मुलांच्या आयुष्याचा विचार करणं हे सध्या जास्त महत्त्वाचं आहे. आपल्याकडे बऱ्यापैकी शिल्लक आहे. मी अगदी काटकसरीनं राहीन... वर्षं दोन वर्षं काढू. मग हवं तर पुनः विचार करू आणि तोपर्यंत तुम्हाला जॉब मिळेलच की. नेटानं जॉब मिळवायचा

प्रयत्न करा. पण आता परत जाणंही घोडचूक होईल. भलत्या वेळी परत गेलो तर मुलांना जड जाईल. त्यांचं शैक्षणिक नुकसान होईल...''

सुधीरला हा बेत काही पसंत नव्हता. त्याला त्याची शिल्लक अशी संपवायची नव्हती. अजून त्याचं ग्रीन कार्ड पण झालं नव्हतं. जॉब लवकर मिळाला नाही तर त्याला अमेरिका सोडावी लागणार होती. नीलाला या सर्व टेक्निकॅलिटीजची डीटेल्ड कल्पना नव्हती. तिला मोकळेपणानं सर्व सांगणं सुधीरला अपमानकारक वाटत होतं. म्हणून तो धड तिच्याशी बोलतही नव्हता. नीलाचं ग्रीन कार्ड होतं. लवकरच ती सिटीझनशिपसाठी ॲप्लिकेशन करू शकत होती. तिला सिटीझनशिप मिळेपर्यंत सुधीरला त्याचा व्हिसा स्टेटस टिकवणं आवश्यक होतं. त्यासाठी जॉब मिळायला हवा होता. स्पॉन्सरशिप मिळायला हवी... जास्त जोरात जॉब सर्च करायला हवा. तेव्हा त्यानं मायामी सोडून न्यूजर्सी किंवा कॅलिफोर्नियात जाऊन जॉबचे प्रयत्न करायचं ठरवलं. सुधीरचे काही मित्र कॅलिफोर्नियात सिलिकॉन व्हॅलीत काम करीत होते. तिथे बऱ्याच इंडियन लोकांच्या सॉफ्टवेअर कन्सल्टन्सी फर्म्स आहेत. तिथे काही ओळखी काढता येतील.... अशा विचाराने सुधीर कॅलिफोर्नियात गेला. जॉब मार्केट वाईट होतं. स्पॉन्सरशिपची जबाबदारी एखाद्या कंपनीनं घेण्याची शक्यता कमी होती. जाण्यापूर्वी नीलाला सिटीझनशिपचा अर्ज मात्र त्यानं भरायला लावला होता. अटकळ अशी, की तिला सिटीझनशिप मिळाली की मग स्पॉन्सरिंगची कटकट राहणार नाही. ती त्याला अन् मुलांना स्पॉन्सर करू शकेल.... पण त्यासाठी तिला जॉब हवा - सगळीच गुंतागुंत होती. सुधीर चांगलाच कातावलेला होता. घरातून निघूनच गेला म्हणायला हवं, कारण तो जाताना नीलाशी खूप भांडला होता.... नीलानं भारतात जायला नकार दिला म्हणून चिडला होता. ती त्याच्या अडचणी समजून न घेता मुलांचाच विचार करतेय म्हणून वैतागला होता. 'आपण मिळवलेल्या पैशावर आणि शिलकेवर ही मजा मारणार, मला मात्र शेवटी पराभव पत्करायला लागणार...' या विचारानं सुधीर निराश होता. धास्तावला होता. कोंडीत सापडल्यामुळे चिडचिडला होता.

इकडे नीलाची स्थिती तर फारच वाईट होती. सुधीरनं बरेचसे पैसे काढून घेतले होते अकाऊंटमधून. त्यालाही पैसे लागणार हे खरं होतं, पण काटकसरीत राहूनही ८-१० महिन्यांतच शिल्लक संपली होती. सुधीरचा पत्ताही नव्हता. बऱ्याच

दिवसांत फोनही नव्हता. कुठे काँटॅक्ट करावं तेही त्यानं कळवलं नव्हतं. शेवटचा फोन आला तेव्हा, ''मला नोकरी मिळाली की मीच तुला कळवेन. मी इकडे तिकडे असणार, काँटॅक्ट नंबर देऊ शकत नाही'' एवढंच तो म्हणाला होता. नीलाला कुठे बोलायची चोरी. स्वतःच्या फेल्युअरची सुधीर नीलाला शिक्षा करत होता की काय कोण जाणे! तोंड दाबून बुक्क्याचा मार म्हणतात त्यातली गत झाली होती. दादाची मदत घ्यावी तर नीलाला अवघड वाटत होतं; कारण दादानं तिला आणि सुधीरला अमेरिकेत येण्याच्या कल्पनेपासून परावृत्त करायचे प्रयत्न केले होते. नीलाला त्यानं स्पॉन्सर केलं होतं सुधीरच्या आग्रहाखातर! पण जेव्हा सुधीर काँट्रॅक्ट जॉबवर आला तेव्हा दादानं सुधीरला सुनावलं होतं, की तो चूक करतोय. इथं फार काळ रहायचे प्लॅन्स करू नयेत त्यानं. शिवाय दादाला नीलाच्या आरामशीर राहण्याच्या सवयी माहित होत्या. इकडे आल्यावर नीलाचं कसं काय होणार? एवढा पिट्ट्या पडला तर नीलाला जमणार का सगळं करायला? त्याविषयीही दादा साशंक होता. सुधीरला वाटलं, ''स्वतः अमेरिकेत राहतोय मोठ्या घरात! दोनचार गाड्या ठेवून! स्वतः खोऱ्यानं पैसा ओढतोय आणि मला मात्र डिस्करेज करतोय''.... सुधीर आणि दादामधे चांगलीच तेढ होती. या पार्श्वभूमीवर दादाला काँटॅक्ट करून काही कळवावं, काही सांगावं, असंही नीलाला वाटेना. भारतात तर काही कळवणं म्हणजे सगळ्यांना काळजीत टाकणं होतं. नीलानं भारतात फोन करणं अलीकडे खूपच कमी केलं होतं. उगीच बोलण्यात नको ते यायचं आणि काहीतरी कळायचं तिकडे घरी.

शेजारच्याच अपार्टमेंटमधे राहणाऱ्या नॅन्सीशी नीलाची बऱ्यापैकी मैत्री होती. नॅन्सीला नोकरी नव्हती. ती फारशी शिकलेलीही नव्हती. बरेच दिवस ती नोकरी शोधत होती. एकदा बोलता बोलता नीलानं पण आपल्या बरोबर इथल्या 'वन् स्टॉप करिअर सेंटर'वर यावं असं नॅन्सीनं सुचवलं होतं. कुतूहलापोटीं नीला गेली. तिथल्या करिअर काउन्स्लरनं तिला खूप आश्वासक गोष्टी सांगितल्या. ''यू आर मच् बेटर ऑफ दॅन मेनी अदर्स हू कम इन हिअर'' म्हणाली ती. नीलानं कधी नोकरी केली नव्हती. इंटरव्ह्यूपण दिला नव्हता. नीलाचा आत्म विश्वास वाढविण्यासाठी काउन्स्लरनं तिला 'एम्प्लॉएबिलिटी स्किल्सचा एक आठवड्याचा कोर्स करायला सांगितला. तो कोर्स फुकटात होता. नीला अन्

नॅन्सी दोघींनी बरोबरच तो कोर्स केला. तिथूनच दोघी दोनतीन वेळा जॉब फेअर्सना गेल्या. आणि नीलाला हा रिसेप्शनिस्टचा जॉब मिळाला सीनिअर सेंटरमधे. इथे काम करणारे बहुतेक सगळे बऱ्यापैकी क्वालिफाईड होते. नाही म्हटलं तरी नीलाला सुरुवातीला बराच डिफिडन्स वाटत असे. आपल्याला फाड फाड इंग्लिश बोलता येत नाही, दुसऱ्यांनं अमेरिकन किंवा हिस्पॅनिक ॲक्सेंटमधे बोललेलं पट्कन समजत नाही... असं करता करता गेल्या चारपाच महिन्यात निदान फोनवर आवश्यक तेवढी माहिती देणाऱ्या एक दोन रेकॉर्डस तिला वाजवता यायला लागल्या होत्या. तिला नू मुलांना जगण्यापुरते पैसे ती मिळवायला लागली होती. पण जेमतेमच. गाडी सुधीर घेऊन गेला होता. नाहीतरी नीला चालवत नव्हतीच. त्यामुळे तिला बसनं कामावर ये-जा करावी लागत होती. सकाळी सातला ती आणि मुलं एकत्र घर सोडत असत. नीला घरी परतेपर्यंत संध्याकाळचे सहा वाजून जात. नीला फार थकून जाई, पण आता तिचा निर्धारच होता की मुलांसाठी काही वर्षं तरी इथे अमेरिकेतच राहायचं. नशिबानं मुलांना अमेरिकन खाणी आवडत होती. त्यामुळे मुलं सँडविचू, पिझ्झा, टाको, असं काहीतरी आणून खायची. ती दोघं साडेतीनलाच घरी येत. निशा डिशेस करून ठेवी. सुयश अधूनमधून व्हॅक्यूमिंग करत असे. ग्रोसरी स्टोअर जवळच होतं तेव्हा बहुधा शनिवारी तिघेही बरोबर ग्रोसरीला जात... पण मुलं डिस्टर्बड होतीच.

आईबाबांचं काहीतरी बिनसलंय हे त्यांना जाणवत होतं. मुलं नुसतीच अधूनमधून ''बाबा कधी येणार? त्यांचा फोन पण कसा नाही आला?'' विचारीत. बाबा नोकरी शोधण्यात बिझी आहेत. लवकरच त्यांना जॉब मिळेल आणि ते येतील परत. आपण त्यांना डिस्टर्ब करायला नको म्हणून त्यांनी फोन नंबर पण दिला नाहीये.... नीला असं काहीतरी मुलांना सांगून वेळ मारून नेत होती. पण या उत्तरांनी मुलांचं समाधान होत नाही हे तिलाही माहित होतं. मुलं धास्तावलेली होती. इथं इतर मुलांच्या पेरंट्रचा डिव्होर्स होतो, त्याचप्रमाणे बहुतेक आपल्याही पेरंट्सचा डिव्होर्स होणार, ही धास्ती त्यांच्या मनात होती. कधीतरी मुलं हा प्रश्न विचारणार. त्यांना काय सांगायचं ते नीलाला माहित नव्हतं. तिला ही मनातून धास्ती वाटत होतीच. काय चाललंय एक्झॅक्टली आपलं? सुधीरकडून धड काहीच कळत नव्हतं. आपलं लग्न जमवूनच झालेलं होतं... प्रेमबीम आपलं

म्हणण्यापुरतं होतं तसं! वरवर पाहता चारचौघांसारखा सुखी संसारही चालला होता... निदान सुधीर निघून जाईपर्यंत तरी!

पण आता? आताच्या या परिस्थितीचा नीलाला अंत दिसत नव्हता. कधी मिळणार सुधीरला नोकरी? तो काही कळवतही नव्हता. त्याला खरं तर चटकन नोकरी मिळाली असतीही, पण सुधीरचा अहंकार आडवा येत होता. वाटेल तो जॉब सुधीर कधीच स्वीकारणार नाही एवढंच नाही तर कॉंट्रॅक्टवर भरपूर पगार आणि इतर सवलती मिळायची त्याला सवय झालेली होती. कमी पगारावर सुधीर प्रोग्रॅमरचा जॉब स्वीकारेल असं नीलाला वाटत नव्हतं.

हीच खरी घुसमट होती. ए.सी. नीट न चालणं, हॉट फ्लॅशेस ही वरवर वाटणारी कारणं होती. पण जीवनात अनपेक्षितपणे निर्माण झालेली ही कोंडी घुसमट वाढवीत होती. आर्थिक अडचणी तर होत्याच, पण समोर वाट न दिसणारा अंधार जाणवत होता. बोगद्यात अडकून पडावं आणि पुढचा उजेडही दिसू नये अशी नीलाची मनःस्थिती होती. त्यातून बाहेर पडायचा मार्ग अजिबात दिसत नव्हता. कोणाजवळ मन मोकळं करता येत नव्हतं.... मुलांजवळही नाही. ती लहानच आहेत. ती जास्तच गडबडून जातील. त्यांना जपायला हवं.... नीला आतल्या आत झुरत होती. वर वर आलेला दिवस कसाबसा ढकलत होती. स्वतःच्या मनाची समजूत घालायला एकच गोष्ट आठवीत होती. नीलाच्या आजीनं लहानपणी सांगितलेली गुलबकावलीच्या फुलांची. राजकुमार सातासमुद्रापलीकडच्या राज्यात जाऊन गुलबकावलीचं फूल घेऊन परत येणार आहे... या परीकथेवर विश्वास ठेवणं एवढा एकच आशावादी पर्याय तिला उरला होता. बाकी तोपर्यंत सगळीकडे धूसर घुसमटतही होती. गुदमरून टाकणारी.... !!

काट्यातूनही फुले उमलती

मैलोन् मैल पसरलेले वाळवंट रखरखीत
तळपत्या उन्हात भासे ते आणखी भगभगीत
अशा उजाड, शुष्क आणि वैराण वाळवंटी
काटेरी हिरवे निवडुंग आणि फडेही दिसती

उन्हाच्या कहाराने जणुं निवडुंगा बहर येती
फुले उमलती अन बोंडे लाल गुलाबक्षी
जिकडे तिकडे फसवे मृगजळ दिसे, तरी
शुष्क वाळवंटीही खुले हिरवी लाल नक्षी

मोठमोठाले काटे असती बाभळीवरी
हळदुली नाजूकशी फुले डुलती बहरी
विसरून जावूनी काट्यांचे बोचरेपण
मनी जाणवे पिवळ्या फुलांचे मार्दव

गुलाबाच्याही झाडा-वेलींवरी
सर्वत्र बोचरे अणकुचीदार काटे भारी
तरीही रोजच या काटेरी झाडा-वेलींवरी
अनेक ताजी सुगंधी गुलाबाची फुले उमलती

केतकीच्या गर्द भरगच्च काटेरी बनीं
उमलती केवड्याच्या सुगंधी फणी
वेधुनी त्या सर्व जनांचे लक्ष घेती
दिमाखात गजाननाच्या शिरी विराजती

सारे जीवन भासे कितीदा असेच वैराण
जाणवीत राहती काट्याकुट्यांचे मार्ग
तरीही माणसाला हवे राहायला शोधीत
जीवनातील विखुरली सुखे आणि आनंद

२२ जून, २००९

आज हे असं काय झालंय

हे आज मला असं काय झालंय
की निजणं मला पार असह्य झालंय
रात्रभर कधीही न संपणारी लय

अशी सारी चालूच राहणारी ही रात
आयुष्यात माझ्या प्रथमच उगवली आज
आणि उगवलीय तेव्हाच ती चांदणीही
जणुं तीही मुळीच कधी न मावळणारी

पण मी करू तरी काय या रात्रीच
नुसतीच कुस बदलत कसं राहायचं
मिटले डोळे जरी पुढे मूर्त तुझीच खडी
उघड्या डोळ्यापुढेही तूच तू दिसशी

ना आगा ना काही पिछा याला
पण हे सांगणार तरी कोण कोणाला
या न संपणाऱ्या रातीलाच ना
तिला काय याच सुख दुःख असावं ना

या रातीला काय फरक पडतो
कोण गुडूप चीडीचिप झोपलंय
की कोण टक्क छताकडे बघतय
की कोण नुसतच गादीत तळमळतय

ही रात्र जशी अमरपट्टा घेऊन आलेली
जणुं काय कधी ती संपणारच नाहीय्याय
जणुं काय कधी दिवस उगवणारच नाहीय्याय
जणुं कधी सूर्योदय होणारच नाहीय्याय

१२ जुलै, २०१३

९

तिढा

कितीतरी वेळ झाला, अर्धी रात्र उलटली असेल तरी अरुंधतीला झोप नव्हती, ती नुसती कुशी पालटत होती. झोप उडण्याजोगीच परिस्थिती होती. असा प्रश्न आपल्या आयुष्यात कधी उभा राहील असं कधी स्वप्नात ही आलं नव्हतं. अगदी १५ वर्षांपूर्वी मॅस्टेक्टोमी झाली तेव्हा सुद्धा इतकं अस्वस्थ वाटलं नव्हतं. त्या वेळी मनात थोडीशी भीती होती.... ती सहाजिकच होती, पण अरुंधती आणि अशोक दोघेही डॉक्टर असल्यामुळे ही अटळ दुखणी माहित होती. शिवाय स्वतः सर्जननी छान समजावून सांगितलं होतं.... तसं अरुंधतीचं नशीब पण बरं होतं. सेल्फ एक्झॅमच्या वेळी हाताला जरा गाठ लागली की काय असं वाटलं, जरासं दुखत पण होतं. ती अशोककडे बोलली तशी लगेच त्यानं स्पेशिअलिस्टची ॲपॉइन्टमेन्ट घेतली होती. त्यामुळे बायोप्सी लगेचच झाली अन मॅलिग्नंट ट्युमर आहे म्हटल्यावर लगेचच सर्जरी ठरवून टाकली. अशोकनी आणि अरुंधतीनी खूप धैर्यानं तोंड दिलं सगळ्याला. अशोक स्वतः समक्ष सर्जरीच्या वेळी पण ऑपरेशन थिएटरमध्ये होता, नंतरही तिचं ड्रेसिंग तोच बदलत होता. अशोक खूप समजूतदार होता त्यामुळे जखमेबद्दल किंवा या सर्जरीमुळे निर्माण

झालेल्या अरुंधतीतील बदलाबद्दल दोघांनाही काही विशेष वाटलं नव्हतं. 'इट्स अ पार्ट ऑफ लाईफ' म्हणून दोघांनीही ते छानपैकी ॲक्सेप्ट केलं होतं. आता पंधरा वर्षे झाली तरी नशिबानं ॲन्युअल चेकअप मधे कुठेही सेकंडरीज दिसत नव्हत्या. अरुंधतीला स्वतःलाही आपली मॅस्टेक्टोमी विसरायला झाली होती. क्वचित कधीतरी रात्री सैलसर नायटी घालताना तिला आपल्यातल्या बदलाची जाणीव होई,जर कधी तिनं त्याविषयी उल्लेख केला तरी अशोक म्हणे, "अरु, अगं इतकं थोडक्यात आवरलं हे सगळं, हे आपलं नशीब! आणि मला तर तुझ्यातल्या बदलानं काही फरक वाटत नाही. अशा छोट्या गोष्टींवर आपलं प्रेम थोडंच अवलंबून आहे?"....

पण असा प्रेमळ, उदार विचार असलेला अशोक फटकन हार्ट फेल्युअरनी गेला. त्यालाही आता चार वर्षं झाली. तेव्हा अनुप्रिताचं नुकतंच लग्न झालं होतं. अभिषेक मेडिकलला दुसऱ्या गावी होता. त्याला तर हल्ली सुट्टी पण नसेच जवळपास! क्वचित आला तर चार दिवस! अनुप्रिता अन तिच्या नवऱ्यानं नोकऱ्या नुकत्याच बदलल्या आणि ते पार अमेरिकेच्या दुसऱ्या टोकाला राहायला गेले. अशातच अरुंधतीनं तिच्या सर्जरीपासून तिची प्रॅक्टिस खूपच कमी करत आणली होती. तेव्हा अशोक गेल्यावर तिला फारच उदासीनता आली. एकटेपण खायला उठायला लागलं. उभारीनं पुन्हा काही करावं असंही वाटेना.

अरुंधतीनं मग दिवसभराचा भरगच्च कार्यक्रम ठरवून घेतला. सकाळी नाश्ता झाला की ती हॉस्पिटलमध्ये जायची लंचपर्यंत! घरी आल्यावर जरा आवरसावर, आराम की चार साडेचारला एल.ए. फिटनेस मध्ये जायची. वेळ घालवायला म्हणून मुद्दामच तिनं एल.ए. फिटनेस जॉइन केलं होतं. घरी पूल होता तरी मुद्दाम वॉटर एरोबिक्सच्या क्लासला नाव घातलं होतं. एल.ए. तून आली की आरामात लाईट डिनर घ्यायचं. एखादं सँडविच किंवा सूप, सॅलड.... काहीच नको वाटलं तर नुसता प्रोटीन बार अन दूध. बाहेर दिवस चांगला असला तर हा सगळा कार्यक्रम बाहेर पॅटिओवरच चाले. अरुंधतीला निसर्ग फार आवडायचा. एरव्हीही सकाळी उठली की कॉफीचा कप घेऊन ती बाहेरच्या झोपाळ्यावर बसायची, हलका फ्रेश वारा अंगावर घेत.... पक्ष्यांची किलबिल ऐकत.... उठल्यावर एक फेरी बॅकयार्डमधे असायचीच. उमलणारी फुलं नजरेनंच ती गोंजारत असे. सतत

नवनवीन रोपं आणून लँडस्केपिंगच्या माणसाकडून इथे तिथे लावून घेत असे. पण तो उद्योग खास शनिवार सकाळचा. अनेकदा अरुंधतीचा वेळ तरीही जाता जात नसे. अशोक असताना कसा भरकन दिवस जायचा आपला. दोघं मिळून काही वेगळं करत होतो असंही नाही.

भारतात जरा बरं वाटेल आपली माणसं भेटली की, म्हणून अरुंधती गेल्या चार वर्षांत दोनदा जाऊन आली. पण तिथेही मन रमेना, उलट अशोकच्या आठवणी जास्तच त्रासदायक झाल्या, विशेषतः ती तिच्या अन अशोकच्या आवडत्या खंडाळ्याच्या फरियास मधे जाऊन राहिली चार दिवस तेव्हा! फारच उदास उदास वाटत होतं. आपलं आयुष्य कसं जाणार असा प्रश्न अलीकडे तिला भेडसावायला लागला होता. एकटेपण नकोसं वाटायला लागलं होतं. जाणवत होता भकासपणा!

अलीकडे एक वर्षं सहा महिन्यापूर्वीच नॅन्सीची ओळख झाली होती. दोघी वॉटर एरोबिक्सच्या एकाच बॅचला होत्या. नॅन्सी असेल अरुंधतीच्याच वयाची. खूप गप्पिष्ट होती. असंच एकदा लॉकर रूम मध्ये बोलताना तिनं अरुंधतीला कॉफीला इन्व्हाईट केलं होतं. नॅन्सीचं घर फार लांब नव्हतं. अरुंधतीच्या घरापासून दहा मिनिटांवर! ती ही एकटीच होती. पण गप्पा मारताना अरुंधतीला जाणवलं की तिचं सोशल लाइफ भरपूर होतं. विशेषतः एका सिनियर्सच्या क्लबमध्ये तिचा भरपूर वेळ जात असे. ''तू चल तर खरी एकदा माझ्याबरोबर, हा फक्त सिंगल्सचा क्लब आहे, खूप ॲक्टिविटीज करतो आम्ही, आवडेल बघ तुला'', म्हणून नॅन्सीने अरुंधतीला एकदा आग्रहाने नेलं होतं. दर वीकएन्डला बहुधा शनिवारी काहीतरी छानपैकी प्रोग्रॅम असे. कधी ट्रेकिंग तर कधी बीच डे, कधी पिकनिक तर कधी पोकरचा गेम. हळूहळू अरुंधतीला पण हा क्लब आणि त्यातल्या अनेक ॲक्टिविटीज आवडायला लागल्या. पुन्हा वीकएंड कसा जाणार हा प्रश्नही उरला नाही.

तसा ग्रुपही चांगला होता. सर्वच मंडळी साधारण मध्यमवर्गीय, फारच थोडी फुल टाइम जॉब करत होती. मोस्टली सगळ्यांचे पार्ट टाइम जॉब किंवा वॉलंटरी वर्क चालू असे. तेव्हा बहुतेक सर्व मंडळी उत्साहित असत. माईक याच ग्रुपमध्ये भेटला होता, भरपूर उत्साही. एखाद्या तरुणालाही लाजवेल असा

उत्साह असायचा त्याचा! सगळ्या गोष्टींमधे त्याचा पुढाकार असे. आउटडोर ॲक्टिविटीज असोत की इंडोर गेम्स की बुक क्लब! माईक असायचाच हजर. दिसायला जरा ढंगाळा दिसे. उंची भरपूर होती, थोडीशी बुल्गॉनिनसारखी दाढी ठेवलेली! हसरी जिवणी आणि भेदक डोळे. आनंदी, खेळकर वृत्तीचा माईक जगन्मित्र होता. सतत सगळ्यांच्या तोंडी माईकचेच नाव असे!

एकदा असाच कँपिंगला जायचा बेत चालला होता मंडळींचा. ''काय ग तू येणार ना?'' नॅन्सीने विचारले. ''छेः ग. मी तर कधीच कुठल्या कँपला गेले नाही, अगदी तरूणपणी सुद्धा.... मला काय जमणार कँपिंग'' अरुंधती म्हणाली. ''जमेल की. तू नुस्तं हो म्हण. मग आम्ही करू ना तुला मदत आणि तुला आवडेल बघ, नक्की आवडेल''. माईकच्या आग्रहापुढे अरुंधतीला नाही म्हणणं अशक्य झालं.माईकचा स्वभाव मृदू आणि आर्जवी बोलणं! अरुंधतीला त्याच्या वागण्या बोलण्यातून नेहमी आपुलकी जाणवत असे.

पहिलाच तो कँप! जन्मभर लक्षात राहील अशी खुणगाठ पडली अरुंधतीला. कँपिंग साईट स्टेट पार्क जवळपास बिचवरच होती. सनबेदिंग, ओशनमधे डुंबण्याखेरीज बीचबॉल, बिल्डींग ऑफ कॅसल्स अशा अनेक गोष्टी चालू होत्या. वाळूत किल्ला करताना तर अरुंधतीला खूपच मजा आली. तिला तिच्या लहानपणीच्या गुहागरच्या पुळीवर केलेल्या किल्ल्यांची आठवण आली. किल्ल्यांची कॉंपिटिशन होती. अरुंधती ३/४ तास खपली होती पण माईकला पहिलं आणि तिला दुसरं प्राईज मिळालं. माईक तिला म्हणाला, ''जजेस वेअर पार्शल. ॲक्चूयुअली युवर पॅलेस इज मोर क्रिएटीव दॅन माईन''. ''ओह नो. युर वर्क इज मोर पॉलिश्ड एंड स्किल्ड''. दोघांनी एकमेकांना कॉंप्लिमेंट्स दिले. त्यानिमित्तानं कुठले कुठले बीचेस पाहिले, इंडियातील काही बीचेस किती सुंदर आहेत. ''माझ्याकडे खूप स्लाईड्स आहेत जुन्या, ३० वर्षांपूर्वी केलेल्या'', अरुंधती म्हणाली. ''मग आलंच पाहिजे त्या बघायला आणि अर्थातच ३० वर्षांपूर्वीची टीनएजर अरुंधती बघायला''. माईकनं आमंत्रण लावून घेतलं. ''ओह, शुअर, व्हाय नॉट'', म्हणून गेली अरुंधती. या कँपवर तीनही दिवस कुकआऊट होता म्हणून अरुंधती मुद्दाम इंडियन स्पायसेस घेऊन गेली होती. शिवाय स्वतःसाठी म्हणून तिनं एकदोन चटण्या लोणची पण नेली होती. नॅन्सी,

अरुंधती अन माईक यांचा एक क्लोजनिट ग्रुप बनला होता. त्या दोघांनाही इंडियन फूड आवडत होतं. त्यांनी चटण्या तर एन्जॉय केल्याच पण माईकला झणझणीत खारातली मिरची पण आवडली होती. खाताना नाकाडोळ्यातून पाणी आलं तरी मिटक्या मारत खात होता. खारातली मिरची ही अरुंधतीची पण फार आवडती. ‘‘दही दूधभात अन ही मिरची.... फार मजा येते’’, असं तिनं म्हटल्यावर, ‘‘व्हेन यु मेक इट नेक्स्ट टाइम, कॉल मी’’, म्हणून माईकनं अजून एक आमंत्रण लावून घेतलं होतं.

खाण्याविषयी गप्पा मारताना इंडियन तंदुरी चिकन येतं का तुला म्हणून सगळ्यांनी विचारलं न तंदुरी कँप फायर डिनरला करायचा आग्रह केला. मग त्या दिवशी सकाळीच ती अन माईक बाहेर पडले, ४०/५० मैलावरच्या एका गावात इंडियन ग्रोसरी स्टोअर मिळालं. तिथनं तंदुरी चिकनचा मसाला घेतला. रेग्युलर ग्रोसरी स्टोअरमधून भरपूर दही न चिकनच्या ड्रमस्टिक्स आणल्या. मॅरिनेट करताना दही, लसून, आलं अन इतर मसाले लावून चिकन ३/४ तसं तरी ठेवावं लागतं ही माहिती माईकला नवी होती. ‘‘नो डाऊट इट टेस्ट्स सोऽ गुड’’, तो म्हणाला. त्यानं मग अरुंधतीला ग्रीलवर चिकन भाजायला मदत केली. जवळपास सगळ्याच मंडळींना तंदुरी चिकन आवडलं. बहुतेकांची इंडियन खाण्याची पहिलीच वेळ होती तरीही! अरुंधतीला भरपूर कॉंप्लिमेंट्स मिळाल्या. कँप फायरला गाणी नाच सुरु होतीच. अरुंधतीला ही ‘‘इंडियन म्युझिक ऐकव ना आम्हाला’’, असा आग्रह झाला. मग तिनं एक हिंदी गझल पेश केली. कार्यक्रम जवळपास संपत आला. लोकं पांगायला लागली तेव्हा माइकनं तिला, ‘‘थांब ग जरा, एव्हढ्यात कुठे झोपायला निघालीस, जरा चांदण्यात बीचवर भटकूयात’’, म्हणून आग्रह केला. उशिरा झोपलं तर त्रास होतो म्हणून नॅन्सी आधीच टेंटवर परतली होती. माईक अन अरुंधती आरामात रमत गमत फिरत होती. एका सँड ड्युनजवळ आल्यावर माईक म्हणाला, ‘‘चला जरा बसुयात, दमलो मी आता!’’ माईकनं मग तिला हिंदी गझलीचा अर्थ विचारला. म्हणाला, ‘‘आय कुड मेक आउट द मूड ऑफ दॅट साँग’’.... गझल होती, ए रात, जरा थमथम के गुजर, मेरा चांद मुझे आया है नजर.... ‘‘व्हाव! दॅट्स वंडरफुल. सिंग सम मोअर’’ म्हटल्यावर अरुंधतीनं अनुप जलोटाची चांद अंगडिया ले रहा है, ही गझल सुरु केली, आधी थोडक्यात अर्थ सांगितला, दोघेही त्या चांदण्याने आणि गझलांनी

निर्माण केलेल्या वातावरणाने भारून गेले होते. किती वेळ तशा गप्पात गेला, पत्ताच लागला नाही! पूर्वेला तांबडं फुटायला लागलं तेव्हा कळलं की अरे रात्र संपून उषःकाल सुरु झाला, तेव्हा नकळतच अरुंधतीच्या तोंडून, प्रिये पहा.... च्या ओळी आकारल्या अन दोघेही हातात हात गुंफून बरोबर उठली तिथून! पण पुन्हा परतायचं ठरवूनच!!

मग ती कँपसाईट ही जणुं तिची न माईकची भेटायची संकेताची जागाच झाली. कित्येकदा शनिवारी नेहमीच्या सिनियर्स ग्रुपचा कार्यक्रम संपला की माईक अरुंधतीला आग्रह करायचा, ''चल जरा बीचवर जाऊया की'', आणि अरुंधतीही त्याच्या आर्जवी आमंत्रणाला मान द्यायची. मग कित्येकदा रात्री खूप उशिरा ते घरी परतायचे. कधी कधी पावसात भिजूनही! परत आले की अरुंधतीच्या घरी कॉफी ठरलेली होती जणुं! एकदा अरुंधती माईकला म्हणाली, ''तुला चांगली इंडियन स्टाईलची कॉफी पाजली पाहिजे''. ''मग कर ना. तू पाजणार म्हणजे हेवनली असणारच'', माईक म्हणाला होता. मग तिनं छानपैकी वेलदोडा, जायफळ लावून भरपूर दुधात कॉफी पावडर घालून उकळून कॉफी केली होती....अशाच एका भेटीनंतर तिनं कधीतरी माईकला केशरी दूधही पाजलं होतं. त्यावर, ''वाव्ह, दिस इज वंडरफुली डेलिशियस'', हा त्याचा कॉमेंट असे. मग कधीतरी माईक वीकएंडला पण कॉल करायचा, ''आय ॲम इन द नेबरहूड, कॅन आय ड्रॉप बाय फॉर अ कप ऑफ कॉफी?'' त्याच्या लाघवीपणानं अरुंधती पण त्याच्या सहवासाच्या मोहात पडायची. आणि त्यांच्या गप्पा तर अशा रंगायच्या की बस! दोघांनीही भरपूर प्रवास केलेला, मग स्लाईड शोज ही चालायचे. माईक मिलिटरीत होता, त्याच्याकडे गोष्टींचा खजिना असायचा न अरुंधती चांगली श्रोता होती. मग काय विचारता? दोघांची अगदी चांगलीच मैत्री झाली. वर्ष सहा महिन्यातच त्यांना रोज एकमेकांना भेटल्याशिवाय, निदान फोनवर गप्पा मारल्याशिवाय चैन पडेनासे झाले. आपण आता या वयात पुन्हा प्रेमाबिमात पडलोय की काय या जाणीवेनं अरुंधती चमकली.... पण प्रेमाच्या थरारानं मोहरूनही गेली. मैत्रीपलीकडे यात काही नाही म्हणता म्हणता अरुंधतीचं मनच, ''व्हाय नॉट? आपल्याला माईक जीवनसाथी म्हणून मिळाला तर काय बहार होईल'' असा विचार करू लागलं.... मग त्याची चुणूक म्हणून कधी लवकर ब्रेकफास्टलाच भेटूयात म्हणून ती माईकला फोन करी . मग दुसऱ्या दिवशी पॅटिओवर छानपैकी ब्रेकफास्ट अरेंज

करी. मग कधी माईक तिला म्हणायचा ''तू आता इंडियात असतीस तर काय खाल्लं असतंस?'' अरुंधतीला हसायला यायचं. राजेश्रींना आता इंडियन खायची इच्छा झालेली दिसतेय. मग ती पटकन उपमा, शिरा, पोहे काही तरी करायची. कधी अगदी आधीपासून प्लॅन करून डोसा, वडा सांबार, वगैरे पण बनवायची.

जसजशा त्यांच्या गाठी भेटी वाढत गेल्या, तसतसा माईक शिवाय जगण्याचा विचार अगदी नकोसा वाटायला लागला अरुंधतीला! आणि मग त्याची मैत्री कसंही करून जपलीच पाहिजे हा भाव निर्माण झाला. त्यांची मनं जुळली होती. संबंध मानसिक पातळीवरच होते. क्वचित कधीतरी हातात हात घालून फिरणे किंवा पाठीवर थाप देणे इथवरच होते संबंध.... आणि अशात काल शेवटी अचानक माईकनी अरुंधतीला मागणी घातली होती. त्या सुंदर संध्याकाळी माईक तिला घेऊन त्यांच्या आवडत्या बीचवर गेला होता. अन सूर्य मावळत असतानाचे गहिरे रंग दोघांच्या डोळ्यात उतरत असताना पटकन गुडघ्यावर होऊन त्यानं अरुंधती पुढे रिंग धरत विचारलं होतं, ''अरु, आय लव्ह यू सो मच, विल यू प्लीज मॅरी मी?'' ''ओह, माईक! हाऊ रोमँटिक!'' एव्हढंच ती म्हणू शकली अन तिनं त्याला आलिंगन दिलं.... अन त्याच क्षणी तिच्या मनात जणू वीज चमकली. माईकलाही ते जाणवलं. ''यू टेक युवर टाइम डियर. आय डोंट वाँट टु रश यू''. तशाच भारलेल्या मनस्थितीत ते दोघे परतले होते आपापल्या घरी!

माईक एक पाऊल पुढे टाकू इच्छितोय, आपल्यालाही खरं तर आवडेल हा जीवनसाथी. इतकं छान जमलंय आपलं. अगदी मुरंबा मुरावा तसं नातं घट्ट घट्ट होतंय. पण.... माईकला आपलं एक गुपित माहित नाही आहे? ते कसं सांगायचं? त्यावर त्याची रिॲक्शन काय होईल? त्यानं समजूतदारपणा दाखवायलाच हवा असं आपण कसं काय गृहीत धरायचं? पण आपण नाही म्हटलं तर तो दुखावणारच आणि मग मी इतकी जीवापाड जपलेली मैत्री संपेलच.... आणि समजा आपण हो म्हटलं तर? तर दोघंही सुखाच्या अत्युच्च क्षणी असू आणि मग.... मग आपण त्याला सांगून एकदम परकेपणाच्या दरीत लोटून द्यायचं का? पण त्याला सांगायला तर हवंच.... मग आपण सांगितलं मॅस्टॅक्टोमीबद्दल आणि तो माघारी वळला तर.... तर आपली ही सुंदर जवळीक संपेल की काय? नातंच उरणार नाही का?

हीच एक चिंता अरुंधतीच्या मनाला खात होती. झोप तर यायची शक्यताच नव्हती, पण इतके दिवस माईकच्या स्वप्नांत रमणारं, जीवनसाथी शोधणारं मन एकदम धोक्याची घंटा वाजवीत होतं! काय करावं? कसं सांगावं त्याला? काय न कसं बोलावं म्हणजे आपलं इतकं आनंददायी नातं.... निदान मित्रत्व तरी कायम राहील? खरं तर आपल्यालाही माईकशी लग्न करून हे नातं बळकट करायला आवडेल.... पुढच्या पायरीवरचं सुख उपभोगायला आवडेल.... पण माईकची काय रिॲक्शन होईल?

कधी तरी गप्पांच्या ओघात माईकनं "सेक्स इज द अल्टीमेट कल्मिनेशन ऑफ इंटिम सी" असं विधान केलं होतं आणि त्यावर अरुंधतीनं म्हटलं होतं, "मे बी, बट देअर कॅन बी सम ब्युटीफुल इंटिमसी विदाउट सेक्स, यू कॅन हॅव अ सोलमेट विदाउट फिजिकल इंटिमसी". माईकनं तेव्हा, "ओन्ली टाइम विल टेल यू व्हॉट आय मीन", असं म्हणून हसून वेळ साजरी केली होती. आता त्याचा अर्थ अरुंधतीला कळला.... हा माईकच्या म्हणण्याचा अर्थ तिच्यापुढे येऊन उभा ठाकलाय जणू! आता ती वेळ येऊन ठेपलीय डिसिजनची. पण मनातली अस्वस्थता कमी होत नाही आहे, ना बेचैनी.... काय करू? कसं करू? ना कोणाला सांगता येतना विचारता.... ना आपलं आपण ठरवता....!!

अरुंधतीला असा अवघड प्रश्न पडलाय न त्याला सामोरं जायचं सामर्थ्य, मानसिक बळ अरुंधतीजवळ नाही आहे. पण हा अपोआप सुटणारा तिढा नव्हताच! माईकला काहीतरी उत्तर द्यायलाच लागणार होतं, आज नाही तर उद्या, फार तर! फार चालढकलही करता येणं शक्य नाही. आपल्या मॅस्टॅक्टोमीनं हा प्रश्न फार अवघड करून टाकलाय, एरव्ही माईकच्या मागणीला आपणही नसता का हसून होकार दिला? अरुंधतीचं मन आक्रंदत होतं. ज्या सुखाच्या क्षणांची आपण वाट पहात होतो, तो क्षण असा जीवघेणा खेळ आपल्याशी खेळेल असं अरुंधतीला कधीच वाटलं नव्हतं. पण हा असा पडलेला तिढा! हा कसा काय सुटणार? एक परमेश्वरच जाणे किंवा कदाचित परमेश्वरालाही तो सोडविता येणार नाही....

अवचित कधीतरी

अवचित कधीतरी कशी लागली ही चाहूल
कोण बरं आलं अवेळी न वाजविता पाऊल?
अगदी सहजपणे मनात इथे तिथे वावरू लागलं
मलाही अवगत नसलेली कवाड उघडू लागलं

उघडून नवीन दालनात त्यानं आपलं राज्य मांडलं
बिचकूनच जरा मन त्याच्याकडे पाहायला लागलं
असा कोण बंरा मनात हा अनाहूत पाहुणा आला?
माझ्याही नकळत मनात तो ठाण मांडून बसला?

बोल बोल म्हणून कितीदा त्याची केली आर्जव
काही झालं तरी तो मुळीच सोडेना मौन आपलं
बघता बघता कसा व्यापून टाकला सारा परिसर
कुठेही मुळी ना सोडली त्याने मोकळी जागा अणुभर

माझं सगळंच विश्व जणुं त्याच्यात सामावून गेलं
काय करावं ह्या आगंतुक पाहुण्याचं, मनाला सुचेना
केवळ अशक्य त्याला बाहेर काढणं, मुळीच ते जमेना
अखेर स्वीकारलं मनानं जराही विरोध न दाखविता

कसले हे आभास? कसे जाणवे न दिसणारे काही?
घालून भूल मनाला वावरू लागले ते सर्व दुरही?
जाणवते परी न दिसे काहीही स्पष्ट, भूत वा भविष्यही
आताच्या ह्या क्षणी तरी, जाणवे केवळ धूसर सारे काही

वर्तुळ

सांभाळून आहे मी माझ्या वर्तुळाची कक्षा
कधी उलट तर कधी सुलट चालतेच आहे

वर्तुळात कोण आहे बघायची झाली इच्छा
तर मग त्याच वर्तुळाची मी बनते त्रिज्या

वर्तुळाच्या दुसऱ्या टोकाला कोणी आहे उभे वाटले
तर मीच बनते त्याच वर्तुळाचा व्यास

पण परत सुरुवात होते फिरायला माझ्याच वर्तुळाच्या कक्षेत
कारण मला माहित असतो वर्तुळाचा परीघ

आणि माहित आहे की कक्षा न सोडणे
हा मुलभूत नियम आहे आपल्या सूर्य मालेचा

ज्याने त्याने आपले आपले वर्तुळ टिकविण्याचा
सूर्यमाला टिकून राहण्यासाठीच एव्हढे करण्याचा

१० फेब्रुवारी २००९

१०

महेफिल रंग लायी

जाग आल्यावर नेहमीप्रमाणे वैदेहीची नजर घड्याळाकडे गेलीच. बरेच वाजलेत की असा विचार मनात आल्यावरही, ठीक आहे.... सुट्टीच तर आहे, जरा लोळायला हरकत नाही असे मनाशी म्हणत तिने पांघरून गुरफटून घेतले आणि खिडकी कडे पाठ फिरवली. पण कालच्या मुशायऱ्यातील ओळी तिच्या मनात घुमत होत्या....

'चांदण्याच्या बरसातीतही होरपळतोय मी
ग्रीष्माच्या उन्हाप्रमाणे तळपणारं तुझं सौंदर्य पाहून,
हे मंत्रमुग्धे, मला आता ग्रीष्माचीच ओढ लागली आहे
जळून खाक होण्यातच माझी इतिश्री आहे'

किती सुंदर ही शब्द रचना! चांदण्याच्या बरसातीत होरपळतोय मी.... काय वेधक कल्पना आहे. काल रात्री कार्यक्रमाहून परतताना जाणवत होतं श्रावण असूनही पडलेलं शुभ्र चांदणं.... आणि या चांदण्यात होरपळून निघण्याच्या कल्पनेच्या प्रभावाने ती शहारून गेली होती.

वैदेही कवी होती, सहाजिकच शब्द वेडीही.... पुन्हा पुन्हा नवीन नवीन रचना, नवीन कल्पनांनी भारून जात होती.... त्या भारावल्यापणातून बाहेर पडून रोजच्या धकाधकीच्या जगात येण्याची इच्छाच नसायची तिची. साहित्याच्या विश्वात रमलेली असताना त्यातून आमटी भाजीच्या विश्वात येणं तिच्या जीवावर यायचं अगदी. ती एक वेगळीच धुंदी असे. अनेकदा तर बाह्यतः घरी ती रोजच्या व्यवहारात गुंतलेली असायची,.... कधी पोळ्या करताना, तर कधी केर काढताना, कधी डबे भरताना तर जेवतानाही तिच्या मनात गुणगुणत राहायची अनेक सुंदर गीते! गझला अन शायरी हे तर तिच्या खास आवडीचे वाङ्मयीन प्रकार. शब्दांचा सुरेख विणलेला गोफ गझलातून हलकेच उलगडत तिच्या मनात पिंगा घालायचा....

कालचा मुशायरा हा मराठीतील शायरांचा तिने ऐकलेला पहिलाच कार्यक्रम होता. तशा सुरेश भटांच्या गझलांची तिने पारायणे केली होती. पुण्या-मुंबईकडे किंवा कधी कधी नागपूरलाही असे कार्यक्रम झाल्याचे तिच्या ऐकिवात होते, पण प्रत्यक्षात इथे सांगलीत कधी मराठी गझलांचा कार्यक्रम होईल असे तिला स्वप्नातही वाटले नव्हते. हा कार्यक्रम कॉलेजच्या मराठीच्या नव्या विभाग प्रमुखांनी, डॉ. कुलकर्णी यांनी आयोजित केला होता. ते गेल्या वर्षी पुण्याहून बदलून आले होते. त्यांनी फर्ग्युसन कॉलेजच्या धर्तीवर इथे साहित्य विकास मंडळ नावाचे विद्यार्थी प्राध्यापक एकत्र असलेले एक मंडळ स्थापन केले होते. ह्या मंडळातर्फे सांगलीबाहेरूनही साहित्यिक बोलावून कार्यक्रम आयोजित करण्यात त्यांचा पुढाकार असे. एकदा सांगलीकरांचे स्थानिक कवी सम्मेलन आयोजित केलं होतं. वैदेही त्याच कॉलेजची विद्यार्थिनी होती, तेव्हापासूनच कविता करीत असे.... तिला त्यामुळे कवी सम्मेलनाला बोलाविले होते. तेव्हा प्रा. कुलकर्णींची ओळख झाली होती. त्यांना तिच्या कविता आवडल्या होत्या. तिच्याशी काव्य गायनानंतरच्या चहापानाच्यावेळी चर्चा चांगलीच रंगली होती मराठी कवितेतील गेयता कमी होत चालली आहे. रुक्ष कविता, मुक्त छंद, विषय, अशा अनेक विषयावर विद्यार्थी सरसावून चर्चा करीत होते. ठराविक साच्याच्या विरही गीत वगैरे सारख्या कविता करणे म्हणजे बुर्झ्वा आहे असे मत विद्यार्थ्यांनी व्यक्त केले तेव्हा तिने आणि प्रा. कुलकर्णींनी कविता हे जीवन गाणे आहे असा मुद्दा उपस्थित करून परोपरीने उदाहरणे दिली होती. जाज्वल्य असे काहीतरी

मांडणे किंवा 'रस्ता उभ्याने थरथरत होता', किंवा 'सूर्य लाचार दिसला' वगैरे म्हणजे नेमके काय म्हणायचे असते नवकवींना? असे प्रश्नही टाकले आणि कोणीच त्याला उत्तर देऊ शकले नव्हते. वैदेहीने तेव्हा असेही विधान केले होते की, काही कवी उगीचच नवीन कल्पना राबवायला बघतात आणि जर ती लोकमान्य नसली तर ती कालबाह्य मात्र नक्कीच वाटते. आज हे सगळे आठवीत असताना तिला कालची शायरी पुन्हा पुन्हा आठवीत होती.... प्रेम कल्पना हा तर शायरीचा गाभा, पण तसे म्हटलं तरी चांदण्यात होरपळण्याची काल्पना ही अशीच नवीन कल्पना.... पण ती तर मनात घट्ट रुतून बसली.... शायर होते विकास तानपुरे.... कसलं विचित्र आडनाव हे! तिला वाटून गेलं. पण त्यांची शायरी मात्र तानपुऱ्याला शोभणाऱ्या लयीत किणकिणाटात गुणगुणल्या सारखी वाटत होती. आवाज ही म्हटलं तर भारदस्त.... ते पी.डब्ल्यू.डी. त होते आणि नुकतेच सांगलीत बदलून आले होते. 'पी.डब्ल्यू.डी. सारख्या रुक्ष डिपार्टमेंट मध्ये काम करणारा कोणी शायरी करेल असं स्वप्नात तरी वाटेल का कोणाला?' वैदेहीच्या मनात आले. 'खरंच मग तू तर सांगली नगरपालिकेत एक कारकून बाई पण कविता करतेसच ना?' आणि तिला विकास तानपुरे बद्दल जास्तच आदर वाटला. कार्यक्रमानंतर थांबून ती मुद्दाम त्यांच्याशी बोलली होती. तिचं नाव ऐकल्यावर ते म्हणाले 'ओ म्हणजे पावसावर कविता लिहिणाऱ्या वैदेही म्हणजे तुम्हीच का? मला आपलं वाटलं होतं की कोणीतरी हे टोपण नाव घेतलं असावं.... तुमचं तर नावच वैदेही आहे. छान नाव आहे.... वेगळं एकदम.' विकासच्या या म्हणण्यावर ती लाजली होती. आजवर कोणीच साहित्यिक तिच्या नावाला चांगलं म्हणाला नव्हता. शिवाय ह्यानं चक्क आपल्याला आपल्या कवितांवरून ओळखलं! 'तुम्ही कुठे ऐकल्यात पावसाच्या कविता?' तिने आश्चर्याने विचारले 'अहो तुमचं पुस्तक आहे माझ्याकडे! चक्क पैसे टाकून विकत घेतलंय....' 'अरे वा हो का म्हणजे तुम्हाला साहित्यात बराच रस दिसतोय' सगळ्या साहित्यात नाही म्हणता येणार, पण कवितात त्यातही शायरीत नक्कीच आहे.... सुरेश भटांना मी फार मानतो आणि गालिब तर काय आमचं दैवतच....' 'माझाही' वैदेही म्हणाली, 'मग काय छानच जुळेल आपलं.... पुन्हा एखादी मैफिल जमवली पाहिजे. तुमचा फोन नंबर देता?' विकास म्हणाले होते, 'हो जरूर' म्हणून वैदेही ने फोन नंबर दिला. पण नंतर तिला वाटले आपण चक्क अनोळखी माणसाला आपला फोन

नंबर दिला की काय? वैदेही चुळबूळली होती. पण बाण तर भात्यातून सुटला होता.

नंतरच्या आठवड्यात विकासचा फोन आला होता. 'काय म्हणताय? नवीन काही लिहिलत?' आज पर्यंत कोणीच इतक्या आस्थेने वैदेहीच्या लेखनाची चौकशी केली नव्हती! अगदी नवऱ्यानी सुद्धा नाही. वैदेहीला एकदम उत्साही वाटलं म्हणाली 'लिहिल्यात ना दोन तीन, पावसाळा संपत आलाय ना, माझा आवडता सिझन हा?'....'तुमच्या मनात अजूनही रेंगाळतोयसा दिसतोय तर!, गुड' हसत हसत विकास म्हणाले होते, 'मग बघू यात कधी ऐकायचा योग येतोय ते!' त्यानंतरच्या आठवड्यात गणपती होते. अख्ख्या सांगलीत धामधूम असते गणपतीची. संस्थानच देवस्थान ना ते? गणपतीच्या देवळातही चिक्कार गर्दी होती. हा चिंतामणी नवसाला पावतो म्हणे सासूबाई म्हणाल्या होत्या. त्या विट्याहून मुद्दाम गणपतीसाठी आल्या होत्या त्या म्हणाल्या होत्या चल माझ्याबरोबर वैदेही. गणपतीला नवस बोलायचाय मला, नातू हवा म्हणून. खरं तर वैदेहीचा अशा गोष्टींवर विश्वास नव्हता. लग्नाल दहा वर्षे झाली तरी तिला मूल बाळ नव्हते.... डॉक्टर झाले, वैद्य झाले, पण काही उपयोग नव्हता. वैदेहीत काही खोट नव्हती. वैदेहीचा नवरा राम जुनाट मताचा होता, तो तपासून घ्यायला पण तयार नव्हता. वैदेहीने मध्ये एकदा सुचविले की आपण एखादे मूल दत्तक घेवूयात, नात्यातलं, ओळखीचं, कुणा गरीबाचं मूल आपण वाढवूयात.... पण ते पण रामला पसंत नव्हतं, आईला नाही आवडणार म्हणून त्याने टोलवून लावलं होतं. आता सासूबाई चिंतामणीला नवस बोलणार होत्या म्हणून तर तिला त्या घेऊन गेल्या होत्या. देवळाची दिव्यांची आरास दुरूनही छान दिसत होती. रात्री करमणुकीचा कार्यक्रम पण असणार, गर्दी होतीच. वैदेही नगरपालिकेतून आल्यावर दोघीजणी गेल्या होत्या. देवदर्शन झाल्यावर बाहेर पडल्या तर मेन गेटच्या कोपऱ्यावर विकास उभा होता त्याच्या जीपजवळ.... तो पुढे येऊन बोलला. वैदेहीने सासुबाईंची ओळख करून दिली तर त्यांच्याशी पण तो गप्पा मारत होता. विट्या जवळच्या धरणावर त्याचं काम चालू होतं म्हणाला. परतीला त्यांना हवं तर जीपनी सोडू शकणार होता.... सासूबाई तर खुशच झाल्या. परत जाताना त्याला म्हणाल्या 'वैदेही हे एव्हढे मोठे एक्झिक्युटिव्ह इंजिनियर कुठले ग तुझ्या ओळखीचे? तुझ्या माहेरच्या ओळखीतले दिसताहेत, नाहीतर एव्हढे अगत्य कोणाला आहे हल्लीच्या दिवसात?

अगो, त्यांना जेवायला बोलावून घे परवा तेरवा, आपण नाहीतरी नैवेद्याला पक्वान्न करतोच. दोघांनाही बोलावं बरं का, अनायासे मेहूण होईल गणपतीला.' वैदेहीला काहीही बोलू न देता सासूबाईंनी सुचविले होते. म्हणून मग वैदेहीनं फोन केला होता, 'विकास तुम्ही परवा जेवायला येऊ शकाल का? आईंची इच्छा आहे तुम्ही दोघांनीही यावं अशी!' 'अहो ब्राम्हणो भोजन प्रियः, अन्नाला नाही म्हणू नये. पण एकटाच येईल चालेल ना? कारण सौ. अद्याप पुण्याहून हलल्या नाहीत इकडे, आल्या तर आणीनच त्यांनाही.' विकास म्हणाला होता. 'हो हो, नक्की या बरं का आम्ही वाट पाहतोय' वैदेही म्हणाली. 'जनाब आपने बुलाया और हम ना आये? और आप इंतजार भी करेंगे तो आनाही पडेगा....' विकास ने शायरीच्या भाषेत उत्तर दिलं होतं. त्यालाही काहीतरी काव्यात उत्तर द्यावं असं मनात येऊनही वैदेही गप्प बसली. नुसतच ओ.के., म्हणून तिनं फोन ठेवला होता.

विकास चांगलेच गप्पिष्ट होते जेवताना इतक्या गप्पा मारत होते. त्यांच्या कामावरच्या गोष्टी सांगत होते. कोणता इंजिनियर कसे पैसे खातो हे सांगत होते. सासूबाई तर एकदम खुश होत्या. आग्रह करून करून विकासला पुरणाच्या पोळ्या वाढत होत्या.तेहि मनापासून जेवले. वर दक्षिणा मिळणार ना? म्हणून विचारून हसत सुटले. 'चला आई, निघतो तुम्हाला कधी जायचय विट्याला ते कळवा म्हणजे मी तशी टूर ठरविन' विकास निघताना म्हणाले. 'मी जाईन हो एस.टी. ने.' सासूबाई म्हणाल्या तशी ते लगेच म्हणाले, छेः छेः, आता मी इथे असताना तुम्ही कश्या एस.टी. ने जाल? काय राम भाऊ, तुम्ही पण चलणार का? शनिवारी जाऊ या रविवारी संध्याकाळी परत, काय?' विकास म्हणाले. मग रामभाऊंनाही ती कल्पना आवडली. 'हो आईचं ठरलं की जाऊयात आपण, नाहीतर तुमचं ठरेपर्यंत आईला ठेऊन घेईन.' ते विकासला निरोप देताना म्हणाले. रामभाऊंनी नंतर परोपरीने चौकशा केल्या वैदेही कडे विकास बद्दल, पण तिला सासूबाईंनी सुचविले होते तेच.... तीच ओळख तिने पुढे चालविली. 'अहो, दादाच्या ओळखीतले आहेत ते, पुण्यात एकदा भेट झाली होती आणि आता ते इथे बदलून आले आहेत ना? गणपतीच्या देवळात भेटले परवा तेव्हा कळालं.' 'चला, बरं झालं आईला आरामात जीपने विट्याला जाता येईन.' रामभाऊ म्हणाले, 'आपण पण जाऊयात बरं का गं? साधा वाटला माणूस. एव्हढा ई.ई. आहे पण गर्व बिर्व दिसत नाही, नाही का गं?' 'हो न,' विकासला

सर्वांनी कुटुंबात सामावून घेतले आणि आपल्या माहेरचा माणूस ठरवलं ह्याची वैदेहीला गंमत वाटली. म्हणजे आता वरचेवर विकासच्या गाठी भेटी होणार तर! तिच्या मनात आले, बरे झाले, ह्यानिमित्ताने आपल्याला एक चांगला रसिक श्रोता मिळणार तर!

मग नंतरच्या आठवड्यात विकासचा फोन आला, 'मी पुढच्या शनिवारी इन्सपेक्शन व्हिजीटला विट्याला जातोय, येताय ना? सकाळी सात ला निघू आणि तुमच्या काही नवीन कविता घेऊन या मी पण आणीन माझ्या! जाता येताना गाडीत तरी ऐकता येतील.' या निमित्ताने वैदेहीने विट्याला जाताना दोन नवीन कविता घेतल्या होत्या. पण त्यांना घरी सोडून विकास लगेच धरणावर गेले होते. जेवायला या रात्री म्हटले सासूबाईंनी, तर म्हणाले उद्या दुपारी येतो, पाच साडेपाच पर्यंत पोहे खायला, मग परत जायला निघू आम्ही. परत येतानाही रामभाऊ आणि विकासच्या गप्पा चालल्या होत्या साखर कारखान्यांच्या राजकारणावर. मग वैदेही जीप मध्ये मागे छानपैकी डुलक्या काढत राहिली. पण सांगलीच्या अलीकडे एका डाक बंगल्यावर गाडी घेतली ड्रायव्हरने. विकास ने फोन करून जेवण तयार ठेवायला सांगितले होते तिथे. 'काय रामभाऊ कोंबडी खाणार का?' विकासने विचारले. 'छेः छेः, मी नाही कधी खाल्लं नॉन व्हेज' इति रामभाऊ. अहो थोडासा रस्सा तरी घेऊन बघा. नाही तर खानसाम्याला बटाट्याची भाजी आणि वरण करायला सांगितलेलच आहे म्हणा.... काय वैदेही तू बघणार का चाखून?' विकास म्हणाले. दोघांनीही नको म्हटल्यावर म्हणाले, ''अहो इथला खानसामा फार सुंदर बनवितो थोडासा रस्सा तरी घ्याच. मग दोघांनीही थोडा थोडा रस्सा घेतला आणि चव तर छानच आहे म्हणाले. विकासने लगेच खानसाम्याला बोलावून सांगितले या साहेबांना पुढच्यावेळी कोंबडी वडा खाऊ घालायचा बरं का रे? विकासचा तिथला रुबाब पाहून रामभाऊ आणि वैदेही दोघेही दबल्यासारखे झाले होते. 'काय वैदेही, ऐकवणार का आता नवीन कविता?' त्यांनी विचारले 'पुढच्यावेळी' वैदेही रामभाऊकडे बघत म्हणाली, तुम्हीच ऐकवा तुमची नवी शायरी....' नवीन काही नाही लिहिल्या सध्या पण मला आवडलेल्या काही कल्पना किंवा कवितांच्या ओळी ऐकवतो....

'काढ सखे गळ्यातील तुझे चांदण्याचे हात,
क्षितिजाच्या पलीकडे उभे दिवसाचे दूत

'कोणाची आहे सांग बघू वैदेही.' 'अहो ही तर कुसुमाग्रजांची' वैदेही लगेच म्हणाली. 'वा वा! छान तयारी आहे हं तुझी' विकास म्हणाले. आणि मग कितीतरी वेळ भेंड्या खेळल्यासारखे ते एकमेकांना ओळी ऐकवीत राहिले. 'विकास ही कोणाची आहे ओळखा बघू.... कुण्या देशीचे पाखरू माझ्या अंगणात आले' वैदेहीने म्हणताच विकासनी पुढची ओळच पुरी केली 'त्याचे पंख परदेशी.... परी ओळखीचे डोळे' काय सुंदर आहे ना? पण कोणाची आठवत नाही, मंगेश पाडगावकर ना? विकास म्हणाले. 'नाही नाही ही आहे सुधीर मोघ्यांची' वैदेही हसत म्हणाली. 'चला निघुयात उशीर होतोय,' रामभाऊ म्हणाले. त्यांना या विषयात मुळीच इंटरेस्ट नव्हता. 'वैदेही तुम्ही ही कविता अनुराधा पौडवाल ने म्हटलेली ऐकली आहे का?' 'नाही बाई' असे वैदेहीने म्हणताच 'ऐकायलाच हवी तुम्ही'....म्हणत विकासने ड्रायव्हरला पुन्हा जीप रस्त्याच्या कडेला घ्यायला सांगितली आणि जीपमधल्या टेपरेकॉर्डर वर एक नवी टेप घातली. 'ऐका तर खरी, ही टेप म्हणजे जादू आहे अगदी!' आणि कधी नव्हे ते रामभाऊंनी पण ते गाणं एन्जॉय केलं.... तसा त्यांना गाण्यात रस होता, पण तो फक्त शात्रोक्त गाण्यात. हे भावगीत म्हणजे.... पण शात्रोक्त पद्धतीवरच आधारलेली आहे रचना त्यांनी स्वतःचे समाधान करीत म्हटले.... वैदेहीने मग सगळ्यांची तंद्री भंग करीत म्हटले 'सॉरी, आता चला, पुन्हा कधीतरी शांतपणे ऐकूयात.' 'ओ. के. दॅट विल डू' विकास म्हणाले.....'पण जेवायला घालायला लागेल' 'जरूर पण आम्ही आपले ब्राम्हणी वरण भात करणार.' वैदेही म्हणाली, 'चालेल हो, काहीही चालेल.... पिठलं भाकरी करा हवीतर.... काय हो रामभाऊ?' 'हो.... हो' रामभाऊ म्हणाले.... ते बहुतेक फुकट्या जीपच्या प्रवासाने खुशीत होते. करतो मी तुम्हाला फोन. घरी उतरताना रामभाऊंनी आश्वासन दिले.

'पुढच्या आठवड्यात मी विकासना बोलावतोय गं, शनिवारी तुला सुट्टी आहे ना? फोन उचलत रामभाऊ वैदेहीला म्हणाले, आणि हे बघ पिठलं भाकरी तर करच, पण बरोबर भरीत कर दह्यातलं, नाही तर कोळाचं. तुझं भरीत मस्त होतं, काय गं?' रामभाऊंचा उत्साह पाहून खरी तर वैदेही चकित झाली होती. फोन झाल्यावर ते म्हणाले अगं, त्यांची बायको आणि मुलगी पण असतील बहुधा त्यावेळी इथे, त्यांना पण घेऊनच येतो म्हणाले. तू ओळखत असशील न त्यांना? 'नाही बाई, कधी भेट झाली नाही, या निमित्ताने होईल आता. नाही

का?' वैदेही म्हणाली. 'आणि वैदेही, तुझ्या चांगल्या दोन चार कविता पण तयार ठेव हं, आपलं पण चांगलं इम्प्रेशन पडलं पाहिजे विकासवर काय? काय म्हणतोय मी?' रामभाऊंनी त्यांच्या पद्धतीने विचारले. 'हो वाचीन मी पण एखादी कविता, पण इम्प्रेशन पडेल की नाही कोण जाणे?' वैदेही म्हणाली, पण मनोमन तिला माहित होते की विकासवर आपल्या कवितांची छाप आधीच पडलेली आहे. रामभाऊंच्या वर तर विकासची फारच छाप पडली होती. कधी नव्हे ते त्यांनी वैदेहीच्या कवितेची दखल घेतली होती. वैदेहीच्या पाककौशल्याचे कौतुक केले होते. वैदेही तेव्हढ्याने खुश झाली अलीकडे ते दोघेच दोघे असल्याने अन रामभाऊंच्या गप्प गप्प बसण्याने तिला जरा संसार नीरस वाटायला लागला होता. आता विकासवर भापण्याच्या निमित्ताने का होईना रामभाऊ पण संसारात रस घेऊ लागले होते आपल्या चांगल्या गोष्टी हेरताहेत, त्यांचा उल्लेखही करताहेत यामुळे वैदेहीला नव्याने हुरूप आला.

आपल्याला विकासचा सहवास आवडतो, त्याची शायरी, साहित्यातील अमाप रस.... कित्येक कवितांचे पाठांतर आणि त्यातच आपल्या कवितेला त्याने दिलेले स्थान, त्याच्या वागण्या बोलण्यातला मोकळेपणा यामुळे वैदेही हरखून गेली होती. तिच्या प्रतिभेला जणुं नवीन पालवी फुटत राहिली ती स्वतः जणुं काय उमलायला लागली होती. तिने नवी कविता करावी अन स्वतःशीच गुणगुणावी. किंवा विकासने दिलेल्या वेगवेगळ्या हिंदी, मराठी गझला, कविता यांच्या टेप्स ऐकण्यात तिच्या संध्याकाळी रंगीन व्हायला लागल्या होत्या. एक नवाच ठेवा तिला विकास मुळे लाभला होता. त्याचबरोबर विकासवर भापण्याच्या प्रयत्नात रामभाऊ पण काव्यात, गझलींमध्ये रस घेऊ लागले होते अर्थात त्यात मुरलेल्या विकासची सर त्यांना कुठून येणार? पण निदान त्यांनी रस घ्यायला सुरुवात तर केली होती.

विकासने सुचविल्यावरून त्यांनी महिन्याच्या पहिल्या नी तिसऱ्या शनिवारी एकत्र भेटायला सुरुवात केली होती. जीप पण ताब्यात असल्यामुळे जवळपास पिकनिकला, कधी नरसोबाच्या वाडीला, तर कधी जवळपासच्या एखाद्या बंधाऱ्याला असे ते जात असत. रविवारी विकास पुण्याला घरी जात असत त्याची फॅमिली अजून पुण्यातच होती. मग ते बहुतेक करून वाटेतल्या व्हिजीट्स वगैरे

करून गुरुवार पर्यंत सांगलीत परत येत असत. असाच एकदा त्यांचा फोन आला नवीन टेप आणलीय यादे नावाची, इतक्या सुंदर रचना आहेत की तू खुश होशील वैदेही, परवा भेटूयात. मग दुसऱ्या दिवशी आले सकाळीच, घाईघाईत टेप देऊन, 'ही तुझी टेप, चला जरा घाईत आहे आता निघतो उद्या संध्याकाळी कुठेतरी कृष्णामाईच्या शांत काठावर जाऊयात येतो, तयार रहा संध्याकाळी' म्हणून विकास गेले. ते गेल्या गेल्याच लगेच वैदेहीने टेप लावली.... पुन्हा पुन्हा ऐकली. गाणी फारच सुंदर होती अगदी आगळी वेगळी.... काव्य रचना कोणाच्या होत्या कोण जाणे. त्यातली एक दोन गाणी तर तिला फारच आवडली. अगदी मागेच लागली तिच्या.... 'गूंज रहा है दिलमे न जाने कबसे तुम्हारा नाम.' कृष्णाकाठी बसल्यावर, इडली चटणी काढता काढता वैदेही गुणगुणत होती विकासने पुढची ओळ पुरी केली 'आओ रस्ता देख रही है गहरी निली शाम, काय मस्त कल्पना आहे ना? गहरी निली शाम.... आपण कातर वेळ म्हणतो, संधीप्रकाश म्हणजे काळसर.... पण निली शाम, वाह भाई! विकास खुशीत म्हणाले. 'कोण हो कवी आहे? की तुमचीच आहे?' रामभाऊ म्हणाले. 'छेः हो इतका प्रतिभावान मी नाही आहे, वैदेहीला सुचतात अशा अंतरंगी भिडणाऱ्या कल्पना, तुम्ही ऐकली असेल ना ती वैदेही ची खास लाडकी 'पावसाच्या झिम्म्याची' कविता? विकासने लगेचच ती कविता म्हणायला सुरुवात केली....

'सोनसळी टेकडी निळीजांभळी रंगते
गच्च भरलेल्या मेघांशी झिम्मा खेळते
त्याने शहारून बिजली लकाकते,
अन पावसाची बरसात धरणीवर होते'

वाहवा! वैदेही काय सुंदर आहे ही कल्पना.... मस्त तुझ्यावर शब्द श्री शारदा प्रसन्न आहे बुवा अगदी! 'आणि तुमची ती चांदण्यात होरपळण्याची कल्पना ती तर किती बहारदार आणि दर्जेदार आहे' वैदेही म्हणाली, 'कुठली हो?' रामभाऊंनी इंटरेस्ट दाखविण्याचा प्रयत्न केला.... पण त्या दोघांचे लक्ष नव्हते. 'विकास, नवीन काही? असे वैदेहीने विचारल्यावर विकास म्हणाले.... 'एक एकदम डाउन टू अर्थ कल्पना आहे हल्ली डोक्यात.... ऐका हं मंडळी....

‘तुझ्या गोऱ्या नाजूक पावलांवरची चिखलाची नक्षी
मेहेंदी चितारलेल्या हाताचा उतरवतात नक्षा,
आणि थकलेल्या चेहऱ्याची बट सावरतानाचा,
तुझं कणिकेत माखलेला पालथा हात,
जगातील सर्व झुल्फांना करवतो नतमस्तक.’

‘फारच विरही मनातून दिसतेय ही कल्पना?’ वैदेही म्हणाली, ‘अगदी रोजच्या जीवनाला स्पर्शून जाणारी.’ ‘अगं त्यांना वहिनींची आठवण अशी कशाला येईल? एव्हढे मोठे साहेब हे, वहिनीसाहेबांचे हात कशाला कणिकेत माखत असतील? ही केवळ कवी कल्पनाच आहे की नाही हो, विकास?’.... रामभाऊ म्हणाले, त्यावर विकास नुसतेच हसले होते.... विकास काल सकाळी आले होते, तेव्हा वैदेहीच कणिक माखल्या हाताने तशीच दार उघडायला गेली होती ते तिला एकदम आठवले.... हा माणूस सगळ्याच गोष्टी कवीच्या नजरेतून टिपणारा दिसतोय. वैदेही मनात म्हणाली.... ‘चला उशीर होतोय निघूया ना’ म्हणत ती उठायला लागली तसे रामभाऊच म्हणाले, कशाला घाई इतकी? छानपैकी कृष्णामाईच्या घाटावर बसलोय तर तुझी आपली घरी परतायची घाई.... तुझं काय तान्हं रडतय?.... या शब्दांनी वैदेहीचं मन घायाळ झालं.... तिचा चेहरा एकदम पडला.... रामभाऊंचं लक्ष नव्हतं मग विकास नी जरा तिचा मूड बदलायला म्हटलं वैदेही हे ऐक,

‘पौर्णिमेच्या चंद्रबिंबाला ग्रासू बघताहेत ढग,
ते पण जणुं हळूच लपतय घेऊन ढगांचा घुंगट,
पण पौर्णिमा ती पौर्णिमाच, तिला ढग काय ग्रासणार?
घुंगटाच्या आडूनही ती चांदण्याची बरसात करणार....’

‘विकास आज फार विरही कल्पना सुचताहेत तुम्हाला? उद्या तर घरी जायचेच आहे ना?’ वैदेही म्हणाली.... जाने दो यार.... विकास जरा गप्पच राहिले.... मग एक निश्वास सोडून म्हणाले, तुम्हाला एक बातमी द्यायचीय.... माझी पुण्याला बदली झालीय सोमवारी तिकडे रुजू व्हायचय.... मग जरा उत्साह दाखवत म्हणाले ‘पण आपल्या मैफिली चालूच ठेवायच्या बरं का.... निदान वर्षातून दोन चार वेळा तरी.... काय?’ रामभाऊ लगेच म्हणाले, ‘अहो तुम्हीच

येत जा टूर काढून, आम्हाला कसलं जमतय उठून येणं पुण्याला?' 'का तुमचं काय तान्हं रडतय का घरी?' वैदेही तडकून म्हणाली. सगळेच एकदम स्तब्ध झाले....

आज विकास ने आपल्याला 'यादे' टेप का दिली याचा वैदेहीला उलगडा झाला. त्यातली दोन तीन गाणी तिला विशेष करून आवडली होती त्यातलंच एक गाणं पुन्हा आठवलं.... 'जब गीत हवाओने गाये तुम याद आये'....विकासचा पुण्यातील फोन नंबर तिने घेतला होताच 'नक्कीच आपण मैफिल जमवूयात.... जेव्हा जशी जमेल तशी,' म्हणत.... कश्या काय जमतील या मैफिली कोण जाणे? वैदेहीच्या मनात आले. पण आता वैदेहीच्या मनात रंगलेल्या मैफिलींना कोणी थांबवू शकणार नव्हते, 'यादे' टेप वरची ही गाणी तिच्या मनात रंगून राहिलेल्या मैफिलीची साक्षीदार होती. पण आता या मैफिली स्वप्नवत होणार होत्या 'सारे सपने कही खो गये, हाय हम क्या से क्या हो गये' हे गीत ऐकताना डोळ्यात पाणी जमणारच होते.... किंवा 'जरा जरासी तेरी बाते मुझको याद आती है' हे होतच राहणार होतं. पण ती आता ह्या स्वप्न मैफिली सजवत राहणार होती. त्यातून फुलत राहिलेली आपली प्रतिभा, जाणकाराकडून मिळालेल्या दादे मुळे तिच्या कलावंत मनात जागलेला स्फुल्लिंग जागता ठेवायला हवा होता. विकासचे प्रोत्साहन हे तिच्या प्रतिभेला सतत मिळणारं आव्हान होतं. ते ती जिवंत ठेवणार होती.... मनात रंगलेली ही खास रंगीन मैफिल ती अगदी प्राणापलीकडे जपून ठेवणार होती अगदी अलगद.... अगदी जशीच्या तशी.

अवलिया

अवलिया अवलिया.... कोण बरे हा अवलिया?
माझ्या मनात कुणी गुणगुणलं, कोण बरे हा?.... धृ....

कुणी छंदी फंदी तर नव्हे? छेः छेः
बेछूटपणे सर्वांना धिःकारणारा? छेः छेः
सर्व जगाला झुगारून देऊन
कसल्या तरी वेडात बुडून जाणारा तर नव्हे? छेः छेः
अवलिया अवलिया....

हा तर रसरसून जीवन जगणारा
निर्भीडपणे जगाला समोरा जाणारा
अंगावर कोसळणाऱ्या संकटांनाही
'या, मी वाट पाहतोय' म्हणणारा
अवलिया अवलिया....

अल्प स्वल्प सुखांचा सुखसागर निर्मिणारा
दुःखानाही सुखाचे मोजमाप लावून झेलणारा
हा अवलिया तर तुमच्यातला माझ्यातला
पण मग तो आहे तरी कुठे लपलेला?
अवलिया अवलिया....

तो दबलाय वटारलेल्या नजरांच्या धाकानी
मूग गिळून बसलाय जुलुमी रुढींनी
तो हतबल, हताश करणाऱ्या परिस्थितीनी
ओळख पटते त्याची, पण दाखविता येत नाही
अवलिया अवलिया....

मग आता माझ्या मनातली गुणगुण
लावेल जेव्हा माझ्यामागे भुणभुण

तेव्हा तो फणा काढून उठेल नागासारखा
बेफाम वाऱ्याशी झिम्मा खेळत उधळून जाईल
अवलिया अवलिया....

उधाणलेल्या सागरातून उचंबळत राहील
कडाडणाऱ्या विजेच्या लोळात जळून राख होईल
न त्याच राखेतून फिनिक्स सारखा
निळ्या भोर आभाळात भरारी घेईल
अवलिया अवलिया.... हाच तर तो अवलिया
जाणवेल तेव्हाच मला आणि तुम्हाला....

१३ जून, २००५

कॅलिडोस्कोप

निरखून पाहताना कॅलिडोस्कोप आयुष्याचा
नजरेपुढे उलगडला पिसारा, रंगीबेरंगी दिवसांचा
रेशीम कोशातल्या, मखमली, उबदार बाळपणाचा
हलक्या पावलाने वावरणाऱ्या, फुलपाखरी यौवनाचा

नजरेने टिपू जाता कणकण त्या नक्षीतले
पाहता पाहता भरून येऊन, डोळे वाहू लागले
असे कसे हे हळूवार असलेले, हे क्षण हलके
झाले जड शीळ अन् पाऊस होऊन बरसले?

ज्या साऱ्या क्षणांचे, असे न पेलणारे ओझे झाले,
ते सारे क्षण होते, केवळ तुझ्याविना घालविलेले
पुढे न सरकता आयुष्य जणुं तिथेच थांबून राहिले
आणि कॅलिडोस्कोपातील सारे रंग रुसून निघून गेले.

पण त्याच क्षणानी जेव्हा तुझ्याशी नाते जोडले,
कॅलिडोस्कोपातही न दिसेल असे इंद्रधनुयी स्वप्न फुलले.
माझे सारे आजचे क्षण उद्याच्या स्वप्नात रंगून गेले,
अन् सारे जीवनच पुन्हा पुन्हा स्वप्न कणांनी बहरत राहिले.

लोलक

आज सकाळी सकाळी मला माझा लोलक सापडला
इतके दिवस इतकी वर्षे दिसेनासा होता झाला
ना कधी दिसला दंव बिंदुतून ना सरीतील थेंबामधून
नाही दिसला अस्तमानी मेघमालांच्या पताकातून

एक चमचमता बिंदू तृण पात्यावरचा
त्यातून उमले लोलक अथांग रंगांचा
या लोलकातून सगळे जगच दिसले रंगीबेरंगी
आकाशही बनले जरा जास्तच निळे अस्मानी

हिरवी हिरवी लुसलुशीत गवताची पाती
मध्येच उमलली रानफुले पिवळी जांभळी गुलाबी
त्यावर उडणारे चतुर रंगीबेरंगी पारदर्शी
अन फूलपांखरे अनंत रंगी भिरभिरणारी

अवघे रान भोंवतीचे सुरेख गर्द वा फिके
हिरवाई लेवून पांखरांच्या स्वागता सजले
लोलकातून दिसणारे पक्षी निळे, लाल, हिरवे
शुभ्र पांढरे, करडे, राखाडी, तपकिरी, पारवे

सरीतुनी खाली उतरणारा एक नाचरा थेंब
दाखवितो सूर्य किरणातून सुंदर इंद्रधनुचा खेळ
सूर्यास्तासमयी आकाशी रंगीत मेघमाला
जणुं नभांगणी सजती झुलत्या पताकांच्या माला

हे असे कित्येक आविष्कार भोंवतालीचे
बघायला हवे मन तितकेच आरस्पानीचे
तरल हवी सारी सारी सूक्ष्म, अतीव संवेदना
तरच गवसेल तुम्हाला तुमचा लोलक जादूभरा

१० जुलै, २०१३

११

दुसरेपण

रात्रीपासून एकच एक विचाराने मालिनीला हैराण केले होते. कारण काल स्वतःच्या भविष्याविषयी विचार करत असताना आईने एकदा तिच्या मोठ्या आत्याविषयी काढलेले उद्गार तिला आठवत होते. मोठी आत्या श्रीमंत घरात दिली होती, पण तिच्यात आणि तिच्या यजमानामध्ये सतरा वर्षाचे अंतर होते. मालिनीला तर ते आतोबा पहिल्यापासून म्हातारेच पाहिलेले आठवत होते. मालिनी १० वर्षाची असताना ते वारले. आत्याला पहिल्यापासूनच फार नीटनेटकेपणाची सवय होती.... स्वतःतच ती बरीच रमत असे.... माहेरी आली की तिचा तोरा असे.... म्हणजे आई तसे म्हणायची.... 'वन्सना काय, नवऱ्याच्या कोडाची, दुसरेपणाची, म्हणून सासरी कोणी बोलायला नको.... माहेरी तर काय लेक लाडकीच.... नुसता नट्टापट्टा केला की झाले आणि नुसते बसून हुकुम सोडतात. इथे काय कोणी नोकरचाकर लागलेत का?' हे दुसरेपणाचे कोडे मालिनीला पडले होते. मालिनीने शेवटी एकदा आईला विचारले होते, मनाचा हिय्या करून की, 'आई गं, दुसरेपणाची म्हणजे काय?' आणि आई म्हणाली होती 'अगं पूर्वी पहिली बायको मेली किंवा टाकली असली की पुरुष पुन्हा लग्न करायचे त्या

बायकोला दुसरेपणाची बायको म्हणत. बाई गं, ह्या दुसरेपणाच्या बायका म्हणजे नवऱ्याच्या डोक्यावर बसायच्या.... नवरे पण बहुधा जास्तीचे लाड करायचे ना त्यांचे.... कारण त्या नवऱ्यापेक्षा बऱ्याच तरूण असायच्या म्हणून सगळीच नवलाई! राज्य करायच्या त्या घरादारावर!'.... 'आई गं, मग तू का ग नाही झालीस दुसरेपणाची बायको?' मालिनीने भाबडेपणे विचारले होते. त्यावर मात्र 'कार्टे शेफारलीस तू, मला दुसरेपणावर द्यायला मी काय जड झाले नव्हते माझ्या आई वडलांना! काय समजलीस? जास्त फाजीलपणा करायला लागली आहेस हो माले' म्हणत एक धपाटा पण घातला होता पाठीत. धपाटा बसला खरा, पण तरीही दुसरेपणाचे काय कौतुक असावे हे मात्र काही तेव्हा मालीला उलगडले नव्हते.... मोठी झाल्यावर लक्षात आले की दुसरेपण म्हणजे नवऱ्याची दुसरी बायको, बाईचे बहुधा ते पहिलेच लग्न असे. क्वचितच बाईचेही दुसरे लग्न असे, तेव्हा मात्र हा सूर बदलत असे.... 'कमाल हो तिची, नवरा जाऊन दोन वर्षे नाही झाली तर पुन्हा बोहल्यावर चढली की आपली! काय गं बाई तरी!, हा वर नाक मुरडून शेरा....

आता आपल्याला काय म्हणाले असते लोक.... अजूनही म्हणायचे राहतील असे थोडेच आहे.... पण तेव्हाचा दुसरेपणा एकार्थी वेगळा, कारण बहुतेक वेळा त्या बाईला कोणी विचारलेले नसायचे की, बाई गं, तुला काय वाटते? पण मग आज हे असे सारखे, तेव्हाच्या लोकांनी मारलेले टोमणे का बरं आठवताहेत? एकूण बायकांची जातच फरपट सहन करणारी, पूर्वी तर म्हणायचेच की लोक, गरीब गाय आहे, कोणाच्याही गोठ्यात बांधा,.... हल्ली किती बरं आहे त्यावेळेपेक्षा. म्हणजे निदान सुधारलेल्या शिकलेल्या समाजात तरी मुलींना मते असतात, त्यांना लग्नाच्या वेळीही त्यांची पसंती नापसंती विचारली जातेच की. आणि अलीकडे.... अलीकडे घटस्फोट व्हायला लागल्यापासून बायका पण दुसरी लग्ने सर्रास करतातच ना? अमेरिकेत किंवा इतरही पाश्चात्य संस्कृतीत काय विचारायलाच नको. किती नवरे आणि बायका बदलतील त्याचा काही हिशोब तरी असतो की नाही कोण जाणे. एव्हढ्या तेव्हढ्या कारणावरून डिव्होर्स घेतात आणि लगेच दुसरी/दुसऱ्याच्या मागे जातात.... नेहमीच मालिनीला वाटे कसे बाई हे लोक असे करू शकतात. आणि पुनः सगळ्याचे प्रेमविवाह असून.... अर्थात इथे जमवून लग्न हा प्रकारच नाही. अगदीच कोणाला लागली मदत तर

डेटिंग सर्विस असते. हल्ली तर काय इन्टरनेटवर वेबसाईट्स असतात फाईंड युवर सोलमेट किंवा पार्टनर म्हणून. आणि लग्नाची वयेही किती असतात अगदी नव्वद वर्षांचा म्हाताराही लग्नाला उभा राहतो आणि लोक त्याचे कौतुक करतात. पण हे इथल्या लोकांचे झाले. हल्ली एक वर्षे इकडे राहिलेले भारतीय पण असा विचार हळूहळू करू लागलेत. उशिरा लग्ने होणे जसे मान्य झाले आहे तसेच दुसरे लग्न होणे हेही. मग ते डिव्होर्स झाला म्हणून असो की लाईफ पार्टनर गेला म्हणून असो....

मालिनीचेही असेच नव्हते का झाले? पहिले लग्न रीतसर बघून ठरवून झाले होते अगदी. मालिनीला पसंत नव्हते तरी हुंडादेखील दिला होता.... 'अगं, एव्हढा चांगला डॉक्टर मुलगा आहे, परदेशात शिकलेला आहे, मागितला हुंडा तर काय झाले? आणि दहाच हजार मागताहेत, शिवाय दागिन्यांची पण अट नाही.... मानपान पण तुम्हाला हवा तसा करा म्हणालीत मुलाकडची, तशी साधीच माणसं आहेत हो,' ही वर आपल्या आईची मखलाशी.... आणि हेमंत तसे खरेच साधे होते. हुशार होते. स्वतःच्या हिमतीवर एफ.आर.सी.एस. झाले होते आणि बर्मिंगहॅमच्या हॉस्पिटलमध्ये सर्जन होते. इंग्लंडमधील राहणे मालिनीला आवडले होते. प्रथम प्रथम थंडी नको वाटायची, पण एकदा सवय झाल्यावर काही फारशी त्रासदायक वाटत नव्हती.... हेमंतचे कॉलेजमधील दोन चार मित्र पण जवळपासच्या गावातून होते. त्यामुळे मित्रमंडळींची पण वाण नव्हती.... राहणी उत्तम.... मुले झाल्यापासून हाताशी काम करायला एक गुजराती बाई होती. मालिनीचे आयुष्य चांगले गेले होते. दोन मुलगे होते, ते कॉलेज शिक्षणासाठी म्हणून जे अमेरिकेत गेले ते गेलेच.... त्यांची शिक्षणे पार पडून ते दोघेही अमेरिकेत स्थाईक झाले होते. त्यांनी लग्न अमेरिकन मुलींशी केली होती.... मालिनी आणि हेमंत बर्मिंगहॅमलाच राहिले होते, अमेरिकेत जावे किंवा कसे, यावर फारसा विचार केला नव्हता. पुनः स्वतःचे नवीन बस्तान कशाला बसवायचे असाही विचार मनात होता.... पण गेल्या वर्षी हेमंत अचानक मिड ब्रेनस्ट्रोकने गेला.... दोन दिवसात.... मालिनीचे विश्व उध्वस्त झाले. मालिनीने तशी नोकरी वगैरे कधी केलीच नाही.... आधी मुले लहान म्हणून ती घरीच असायची.... मुले जरा मोठी झाली आणि सासूसासरे भारतातून इंग्लंडला स्थाईक झाले, म्हणजे हेमंत आणि तिनेच बोलावून घेतले

होते त्यांना.... परदेशात राहिलो तरी आईबाबांना मी अंतर देणार नाही असे त्याने लग्नाच्या नंतर लगेचच मालिनीला सांगितले होते.... तिलाही वडील माणसे असली जवळ की बरेच की, असे वाटत होते. त्यामुळे गेल्या चार पाच वर्षांपर्यंत तिचे घर गजबजलेले असे.... आईंचा स्वभाव गोष्टीवेल्हाळ, त्यांनी खूप माणसे जोडलेली होती. त्यामुळे भारतातूनही तिच्याकडे सतत पाहुणे येत असत. राघव हा त्यापैकीच एक, आईंच्या मामेबहिणीचा पुतण्या.... तो अमेरिकेत राहत असे त्याने पण अमेरिकन बायको केली होती ३५/३६ वर्षापूर्वी, तिला स्वयंपाकात अजिबात इंटरेस्ट नव्हता. आणि मग भारतीय स्वयंपाक तर तिला अशक्यच वाटत असे. सहाजिकच तिला भारतीय स्वयंपाक येत नसे.... तेव्हा राघव अधून मधून ऑफिसचे काम काढून किंवा सुट्टी काढून मावशीच्या आणि मालिनीच्या हातचे सुग्रास जेवण जेवायला बर्मिंगहॅमला येऊन राहत असे. त्यामुळे तो त्या कुटुंबातील एक झाला होता.... नंतर कॅथी, त्याची बायको, एक मुलगा झाल्यावर त्याला सोडून गेली होती. तेव्हा तो जास्तच येऊ लागला. एक दोनदा हेमंत आणि फॅमिलीही त्याच्याकडे जाऊन आलेले होते, आधी सुट्ट्यांना आणि मग मुले शिक्षणासाठी गेली तेव्हा. मुलांना शिक्षणाला अमेरिकेत पाठवायचा आग्रहही राघवचाच होता. त्यांनी मुलांना खूप मदत केली होती, त्याच्यावर मुलांना टाकून हेमंत आणि मालिनी निष्काळजी झाले होते. हेमंतचे आणि त्याचे ही खूप जमत असे. मग त्यांच्या गप्पा खाणीपिणी, बाहेर हिंडणे, वगैरे उद्योग चालत त्यात मालिनीही सामील होत असे.... तर स्वाभाविकच हेमंत सिरीयस आहे म्हटल्यावर मुलांना आणि राघवला मालिनीने लगेच फोन केले होते. तो पर्यंत तो रिटायर पण झालेल्या असल्यामुळे नंतरची आवरासावर करायला मालिनीला धीर द्यायला तोच थांबलेला होता.... लीगल गोष्टींची पूर्तता झाल्यावर तो मालिनीला आग्रहाने अमेरिकेत घेऊन आला होता. प्रथम काही दिवस ती ह्या मुलाकडे, त्या मुलाकडे, राहिली होती. पण अमेरिकन सुनांना आणि मालिनीला ही ते फारच ऑकवर्ड झाले होते.... ते तसे होईलच हा राघवचा आडाखा होताच, म्हणून रोज न चुकता राघव फोन करीत असे. आणि मग एक दिवस तो येऊन तिला आपल्याकडे घेऊनच गेला. दोन दिवसात मालिनी परत घरी जायला निघाली.... जाताना म्हणाली ‘राघव कधी नव्हे तरी घरी जायला नको वाटतय कसे रे होणार माझे? कसे जायचे दिवस? इथे यायच्या आधी कामात दिवस

गेले आणि इथे तसे काहीच काम नव्हते, पण कोणी ना कोणी असायचे.... गेले दोन दिवस तर तू होतास सदा बरोबर, आता इंग्लंडमध्ये अगदी माझी मी एकटी असणार.... काहीतरी व्हॉलंटरी वर्क तरी शोधले पाहिजे.... नाहीतर वेड लागायची पाळी येईल.' राघव एक क्षण भर घुटमळला मग म्हणाला, 'लिनी, मी पण विचार करत होतो त्याचा गेले अनेक दिवस.... माझ्या मनात एक उपाय आहे याला, पण तू गैरसमज तर करून घेणार नाहीस ना, अशी काळजी वाटतेय म्हणून बोललो नव्हतो.... लिनी, तू इथेच रहावंस असं मलाही वाटतं. तू लग्न करशील माझ्याशी....?' मालिनी या आकस्मित सुचनेनी अवाक झाली.... राघव पुढे म्हणाला 'लिनी सावकाशीनं विचार करून उत्तर दे.... लिनी.... मी असे अचानक भलत्यावेळी विचारायला नको होते ना? पण तू बेचैन दिसलीस आणि माझ्या मनातील गोष्ट नकळत ओठांवर आली. तुला राग तर नाही ना आला?.... तुला आवडलं नसलं तर, प्लीज विसरून जा.... बरं बोलूच फोनवर, घरी पोहोचलीस की फोन कर.... आणि प्लीज रागावू नकोस, ओके?'

घरी पोहोचे पर्यंत प्रवासात ह्याच गोष्टीवर विचार केला गेला होता आणि तो पर्यंत राघवच्या विचारण्याने बसलेला आश्चर्याचा धक्का जरा ओसरला होता.... तसे त्याने काय गैर सुचविले होते? आता खरा आधार त्याचाच तर होता.... इतपत विचार करण्या इतके मालिनीचे मन स्थिरावले होते.... मालिनीला एकदम जाणवले तो तिला लिनी म्हणाला होता. स्वतःशीच तिने पुनःते म्हणून पाहिले.... हे स्पेशल नाव दिले की राघव ने मला, किती छान आहे हा शॉर्टफॉर्म.... ते कानाला किती गोड लागले होते प्रथम ऐकले तेव्हाही, हे तिला अचानक जाणवले. सहाजिकच तिला फारसा विचार करायला लागला नाही. राघव सरळ, सज्जन माणूस होता. गेली २५/३० वर्षे कुटुंबातील एक महत्त्वाचा घटक झालेला होता. पण त्याने केवळ आपली दया येऊन तर लग्नाचे सुचविले नव्हते ना? तो क्षणैक विचार तर नव्हता न?.... बघू या थोडा काळ जाऊ देत, म्हणून तिने नेहमी सारखा सुखरूप पोहोचल्याचा फोन केला... राघव वाट पाहतच होता.... किरकोळ बोलणे झाल्यावर तिने फोन बंद केला.... दुसऱ्या दिवशी सकाळीच राघवचा फोन आला ठीक आहेस ना लिनी म्हणून विचारायला, 'हो तशी काही मी घाबरले नाही आहे, दोन चार दिवसात रुळेन पुनः इथे असं वाटतय' ती म्हणाली. 'लिनी माझ्या प्रपोझल वर विचार कर.... सिरीयसली' राघव पुनः आर्जवाने

म्हणाला होता.... तरीही मालिनीला कळे ना की राघव कितपत सिरीयस आहे ते.... पण फोन ठेवला आणि तिला एकदम जाणवले इथे सात वाजलेत म्हणजे अमेरिकेत रात्रीचे दोन.... हा अजून झोपलाच नव्हता की काय? राघवला तर लवकर झोपायची सवय होती, तिला आठवले, म्हणजे हा आपल्याशी बोलायला जागत बसला होता इतका वेळ? हे काही नेहमीचे नव्हे ती स्वतःशी म्हणाली. पण त्यानंतर ही रोजचीच गोष्ट झाली होती. राघवचा पहिला फोन सकाळी बरोबर सातला यायचा, तो नक्कीच ती उठण्याची वाट पाहत स्वतः ताटकळत बसत असणार रोज रात्री.... शिवाय एरव्हीही दिवसात दोन तीन वेळा तरी त्याचे फोन यायचेच असे दोन तीन महिने रोजच चालले होते. मात्र राघव आता तिला तिचा निर्णय विचारात नव्हता. एकदा त्याने फक्त तो तिच्या निर्णयाची वाट पाहतो आहे असे तिला सांगितले होते. त्याच्या ह्या वृत्तीचेही कौतुक वाटले होते, एकाच वेळी तो उतावळे प्रेम दाखवीत होता सारखे फोन करून त्याची उत्कटता दाखवीत होता आणि त्याच बरोबर पेशंसही. तिला निर्णयाविषयी सावकाशी देऊन.... आता मात्र तो खरेच आपल्या प्रेमात पडलेला दिसतोय याबद्दल मालिनीची खात्री पटली आणि तिने ठरविले की, त्याला होकार द्यायचा. आपल्याला पण राघव आवडतो आणि त्यांनी अश्या प्रकारे आपली देखभाल केलेलीही आपल्याला सुखावते आहे. आयुष्यात कधीच कोणी तिला इतके महत्त्व दिलेले तिला आठवत नव्हते. आणि मग त्याला फोन करून त्याची लग्नाची ऑफर तिने स्वीकारली आहे म्हणून सांगितले पण लग्न पुढच्या वर्षी करायचे आणि एक अट आहे, ती म्हणजे तो पर्यंत त्या दोघांनी एकमेकांना भेटायचे नाही, असे दोन्ही निर्णयही तिने तेव्हाच राघवला सांगितले.... त्या प्रतीक्षेने आपल्याला एकमेकांशिवाय जगणे अशक्य होईल का, हे पण पारखता येईल असा मालिनीचा होरा होता. त्यांनी विचार पूर्वक दोन महिन्यांनी मालिनीच्या मुलांशी बोलायचे ठरविले होते. राघवच जाऊन मुलांशी बोलला होता आणि मुले काय म्हणतील ह्या विषयी धाकधूक असलेल्या मालिनीला मुलांचे लगेच अभिनंदनाचे फोन आल्याने बरे वाटले होते....

त्यानंतर तर जणुं काही नुकतेच प्रेमात पडलेली तरूण तरुणी असल्यागत त्यांचे प्रणयाराधन चालले होते. राघव अधून मधून म्हणायचा 'लिनी तू दुष्ट आहेस अगदी.... ही न भेटण्याची कसली अट घातली आहेस?' मालिनी कधी नुसतीच हसायची.... कधी 'थोडी तपश्चर्या हवी आपल्याला करायला' म्हणायची,

'कधी कष्टांशिवाय फळे मिळत नाहीत' म्हणायची.... तर कधी 'विरहाने प्रेम वाढतेच ना' म्हणायची.... पण खरी अंदर की बात तिची तिलाच माहित होती. ती ह्या नव्या सहजीवनासाठी स्वतःच्या मनाची तयारी करत होती.... आणि त्यादिवशी अचानक आईशी संवाद केल्यासारखी तिला दुसरेपण ह्या शब्दाची आठवण झाली होती. त्यात इतर कोणी काय म्हणेल यापेक्षा आपल्या स्वतःला हे कसे जमेल, याचीच तिला काळजी पडलेली होती. तसा राघव तिला अगदी नवीन नव्हता.... परका नव्हता आणि म्हटलं तर हे काही त्याअर्थी जमवून केलेले लग्न नव्हते,.... राघव कश्या प्रकारचा माणूस आहे हे तिला चांगलेच माहिती होते पण ते दुरून.... तो त्यांच्या घरी इतकी वर्षे येत जात होता, अगदी कुटुंबातील झाला होता.... पण तो एक पाहुणा म्हणूनच तिला माहित होता. ही ओळख कितीही झाले तरी वर वरची होती आणि आता त्याच्याकडे नवरा म्हणून पहायचे.... बापरे किती कठीण आहे हे.... फोनवर प्रेमाचे बोलणे, एकमेकांना प्रेमपत्रे लिहिणे, शोधून निवडून मिस यू अ लॉट वगैरे अर्थाची कार्डे पाठविणे.... ई-मेल्स लिहिणे हे वेगळे आणि म्हटले तर सोपे होते, सहज जमून गेले होते, पण आता त्याच्याशी लग्न झाले की आणि चोवीस तास एकत्र राहायला लागले की काय काय एक्सपेक्ट करायचे.... असे कोणाबरोबर चोवीस तास राहणे वेगळे.... तेहि उरलेले सगळे आयुष्य.... आपल्याला तर त्याची खरी ओळख पण नाही....

आज राघवच्या फोनला उत्तर द्यायचे नाही. आपली बेचैनी त्याच्या लक्षात यायला नको.... काय प्रश्न पडलाय आपल्याला? मालिनी स्वतःशीच विचार करीत होती.... म्हणजे समजा आपण लग्न करून त्याच्या घरी गेलो की तो कसा वागेल किंवा आपण कसे वागू? याचे उत्तर कसे देणार? राघवलाही हा प्रश्न पडला असेल का? त्यालाच विचारावे का? पण नको.... आपण विचार करून काही प्रसंग उभे करून पाहूया ना! प्रसंग राहू देत पण निदान रोजचे जीवन कसे असेल आपले याचा तरी अंदाज घेऊ.... अगदी सकाळी उठल्यापासून बघू.... त्याला लौकर उठायला आवडते हा आपला अंदाज, तो पाहुणा म्हणून आला की उठायचा लौकर त्यावरून बांधलेला.... आणि आपल्याला काय आवडते? आपल्याला तर कधी उशिरा पर्यंत झोपायची संधीच मिळाली नाही आजपर्यंत.... हल्ली तर झोपही धड लागत नाही. हेमंत गेल्यापासून.... हेमंत शिवाय आयुष्याची

सवय नव्हती, त्यामुळे तो गेल्यावर काळजीने झोप लागायची नाही ती इथे परत येईपर्यंत. मगतर काय रोजचा राघवचा फोन यायचा उजाडता उजाडता म्हणून झोप नाही.... आणि हल्ली हल्ली राघवच्या प्रेमात पडण्याने आपली झोप उडालेली आहे. सतत त्याचाच विचार करत असते मन! पण हे जरा प्रेम कथेसारखे वाटतेय ना? आयुष्य म्हणजे काही कथा कादंबरी नव्हे.... प्रत्यक्षात काय घडेल याचा अंदाज तरी हवा ना? बरे, उठल्यावर कोण चहा करेल तो की आपण? त्याला चहा पिताना पेपर बघत बसायची सवय आहे का हेमंत सारखी? कोण जाणे.... पण नसेल पेपर वाचत तर मग काय फि रायला जात असेल का? मालिनीला त्याचा एक फोटो आठवला त्याच्या घरी पाहिलेला.... जॉगिंगसूटमध्ये कुत्र्याशी खेळताना.... म्हणजे त्याला पेट्स आवडतात की काय? आपल्याला तर घरात पेट्स अजिबात आवडत नाहीत.... राघवला काय आवडते आणि काय नाही, हेही आपल्याला माहित नाही, कसे होणार आपले? त्याला एक प्रश्नावली तयार करून पाठवावी का? छेः, हे मात्र जरा जास्तच झाले. आपल्याला त्याची काही माहिती नाही याचा इतका बाऊ का वाटतोय? तसे तर हेमंत विषयी तरी आपल्याला काय माहिती होते? पण तेव्हाची गोष्ट वेगळी होती, हळू हळू आपण हेमंतशी एकरूप होत गेलो.... प्रथम प्रथम बुजायचोच की आपण. तेव्हा तर सगळे नवे, नव्याची नवलाई होती.... पण मग आत्ता का एव्हढे अस्वस्थ वाटते आहे? बहुधा तेव्हा सगळेच दोघांनाही नवीन होते म्हणून प्रॉब्लेम वाटला नसावा....

आता दोघेही आपण मॅच्युअर्ड आहोत, मग तर सोपे व्हायला पाहिजे.... पण मॅच्युरिटी म्हणजे काय? तर प्रत्येक गोष्टींचा आपल्याला असलेला अनुभव आणि आता त्या अनुभवांचा काय उपयोग? कारण आपण हेमंतचे आणि आपले कसे नाते होते, त्याचा कस राघवच्या नात्याला कसा काय लावणार? खरे तर आपण राघवची हेमंतशी तुलना करणे चूकच होईल.... कुठली दोन माणसे एकसारखी असणे, वागणे कसे शक्य आहे? हेमंतच्या वागण्याची आपल्याला सवय होऊन आपण आपला ऑन द गार्डस हा पवित्रा विसरायला किती वर्षे गेली? त्याला आपल्या मनातले काही सांगायला.... आपल्या आवडी निवडी.... आणि त्याच्या वेगवेगळ्या स्पर्शाची सवय व्हायला.... किंवा त्याच्या सतत आजूबाजूला असण्याची आणि त्याचे अस्तित्व आवडण्याची.... आवडून घेण्याची, ही एव्हढी सगळी ॲडजस्टमेंट होऊन आपण दोघेही सुखी

आहोत असे वाटायला किती काळ लागला होता.... मे बी दहा? पंधरा वर्षे? आणि ते एकमेकांना वागण्यातून दिलेले शह.... ती अपेक्षा भंगातून झालेली भांडणे.... ते रुसवे फुगवे, ते गैरसमज, ते अबोले.... त्या मनधरण्या.... तो मन आणि तनाच्या मिलनातून झालेला आनंद.... ते आयुष्य साजरे करणारे क्षण.... लहान सहान गोष्टींतून एकमेकांची मने सांभाळण्याचा आटापिटा.... आणि मग त्या सहजीवनाचा आनंद.... पण हे सारे आता पुनः नव्याने करायचे? हे कसे जमेल? आता ह्या वयाला? पुन्हा नवीन नाती, पुन्हा मनाला कोणाच्या तरी हवाली करणे.... पण ते तर काही प्रमाणात घडले आहेच की ऑलरेडी.... पण शरीराचे काय? आतापर्यंत एक हेमंत शिवाय दुसरा पुरुष मला माहित नाही. दुसऱ्या कुणाचा स्पर्श.... बापरे, खरे संकट तर हे आहे आणि त्याबाबतीत जुन्या अनुभवांना तिलांजली देणे कसे जमेल? पाटी कोरी हवी तर तिच्यावर चांगली अक्षरे उमटतात! पण आता ही मनाची पाटी आहे भरलेली. ती, ती कोरी पाटी थोडीच होऊ शकणार आहे? पुसली, धुतली तरी तिच्यावर काहीतरी चरे गेलेले राहतीलच न शिल्लक? मग, मग कश्यासाठी हे असे मन घायाळ होते आहे? ही मला हेमंतशी प्रतारणा वाटते आहे का? पण हेमंत तर आता ह्या जगात नाहीत, मग ही प्रतारणा कशी? आता तर माझं भविष्य राघव आहे आणि राघव मला सुखी करणार आहे हे मला माहित आहे. माझ्या सर्व आयुष्याची जबाबदारी आता त्याची आहे. मला स्वतःला सुखी होण्यासाठी मला ह्या सगळ्यातून पुन्हा गेले पाहिजे. पुनःश्च हरी ओम केलाच पाहिजे आणि आता आयुष्य किती उरलेय कोण जाणे.... तेव्हा वेळ वाया घालवून उपयोग नाही. एकमेकांना सुखी करण्याची गुरुकिल्ली लौकर शोधली पाहिजे... मालिनी ह्या विचारात बुडून गेलेली असतानाच फोन वाजला, कितव्यांदा.... कोण जाणे....? पुनः आन्सरिंग मशीन आले म्हटल्यावर राघवने काळजीच्या सुरात मेसेज ठेवलेला मालिनीने ऐकला 'लिनी तू ठीक आहेस ना? काळजीने माझा जीव उडून चाललाय.... होपफुली तू कुठेतरी मैत्रिणीकडे वगैरे गेली असशील. पण मग मला सांगायला विसरलीस की काय? पण असे होणार नाही, आपण रोज इतक्या वेळा बोलतो, आपले सर्व कार्यक्रम एकमेकांना माहिती असतातच, मग काय झाले आहे तुला? लिनी, अगं, मला एक फोन कर गं, प्लीज, प्लीज! देव करो आणि तू सुखरूप असोस. माझा जीव नुसता गलबललाय. तू बेपर्वा नाहीस, मग तू नक्कीच काही प्रॉब्लेमम

ध्ये आली असशील. मी आत्ताच तुमच्या हॉस्पिटलला फोन केला तिथे तू नाहीस कळले आणि जीव भांड्यात पडला. तू मेडिकल इमर्जन्सीत नाहीस.... पण मग काय झालेय तुला? तू कुठे आहेस लिनी? हा सकाळपासून मी दहाव्यांदा फोन केला आहे, कितीदा मेसेजेस ठेवलेत, तू हॉस्पिटलमध्ये नाहीस हा त्यातल्या त्यात दिलासा.... पण हे बघ आत्ता तुझा जर तासाभरात फोन आला नाही तर मी रात्री दहाची फ्लाईट पकडतो आहे माझा जीव अगदी टांगणीला लागला आहे.... देवा, माझी लिनी सुखरूप असू दे, मला काही नको दुसरे. पुन्हा आयुष्यात तुझ्याकडे काहीही मागणार नाही.... लिनी डीअर प्लीज, कॉल मी. प्लीज.... इफ सम बडी इज देअर कॉल राघव अर्जंटली.'

हा मेसेज ऐकतानाच लिनीचे डोळे भरून आले 'बिच्चारा राघव, माझ्या काळजीने अर्धमेला झालाय, आणि मी त्याच्याशी कसे आयुष्य जाईल याचा विचार करत बसलेय.... मी इकडे शंका कुशंकात बुडले होते. एव्हढा वेळ गेला हेही लक्षात आले नाही माझ्या. सॉरी राघव आय ॲम रिअली सॉरी,' म्हणत तिने लगेच राघवला कॉल लावला.... 'तू येच राघव उद्या. खरच ये.... कारण आता मलाही तुझ्याशिवाय राहणे अशक्य झाले आहे राघव' असे सांगायला..........

खरा खुरा एकच क्षण

ज्या क्षणी मी तुझी असते
तोच फक्त एक खरा क्षण असतो
कारण त्या क्षणी आणि नंतरही
मी नसते कोणाचीच, अगदी माझीही

तो क्षण तिथेच थांबून राहतो
माझ्यासाठी मनात जीवनभर
प्रत्यक्षात आयुष्य स्थळ काळ
बदलतच असते, पुढे सरकते वेळ

पण माझ्या लेखी तोच असतो फक्त
खरा, अगदी खरा खुरा क्षण एक
मी जगलेल्या माझ्या तुझ्यापुरता
केवळ आपला आपला एकमेव क्षण

त्या एका क्षणांन व्यापलेलं असतं
माझं सगळं अवघं आयुष्य पुरतं
मग त्याला ना वेगळा आदी असतो
आणि वेगळं कोणी अंतही नसतो

त्या क्षणात जगणं हेच आयुष्याचे असते
एकमेव गमक उद्दिष्ट आपल्या पुरतं
तो तेव्हढा एकच एक असतो फक्त
एकमेव खराखुरा एकच एक क्षण

४ जून, २००९

प्रेमाची तऱ्हा

वाटले होते ह्या वयात का कुणी प्रेमात पडते
पण शेवटी झालेच ना व्हायला हवे होते तसे....धृ....

वाटले होते की मी नुसते तुला ये म्हटले ना
तर तू लगेच माझ्यामागे येशील, असशील तशी
पण तू तर आली नाहीस ती नाहीसच आली
की मग मीच तुला ये म्हणूच शकलो नाही
वाटले होते ह्या वयात..........

वाटले होते इथे तिथे आपण भेटत राहू
काही भेटींच्या खुणाही बाळगत राहू
तुला बघण्याची ओढ इतकी असते
पण भेटणे तर राहोच तू दिसतही नाहीस कुठे
वाटले होते ह्या वयात..........

वाटले होते आपले प्रेम फुलेल क्षणोक्षणी
भुलतील आपली मने आणि झुलतीलही
मला वाटले मने तर भुलली आणि झुलली ही
पुढे काय हे ना तुला ठाउके ना मला माहिति
वाटले होते ह्या वयात..........

पण तरीही हे सारे भोवताल, भोवळ आणणारे
भोवळच काय पण प्रेमाची धुंदीही चढविणारे
पुढे काय हे अजिबात माहिती नसले तरी, तरीही
ही भोवळ ही धुंदी गुंगी किती खुलविते मनोमनी

वाटले होते ह्या वयात का कुणी प्रेमात पडते
पण शेवटी झालेच ना व्हायला हवे होते तसे

२४ फेब्रुवारी, २०१३

मौनाच्या आरपार

मी जे काही ऐकतोय, ते तू बोलतेस ना?
आणि माझे बोलणे? ते, तू ऐकतेस ना

मग मला कळत नाही, का पडतात हे प्रश्न तरीही
उत्तरे माहित नाहीत, म्हणून सुटत नाहीत प्रश्नही

एकदा तरी समक्ष आपण भेटायला हवंय
आणि मौनातले बंधन पार करायला हवंय

तेव्हाच तर कळेल एकमेकांच्या मौनांचा अर्थ
आणि त्यानेच तर सुटतील सारे मनातले प्रश्न

पण ही मौनातली बंधनं पार करायची कधी
आणि कशी, ते आपल्या हातात नव्हतेच कधी

आणि यावरच जर नसेल आपला ताबा काही
तर ते करण्याची काही असेल का शक्यताही

या साऱ्या 'जर तर' च्या गोष्टी घडतील काय
मौनातील हे शब्द एकमेकांना कळतील काय

जो पर्यंत आपण मौनातच असे बांधले जाऊ
आपले म्हणणे एकमेकांना समजतेच असे मानू

म्हणूनच विचारतो पुनःपुन्हा तुला राणी
ऐकू येतेय ना सांग, तुला ही माझी विराणी

१० फेब्रुवारी, २०१४

१२

नाते तुझे नी माझे

तुझं नी माझं नातं काय? खरं तर हा काय विचारायचा प्रश्न होऊतरी शकेल का? आपलं नातं इतकं उघड आहे आणि माझ्यामते निर्विवादही, पण मग आजच का बरं हा प्रश्न पडावा मला? पण तो तुला पडलाय ना? म्हणूनच मला ही, हे तुला सांगावेसे वाटते आहे.... काल तू माझ्यासमोर उभी राहिलीस आणि म्हणालीस 'मला तुला काही विचारायचे आहे'.... क्षणभर माझे मन थरारून गेले.... गेले कित्येक दिवस तू माझ्याशी धड बोलतही नव्हतीस.... समोर येणंही टाळत होतीस. रोज रात्री जेवायला सर्वांनी एकत्र बसायचं, हा आपल्या घरातील अलिखित नियम.... एक शिरस्ताच आहे म्हणेनास, आणि तुलाही ते माहित आहेच की, तुला कळायला लागण्याच्या आधीपासूनच चालू असलेला हा शिरस्ता मोडण्याचे धाडस गेल्या आठवड्यापर्यंत घरातील कोणीच केले नव्हते.... पण गेल्या सोमवारी तू प्रथमच फोन केलास की 'मी उशिरा येते आहे, जेवायला वाट बघू नका, सॉरी....'. हा फोनही सोयीस्करपणे घरात कोणी नसण्याची वेळ साधून केलास आणि मग सहाजिकच तू आन्सरिंग मशीन वर निरोप ठेवला होतास. तुझ्या मोबाईलवर फोन केला तर तो बंद केलेला....

जणुं तू सुचविलं होतस की माझ्याशी कोणी संपर्क साधू नका.... तुला माहित आहे ना की हा तुझा निरोप ऐकून आजी काय म्हणाली असेल ते?.... बरोबर. म्हणालीच ती 'रामा रे रामा, तूच आहेस रे बाबा.'.... ही तिची प्रतिक्रिया म्हणजे पुढील संकटाची नांदीच जणुं.... बाबा नेहमी प्रमाणे शांतपणे म्हणाले 'चला आपण जेवून घेऊ, तिचे ताट झाकून ठेवा.... सकाळी बघू काय ते.' जणुं काही हेहि रोजच घडत होते.... ही येऊ घातलेल्या वादळाची पूर्व सूचना.... तुझी ताई गपचूप होती, दादा मोठ्या भावाचा आव आणून म्हणाला 'जरा तिला स्पेस देऊ यात, ती अलीकडे विचारात गढून गेलेली दिसते, अस्वस्थ वाटते ती अलीकडे.... काय घडलंय कोण जाणे, तिने आपण होऊन सांगायची वाट बघुयात.' अरेच्चा, हा एव्हढा पोक्तपणे कधीपासून बोलायला लागला? माझ्या मनात आले.... वहिनीने काही म्हणायला तोंड उघडले आणि दादाकडे पाहिले नी एकदम गप्प झाली, जसं काही तिला माहित असावं काही तरी. काहीच न कळून नुसतीच सगळ्यांच्या तोंडाकडे बघत बसले मी सुन्नपणे.... माझ्या जीवात जीव नव्हता.... काय झालं असावं?....मलाही तुझा अस्वस्थपणा जाणवत होता, पण तुला विचारले तर 'मी ठीक आहे' या खेरीज दुसरे काहीही तू बोलली नव्हतीस.... आणि मग माझं मन नुसतं तर्कवितर्क करीत राहिले.... काय बरं झालं असावं? ही पोर कुणाच्या प्रेमाबिमात तर पडली नाही ना? पण तसं असतं तर ती माझ्याशी, नाही तर ताईशी तरी नक्कीच बोलली असती.... आणि ताईने काहीतरी सुतोवाच तरी माझ्याकडे केलं असतं.... शिवाय सारी अठरा वर्षांची तर आहेस तू. गेल्या वर्षीच कॉलेजला गेलीस. असलं काहीतरी घडणं अशक्य नसलं तरी जरा कठीणच, कारण तू लॉजिकल विचार करून वागणारी मुलगी आहेस, भावनेच्या आहारी जाणारी नव्हेसच.... मन मोकळं बोलणारीही, तुझ्या वागण्या बोलण्यात आडपडदाही नसतो.... खरं तर भीडभाड ही जरा कमीच आहे तुला.... आजीच्या मते जरा तोंडाळच आहेस तू. गंभीरपणा हा काही तुझा स्थायीभाव नव्हे. उलट मित्र मैत्रीणीत तू रमून जाणारी.... हास्यविनोदाने रात्रीच्या जेवणाचा वेळ आनंदात कसा जाईल ह्यासाठी नाना उपाय योजणारी तू.... कधी कोणाच्या गोष्टी सांग.... तर कधी कोणाची थट्टा, हे ठरलेले. पण हे सारे गेला आठवडाभर बंद होते. रात्रीची जेवणे शांतपणे पार पडत होती.... तुझी उपस्थिती जाणवत नव्हती 'काय म्हणताय बेबीराजे?' या बाबांच्या विचारण्यावर 'कुठे

काय?'.... हे तुझे उत्तर.... नेहमी 'महाराजा आपकी सेवा में ये नाचीज लडकी हाजीर है, क्या खिदमत करू मैं आपकी?' असे न म्हणता.... 'काय ग बरी आहेस ना ठकडे?' असे ताईने विचारता 'मला काय धाड भरली आहे?' असे अनपेक्षित उत्तर.... ही सगळ्यांना न समजणारी.... मती गुंग करून टाकणारी गोष्ट होती.... पण प्रत्येक जण आपापल्या परीने तुला बोलतं करायला बघत होतं, पण अजून माझ्याखेरीज कोणाच्या मनात धोक्याची घंटा वाजली नसावी.

मी वरवर काहीच झाले नसावे अशी मनाची समजूत घालत राहिले होते. पुन्हा कोणी काही विचारून तू सांगशील असे लक्षण दिसत नव्हते. पण तू बोलल्याशिवाय काय कळणार? आणि आज सकाळी तू मला म्हणालीस 'मला तुला काही विचारायचे आहे.... आपलं नातं काय आहे नक्की?' 'म्हणजे ग काय? तू माझी लाडकी धाकटी लेक नाहीस का?' 'नाहीच ना, तू माझी दत्तक आई आहेस, खरी आई नव्हेस'.... किंवा 'मी तुझी दत्तक मुलगी, दत्तक - नुसती मुलगी नाही.... आपलं रक्ताचं नातं मुळीच नाही.... तू मला आपलं ठेवून घेतलंस इतकंच'.... 'अगं असं काय बोलतेस वेड्यासारखं? अगं दत्तक असलीस रक्ताचं नातं नसलं, तरी तू माझीच नाहीस का? माझीच काय आमच्या सगळ्यांचीच आहेस ना तू? ताई, दादाची लहान बहिण, माझी बाबांची लाडकी लेक, आजीची नात, वहिनीची नणंद....', 'ते आपलं सगळं तुम्ही मानता म्हणून.... पण खरं नातं तर काहीच नाही, असंच ना?' 'आता कसं समजावू तुला सोना? अगं, तुला आणली अनाथाश्रमातून तेव्हा एव्हढीशी होतीस, नखाएव्हढी.... सारी चार महिन्यांची.... दुपट्ट्यात गुंडाळून हातावर आणली मी तुला घरी.... त्या क्षणीच तर नातं पक्कं झालं ना? किंवा तुला प्रथम तिथं पाहिलं.... तेव्हापासूनच तर हे नातं उमगलं.... जडल????.... त्या क्षणापासूनच तू आमची लेक झालीस. आणि आता तर तुझ्याभोवती आमचं सारं विश्व गुंफलेले आहे. तू माझ्या हाडामासाची.... रक्ताची नसलीस तरी माझ्या मनाची आहेस.... मनाचं नातं तर सगळ्यात महत्त्वाचं. गेली अठरा वर्षं तुला वाढवली ती माझी म्हणूनच ना? तू बाळ असताना तुला जोजविलं, न्हाणलं.... रात्रीचा दिवस करून तुला वाढवीलं.... डोळ्यात तेल घालून तुला जपली.... तुझी दुखणी बाणी काढली.... तुला नटविली सजविली, कौतुकानं न्हावू घातली.... तुझ्या चुकीला शासन केलं, तशाच तुझ्या चुका पदरातही घेतल्या.... कितीदा

तुला पाठीशी घातलं.... आणि प्रसंगी तुझ्या पाठीशी तर सदाच उभी राहिले. तुझा विकास व्हावा म्हणून धडपडले.... तुझ्या धडपडीत साथी झाले. तुझं कुठे दुखलं, खुपलं, तर माझं मन घायाळ झालं,.... तुझ्यासाठी घरातील इतरांशी भांडले.... तुझी कोणी उपेक्षा केली तर ते सहन होऊन त्यांच्याशी असलेली नातीही तोडली....तुलाही माहित आहे की मी तुझी बाजू नेहमीच घेत आलेय ते.... आणि काय गं, हे सांग, काल पर्यंत आई माझीच आहे, म्हणून दादा ताईशी भांडणारी तू, आज का असे विचारते आहेस? तुला दत्तक घेतलेली आहे, हे तर तुला माहीतच आहे की अगदी लहानपणापासून.... मग आताच काय झालं असं अचानक की तुला हा प्रश्न पडावा?'

'गेल्या आठवड्यात माझा वाढदिवस झाला ना, तेव्हा रात्री पार्टी संपल्यावर बाबांनीच मला माझं दत्तक विधान दाखविलं आणि सांगितलं की तू आज कायद्यानं सज्ञान झालीस. आता तुला हवे तर तुझे जन्मदाते कोण आहेत ते समजावून घेण्याचा हक्क आहे.... इतके दिवस ते कोण आहेत ते आम्हालाही माहित नव्हतं, अनाथाश्रमातील मंडळी तर ही माहिती कुणालाच देत नाहीत.... पण आता तू ही माहिती, तुला हवं तर तू काढू शकतेस.... त्या आश्रमातील बाईंना जाऊन भेटलीस तर त्या तुला सांगतील सारे किंवा कागदपत्र पण दाखवतील....' आणि तू पुढे म्हणालीस ते सारे ऐकून मला वेगळंच फिलींग आलं गं, असं वाटलं की मी तुमची जणु कोणीच नाही.... माझे खरे आई वडील शोधायचे? छेः....ते तर तुम्हीच आहात.... मला कळायला लागल्यापासून मी फक्त तुम्हाला ओळखते माझे आई वडील म्हणून.... पण ते खरे नाही.... माझे आई वडील कोणी दुसरेच आहेत मी आपली तुमच्याकडे रहाते आहे, पण कोणत्या नात्याने? कोणाला दोन मातापिता असतात का? हा मला नव्याने पडलेला प्रश्न आहे, आई.... तुला आई म्हणू ना?' 'अगं, असं काय म्हणतेस बेटा? अगं, मी तुझी आई आहे हे अलीखीतच काय पण कायद्यानं लिखितही सत्य आहे.... अगं, तुला गर्भात वाढवलेली नसली.... तुला जन्म दिलेला नसला तरी तुझं संगोपन मीच केलय ना? हे बघ तुला आठवतेय का तू छोटी असताना आजी सांगायची कृष्णाची गोष्ट? तो देवकीचा मुलगा.... जन्म दिला तिने, पण वाढविला त्याला यशोदेने.... म्हणून तो तिचाही मुलगाच की.... हे बघ राजा, तुला हवं तर तू तुझ्या जन्मदात्या मातापित्याचा जरूर शोध घे, आम्हाला आनंदच होईल

तुझ्यावर कोणी आणखी प्रेम करणारी माणसं तुला मिळाली तर.... अगं पण, म्हणून आमचं तुझ्यावरचं प्रेम कमी का होणार आहे? तुला जन्मदात्री मिळाली तरी मी तुझी आईच राहणार गं.... मी तुला वाढविली अठरा वर्षे, माझ्या रक्ताने तुला जोपासली.... माझ्या रक्ताचा कण अन् कण तुझ्या प्रेमात आहे गं.... आणि हे निदान माझ्या आयुष्याच्या अखेरपर्यंत तरी खरेच राहणार, मी तुझी आई आणि तू माझी लाडकी लेक.... हे नातं खरंखुरं आहे आणि हे नातं निश्चित आहे.... हे.. हे मनाचे बंध असतात ना, तेच तर खरी नाती जोडतात ना गं? आणि तुझ्यालेखी मी तुझी आई आणि माझ्या लेखी तू माझी लेक.... हेच तुझे आणि माझे नाते आहे आणि हे चिरंतन आहे. कशानेही न बदलणारे....

गाठी आयुष्यातील

माणसं येतात, भेटी घडतात अनं माणसं जातात
कधी पहिल्याच भेटीत धागे बांधले जातात
एखाद्या भेटी पुनर्भेटीसाठी ओढ लावतात
पुन्हा पुन्हा होणाऱ्या भेटीतूनच आयुष्यातली नाती जुळतात

एकेक धागा तुझा, आणलाय माझाही एकेक
एकेक आडवा धागा आणि धागा उभाही एकेक
आयुष्याचे वस्त्र विणीत राहणारे असे धागे कित्येक
वस्त्र घट्ट विणीचे बनते जसे जमतात धागे अनेक

आयुष्यात घडणाऱ्या किती तरी भेटींच्या गाठी बनतात
काही भेटी अलिप्तच राहतात, गाठीही मुळीच न पडतात
काही 'भेटीलागी जीवा लागलीसे आस' होऊन जातात
अशा भेटींच्याच ओढीने मनःपूत नाती जमत राहतात

अशा भेटींच्या साध्या गाठीही सूरगाठी बनतात
क्वचितच अशा सूरगाठींच्या निरगाठीही होतात
सूरगाठी आणि निरगाठी जशा वाढत जातात
आयुष्यातील सुखे या घट्ट बंधनावर तोलतात

जून, २००९

गुंतागुंत

सगळ्याच जीवनाचा एक मोठं गुंता झालाय
कशात काय, कसे आणि कधी गुंतल हेच उमगेना झालय
सरळ चालावे तर कुठे वाट दिसत नाही
पाऊल जरा चुकले तर कोणी माफ करत नाही

काय बरोबर काय चूक हे कधीच ठरलय
पण वेडं मन चुकत माकत तसंच चाललय
चूक करायला धजत नाही मन, सारं सुरळित चाललंय
मनोमन भावनांचा गुंता मात्र वाढवितच चाललंय

मनात उसळलेलं वादळ माझं मलाच माहिती
पण त्यातून हवी असूनही, सुटका मुळीच नाही ती
वाढतच जातोय गुंता पुन्हा, पण सांगावं कुणाला?
स्वतःलाच नाही उमजत तर समजावू कुणाला?

कुणीतरी माझ्या इतकंच माझ्या मनाला समजावं
एकेक भाव निराळा उकलून नीट मला दाखवावं
हा सगळं गुंता हळूवार हातानं सोडवून घ्यावा
अनं माझ्या साऱ्या विवंचना सहजच मिटवाव्या

जीवाला लागलाय असा हा एकच एक घोर
व्यथा नाही ही साधी सुधी आहे मोठी थोर
पण नाही कोणी समजणारे तर कोणाला देऊ कळू?
अंत नाही अशी ही वेदना सतत लागलीय छळू

१५ जून, २००५

१३

वजाबाकी

पुणे सोडून अमेरिकेत आल्याला पस्तीस वर्षे झाली पण अजूनही पुणे म्हटलं की रमेशला गहिवरून येतं. अलीकडे पुण्यात जाणं जमलं नाही, पण आई होती तोपर्यंत एक दोन वर्षात तरी त्याची पुण्याला फेरी व्हायचीच. गेली पाच सहा वर्षे मात्र जावसं वाटूनही जाता आलं नाही, फोनवर नेहमी रमेश आणि सुरेशचं बोलणं व्हायचं. आता रमेश रिटायर होतोय म्हटल्यावर सुरेश फोनवर म्हणाला 'मग दादा, आता पुण्याला या परत. जबाबदारी संपली, नोकरी संपली, रीमा आणि रिंकू आपापल्या संसारात, तू आणि वहिनी काय करणार तिकडे राहून?' रमेशच्याही मनात अलीकडे विचार येतच होते पुण्याला जाऊन आरामात रहावे असे. रेवतीचं म्हणणं तो खादाड भाऊ आहे आणि भारी चोखंदळ.... इथल्या मेथीला पुण्याच्या मेथीची सर नाही, किंवा बेलपेपर्स म्हणजे काही आपली भोपळी मिरची नव्हेच, इथल्या भाज्या म्हणजे नुसत्या फर्टिलायझर्स घालून माजवलेल्या म्हणून बेचव. तरी हल्ली ऑरगॅनिक भाज्या मिळायला लागल्या पासून रेवती मुद्दाम होल फूड स्टोअर मधून आणायला लागली होती, तरी रमेशचे नखरे चालूच. 'अहो चवीनं खाणारा आहे मी. नखरा कसला? जरासा चवीत झालेला बदल मला कळतो,

त्याला काय करणार मी?' रमेशच्या ह्या म्हणण्यावर रेवती नेहमी म्हणत असते की जीभेलाच काय ह्यांच्या नाकाला सुद्धा कळतो फरक. कोबीला उग्र वास येतोय.... तर फ्लावरला अडूक वास येतोय. आता चोखंदळपणाला क्वालिटी कॉनशसनेस म्हटलं की कसा पॉझिटिव्हनेस येतो नाही का? तर दर वेळेच्या या चोखंदळपणाच्या कटकटीला टाळण्यासाठी रेवतीचा तोडगा असा की आपण आपले पुण्यात जाऊन राहूयात मग तुम्हाला हवे तसे खायला मिळेल. हे मात्र रमेशला लगेच पटले म्हणून तर तो मनोमन विचार करायला लागला की खरंच रिटायरमेंट नंतर पुण्यात सेटल होऊयात. म्हणजे इथली रोजच्या कामाची दगदग पण वाचेल दोघांचीही. इथल्या पैशात तिथे अगदी आरामात राहता येईल.

तेव्हा सुरेशची री ओढत एक दिवस रमेश म्हणाला रेवतीला, 'काय गं, पुण्याला सेटल होऊयात का?' 'पुण्याला आणि सेटल?' रेवती अंगावर पाल पडल्यासारखी किंचाळली. 'आपण काय करणार तिथे? आणि सदाशिवपेठेतल्या वाड्यात का राहणार आहोत, हातात टमरेल घेऊन लाईन लावायला? कमालच करतोस हं रमेश तू तरी....' 'अहो बाई साहेब आपण वाड्यात जाऊयात रहायला असं कोण म्हणालं? आपण घेऊयात की एक छानपैकी फ्लॅट पुण्यात.... प्रभात रोड नाहीतर औंधला. तुला कोण वाड्यात राहायला सांगतंय?' रमेश म्हणाला. 'माझं तर सोडच तुला तरी जमणार आहे का ते? पण तुझा काही नेम नाही बाबा, मनात आलं तर काय वाट्टेल ते करशील. पण मी आधीच सांगून ठेवतेय फ्लॅट घेतलास तरच पुण्यात राहायचा विचार करणं तरी शक्य होईल. आई होत्या आणि त्यांच्यासाठी जात होतो, तेव्हा वाड्यात राहणं सहन केलय मी. आता मात्र फ्लॅट घ्यायचाच आणि तो ही चांगला तीन, चार बेडरूम्स विथ बाल्कनी आणि अॅटॅच बाथवाला. जमलं तर क्लब हाऊस वगैरे असलेल्या ठिकाणीच घे' रेवती म्हणाली. 'म्हणजे औंधलाच हवा बघायला, आपण जाऊयात या विंटरला तेव्हा बघू' रमेश म्हणाला. 'पण रमेश मुव्ह नाही हं व्हायचं आपण, हवं तर सहा सहा महिने इकडे आणि तिकडे करू. हल्ली कितीतरी लोक तसेच करताहेत ना?' दोघांनाही ही आयडीया पसंत पडली.

रमेशनी लगेच सुरेशला फोन लावला.... जरा बघ हं रेवती, मी त्याची कशी फिरकी घेतो ते ऐक,....रिसिव्हर वरचा हात काढून रमेश म्हणाला....

'अरे सुरेश तुझी आयडिया आवडली बरं का रे, आम्ही सिरीयसली विचार करतोय पुण्यात यायचा, हे बघ वाड्यातल्या चार खोल्या आमच्यासाठी तयार कर. एखादं बिऱ्हाड निघतंय का बघ! जोशी आजींना विचारून बघा, त्यांना काय लागतील ते एखादा लाख दोन लाख देऊ आपण काय?' सुरेश एकदम गप्पच झाला यावर 'बघतो काय करता येईल ते' म्हणाला.... रेवती हे ऐकून मनातल्या मनात हसली.... 'आता बघा बच्चमजी, तुमचे बंधुराज या म्हणतात का ते बघा.' 'अगं आपल्याला तर वाड्यात रहायचेच नाही ना, उगीच जरा गम्मत केली.' 'ते खरं पण अहो, आता जरा शांत रहा एक दोन आठवडे आणि बघुयात तरी काय रिॲक्शन्स होतात लोकांच्या ते!' रेवतीही या खेळात सामील झाली. तिकडे सुरेशचे धाबंच दणाणलं. रमेश आता खरंच येतोय की काय? त्यानं सुहासला विचारलं.... 'आता काय करायचं गं, सहज म्हणालो दादाला या इकडे, तर तो सिरीयसली येतोय म्हणतोय.' 'काय जाणे बाई, तुमचे भाऊ तुम्हाला माहिती! आणि सहज म्हणताना विचारलं होतत मला? मग आता अंगाशी येतय म्हटल्यावर का बायकोची आठवण झाली?.... महिन्याभरासाठी यायचे सुट्टीला तर त्यांची तैनात ठेवता ठेवता माझी दमछाक व्हायची, नाकी नऊ यायचे.... आणि आता इथेच यायचं म्हणताहेत.... कसं जमणार हो? आपणच दहा जण आहोत घरात, जोशी आजी तिगस्ता गेल्यावर त्यांची जागा ताब्यात आली म्हणून वरच्या खोल्या झाल्या मुलांना द्यायला. आता त्याच खोल्यात हे आले तर मुलांनी कुठे जायचं?.... आधी स्वतः जन्मभर अमेरिकेत चैनीत राहिले, बक्कळ पैसा केला, त्याचाच तोरा आम्हाला सहन करावा लागला.... वहिनी आणि त्यांच्या लाडावलेल्या लेकींचे नखरे काढावे लागले.... बाई गं, काय एकेक माणसं तरी.... त्यांना म्हणा वाडा दुरुस्तीला कधी दहा हजारभर काढले नाहीत खिशातून, आणि आता वाटा मागताहेत....? काही वाटायला नको? जनाची नाही तरी मनाची तरी....??' सुहासला तोंड चालवायचा चान्स मिळाला. 'अगं, पुरे पुरे. कोण वाटा मागतय? त्यांनी काही आमचा हिस्सा द्या म्हटलंय का? उगीच तू तरी.... त वरून ताक भाताला पोहोचतेस.... आणि हे बघ मी ही काही कमी नाही, त्यांच्याच तंगड्या त्यांच्याच गळ्यात घालतो की नाही बघ....' इति सुरेश. 'पुढच्या वेळेस फोन आला की सांगतो दादाला, अरे वाडा पडीक झालाय, तुम्ही कसे काय अश्या जागेत राहाल? आमचं काय

आयुष्य गेलय इथेच, अस तसच.... आई भाऊंचं करता करता.... आम्ही इथूनच सरणावर जायचे त्यांच्यासारखेच.... तुम्ही एव्हढे सुधारक.... तुमची गैरसोय होणार इथे.... तुम्ही झकास बंगला बांधा अमेरिकन धर्तीवरचा....' 'हो हो, बांधतील नाहीतर काय? बंगलेच का इमले बांधा म्हणावं...' सुहास चा मूड गेलेलाच होता.... 'एव्हढं बोलताय इथे, ते सांगा म्हणजे झालं, नाहीतर आयत्यावेळी शेपूट घालाल अन म्हणाल, ये रे तू दादा, मी करतो खोल्या मोकळ्या, आधीच सांगते सुमित आणि सुमेध कुठेही जाणार नाहीत. ते त्यांच्या वडिलोपार्जीत वाड्यातच राहणार.... आईंची तशी इच्छा होती....कितीदा बोलून दाखविलं होतं त्यांनी,.... सुहासने ठणकावलं. सुमीला फोन लावून बघतो, म्हणत सुरेशनी पळवाट काढली.

रेवतीला उगीच वाटले आपला दादा असे काही टोलवून लावणार नाही. कर्जतला आपल्या बाबांचा केव्हढा तरी मोठा वाडा आहे. शेतजमीन आहे, शिवाय दोन तीन घरे पण.... आपल्याला तर आणि कोणी भावंडं पण नाहीच, दादा आणि आपणच. तेव्हा काही प्रॉब्लेम येणार नाही. तिने दादाकडे फोन केला तो म्हणाला होता, 'अग बेबी, तुम्ही येताय इकडे परत, ते छानच आहे.... शेवटी आपल्या घरी परतावं हे बरं, मी विचारणारच होतो तुला की तुला फार्म हाऊस बांधायचे आहे का ते?' ' का रे तुम्ही बांधताय का?' रेवतीने विचारले, 'नाही ग, मी इथलं सारं विकून पुण्याला यावं, अशी मुलांची इच्छा आहे, म्हटलं तुम्हाला हवी असली काही शेतजमीन फार्म हाऊस बांधायला तर आपली दहिवलीच्या टेकडीखाली आहे एखादा एकर, तेव्हढी ठेवता येईल तुला हवी असली तर....' 'तुम्ही बांधलात बंगला तर आम्हालाही यायला जायला होईल, पुण्यातून तशी कर्जतची आठवण येणारच ना? सगळा जन्म इथेच गेला, पुण्यात काय करणार खरं तर आम्ही? काय विचार आहे रमेशचा कळव.' रेवतीचा दादा तिच्यापेक्षा दहा वर्षाने मोठा होता. 'पण काय ग रेवती हे दहिवली कुठेशी आलं? कर्जतमध्ये ही वाड्या खेरीज आणखी दोन घरं आहेत ना बाबांची?' रमेश ने विचारले. 'अरे गावात तर आता अगदी गर्दी झालीय, मी चार वर्षाखाली गेले होते तेव्हा पाहिलय ना? पण दहिवली म्हणजे नदी पार करून आणखी गावातून पुढे.. टेकडी तर पार भीमाशंकरच्या डोंगराखाली बरीच दूर आहे. लहानपणी दादा तिथूनच चढून जायचा भीमाशंकरला' रेवती म्हणाली. 'कुठेतरी दहिवली बिहीवलीला

नको हं, जायचं तर आपलं पुण्यातच जाऊयात. आणि दादांना म्हणावं तुम्ही पण मुलांच्या जवळपास बघा, शेवटी तीचं तर करणार ना आपलं?' रमेशने म्हटले.... रेवतीला वाटले रमेशने लगेच झटकून टाकले. मग तिच्या डोक्यात एकदम प्रकाश पडलं.... 'पण मग रमेश, अरे आपल्या मुली तर इकडेच राहणार, मग आपण इंडियात गेलो तर, आपलं रे कोण करणार? म्हणजे आपल्याला तर इकडेच राहायला हवे, तेही मुलींच्या जवळपास.... पुण्यात नव्हे.... नाहीतर असे करूयात का, निदान मुलींच्या जवळच एखादा कॉंडो घेऊन ठेवूयात नाही का? तशा त्या दोघी एकमेकींपासून फार दूर नाहीत' रेवती म्हणाली.... 'अगं रिंकीचं तर घर केव्हढं मोठं आहे, आपण तिच्या घरी सुद्धा राहू शकू हवं तर! दोघेही दिवसभर बाहेरच असतात, त्यांनाही उपयोगच होईल आपला. तिची अनिकेत आणि पिंकी तर लहान आहेत, त्याला नाहीतरी नॅनी जवळ ठेवते ती. आपला तिला आधारच होईल,' रमेश म्हणाला, 'चल तर मग पोरींना गुड न्यूज देऊयात की आपण त्यांच्या जवळ मुव्ह होण्याचं ठरवतोय म्हणून'.

दोघांनीही एक्साईटमेंट मध्ये लगेच फोन लावला.... आधी रिंकीकडे.... ती शेंडेफळ ना म्हणून रमेशची जरा जास्तच लाडकी होती. 'हॅलो....' रिंकीचा जड आवाज आला, 'काय ग बेटी आर यू ऑल राईट? असा का आवाज येतोय तुझा?' रमेशला पोटातून काळजी वाटली. 'ओह डॅड. काय झालं? व्हॉट हॅपंड? इज देअर इमर्जन्सी? व्हाय आर यू कॉलिंग? इट्स वन इन द मॉर्निंग? व्हाय आर यू कॉलिंग ॲट धिस अवर?' 'सॉरी बेटा आय जस्ट फरगॉट अबाऊट द टाईम डिफरन्स.... सॉरी बेटी, नथिंग अर्जंट'.... 'देन कॉल ॲट अ डिसेंट टाईम डॅड' म्हणत रिंकीने फोन ठेवला. 'अरे बापरे, आपल्या गप्पांच्या नादात लक्षातच आले नाही की इस्ट कोस्ट वर रात्रीचा एक वाजून गेलाय म्हणून' रमेश म्हणाला. 'हो पण, म्हणून काय रिंकीने दोन शब्द न बोलता फोन ठेवावा? ह्या पोरींना काही आई बापाचं नाहीच. जरा रात्री फोन केला तर लगेच हिला त्रास वाटला, एरव्ही हीच मुलगी रात्री किती उशिरा पर्यंत आपल्या मित्र मैत्रिणींशी फोन वर बोलायची, तेव्हा नव्हता त्रास होत तो?' रेवती फणकारली, 'आणि तू एव्हढा रिंकी, रिंकी करतोस.... तुला तर वाटतय की आपण तिच्या घरी सुद्धा राहू शकू, ही मुलगी धड फोनवर बोलायला तयार नाही....' 'अगं जाऊ देत रेवती, दमली असेल पोर

दिवसभर उभी असेल सर्जरीत उद्या बोलू रीमाशी आधी, नाहीतर वीकएन्डला करूयात फोन,' रमेश म्हणाला.

तेव्हढ्यात फोन वाजला, नागपूरहून राजश्री बोलत होती, 'हॅलो, दादामामा, मी फोन लावला कारण आईला बोलायचंय तुमच्याशी आणि मामीशी पण, जागे आहात ना?' सुमी आलीच तेव्हढ्यात लाईनवर.... 'काय म्हणताय दादा वहिनी? कसे आहात? परवा सुरेशचा फोन होता पुण्याहून. म्हणत होता की तुम्ही परत यायचं म्हणताय!' 'हो चाललाय खरा विचार, पण सुमे अगं तू कशी आहेस? किती दिवसांनी तुझा आवाज ऐकतोय गं...., आणि फोन कसा केलास काही विशेष? आणि आमचे जावईबापू कसे आहेत?...' 'पुरे हं दादा तुझे जावईबापू म्हणणं.... श्रीधरला अजिबात आवडत नाही हं, तो आणि तू जवळपास एकाच वयाचे ना दादा? हे बघ आम्ही ठीक आहोत सगळी, पण जरा तुम्हा दोघांशी बोलायचं होतं' सुमी म्हणाली. 'काय गं सिरीयस दिसतोय मामला एकदम..?' रमेशही जरा चक्रावलाच होता कधी नव्हे ते सुमीनं फोन केला म्हणून. 'अरे, तुम्हाला कदाचित कल्पना नसेल, इकडच्या गोष्टींची तिकडे तुम्हाला माहिती होत नाही ना पुरती. अरे, आई भाऊंचं इतकं केलय सुरेश आणि सुहास नी, आई तर नेहमी म्हणायची मुलगी दिली दूर देशी, थोरला गेलाय परदेशी.... राहता राहिला माझा धाकटाच.... तोच आमचं करतो सगळं.... दुखलं खुपलं तोच तर बघतो.... सुहास पण खूप करते हो. ऐकतो आहेस न दादा, आई माझ्याकडे नेहमीच बोलायची की वाडा सुरेशलाच द्यायचा. म्हणायची सुमे, तुला सासरचं गडगंज आहे, दादाही चैनीत आहे तिकडे, त्याला रगड आहे सगळं.... गाड्या घोडे कश्याला कमी नाही. तो इकडचा घरदाराचा, आई बापांचा विचार न करता जबाबदारी टाकून चालायला लागला अमेरिकेत.... माझा बापडा सुरेश, त्यालाच काही चांगली करीयर करायला मिळाली नाही आमचं करता करता.... भाऊ गेल्यावर काकांना त्यांच्या हिस्स्याचे पैसे दिले आणि वाडा सुरेशच्या नावावर करून घेतला. मी पण माझा हक्क सोडलाय आणि तुला पण गरज नाही ना वाटणीची.... आणि अरे दादा वहिनी तुम्हाला जमणार आहे का वाड्यातलं राहणं, आता? सुमाने तिकडची स्टोरी सांगितली. 'अगं सुमे, आम्ही नुस्तं पुण्यात यायचं म्हणत होतो, तेही खरं तर सुरेशनी सुचविलं

म्हणून, सुरेशचाच आग्रह की रिटायरमेंट नंतर तिकडे काय करताय? या आता पुण्याला परत म्हणून.' 'अरे दादा, तुम्ही नागपूरला येताय का? नागपूर खूप बदललय हल्ली.... किती वर्षात आला नाहीत तुम्ही इकडे यावेळी तरी सुट्टीला याल ना तेव्हा आमच्याकडेच या, बरं का गं वहिनी,....मग बघा तुम्हाला आवडलं इकडे, तर इकडेच बंगला बांधा, फ्लॅट्स तर हवे तेव्हढे आहेत अव्हेलेबल.... रोज नवीन नवीन बिल्डिंग्ज उठताहेत इथे.' सुमीचं बोलणं संपलं, तसा रमेश एकदम गप्पच झाला. जराशाने अगदी खिन्नावल्या सुरात म्हणाला, 'रेवती आपण फॅमिलीपासून पार दुरावलोय गं, इकडे येऊन राहिलो क्वालिटी ऑफ लाईफ चांगली म्हणून, बट वी लॉस्ट द फॅमिली. आपण जबाबदारी टाकून इकडे निघून आलो असं वाटतय त्यांना. आपण पुण्यात जायचं म्हटलं तर सुरेशचेच काय, पण सुमीचं ही धाबं दणाणलेलं दिसतय.... आपण आपलं.... आपला भाऊ, आपली बहिण करत आलो इतकी वर्षे.... पण भाऊ बहिणीच्या लेखी आपण सगळं वाऱ्यावर सोडून निघून गेलेले ठरलो.... आणि न, त्यांच्यात जमा नाही आहोत आपण, त्यांच्या लेखी कोणीच नाही आहोत आपण रेवती....' 'अहो, तुम्ही मनाला लावून घेऊ नका.... शांत व्हा बघू.... आपल्याला जितके शक्य होते ते आपण केलेच ना? आई भाऊंच्या शेवटच्याच काय आधीच्याही सगळ्या हॉस्पिटलचा सारा खर्च तर आपण दिलाच ना? आणि तुम्ही एक महिना, मी एक महिना असे जाऊन राहून त्यांची सेवा केली ते? ते सोयीस्करपणे विसरलेले दिसताहेत तुमचे भाऊ बहिण.... पण जाऊदेत.... आपल्याला समाधान आहे आपण केल्याचं! कोणी काही का म्हणेनात.... नका तुम्ही मनावर घेऊ....'

वीकएन्डला रीमा कडे फोन लावला. 'मॉम हाऊ नाईस? हाऊ आर यू मॉम?, नाऊ अ डेज यू डोंट कॉल मी मच....' 'अगं सोना घरात कुठे असता तुम्ही?' रेवती लाडाने रीमाला सोना म्हणायची.... 'अगं मला रिंकूतर सांगत होती डॅडचा फोन आला होता म्हणून.... पण आता मात्र आम्ही खरच निघालोय पिकनिकला. अॅन्डी इज वेटिंग फॉर मी इन द कार, आय गॉट टू रन. टॉक टू यू सम टाईम, बाय' करून रीमाने फोन बंद केला. रेवतीला वाटत राहिले, पुण्यातले रमेशचे सख्खे भाऊ बहीणच काय, आपला दादा काय, आपण इकडे आल्यामुळे ही नाती तुटली आणि इकडे.... इकडे आपल्या मुली तर इकडेच वाढल्या आणि इकडच्या स्टाईलने अठराव्या वर्षी ज्या घराबाहेर पडल्या त्या

पडल्याच.... शिकत होत्या, तेव्हा तरी काय आई वडील गरजे पुरतेच हवे होते त्यांना.... कॅम्पस जॉब, स्कॉलरशिपवर शिकत गेल्या.... जे काय कमी पडलं ते आपण पुरवीत गेलो.... लग्नेही दोघींनी अमेरिकन मुलांशी केली..... आणि त्याही अमेरिकनच बनल्या. धड कधी सुट्टीला म्हणून येऊन राहिल्या नाहीत. माहेर हा शब्द तरी त्यांना माहित आहे का? शिकत असताना सगळ्या समर्सला कोर्सेस केले असे ही नाही, कधी रोड ट्रिप्सना गेल्या मित्र मैत्रीणींबरोबर.... तर कधी युरोपची ट्रीप केली. आपल्याच आग्रहा वरून एकदा भारतात आल्या होत्या आपल्या बरोबर, तर दोन दिवस घरी राहून लगेच दोघी बहिणी बहिणी गोवा, केरळ करायला गेल्या.... आता आल्या कधीकाळी तर दोन दिवसांवर घरी राहत नाहीत.... त्यांच्याकडे आपण ही वीकएंड पेक्षा जास्त राहिलो नाही कधी.... हे ही नातं धड राहिलं असं वाटत नाही.... उपऱ्यासारखेच झालेय आता.

आपण कुठल्याच फॅमिलीत बसत नाही, ना आपल्या इथल्या, ना इंडियातल्या. इथे तर फॅमिलीच्या डेफिनिशनमध्ये पेरेंट्स बसतच नाहीत. म्हाताऱ्यांसाठी ओल्ड एज होम्स, नाहीतर नर्सिंग होम्सच असतात. जीवनाचं गणित मांडताना फॅमिली वाढली की बेरीज व्हायला हवी खरी तर, पण आपली तर फक्त वजाबाकी झालीय.... केवळ वजाबाकी....

अवकाशाशी नाते

अनंत अथांग अवकाशाला छेद देऊनही
सूर्यमाला, ग्रह, तारे राहतात गतीमानही
त्यातीलच एक ही आपली किंचित सूर्यमाला
त्यामध्ये फिरती कित्येक ग्रह अन चंद्रमाला

त्यातील केवळ एका मध्यम ग्रहावरी
दृष्टीक्षेपातही न मावणाऱ्या प्रचंड भूतलावरी
अवकाशाशी जोडीत अपुले नाते
उभी एक चिमुकली उभारुनी हाताते

सभोवती सारेच आरपार अन पारदर्शी
परी हळुवार पणे तिला कोण हे स्पर्शी?
न दिसणारे असे काही जाणवे तिजशी
ती तर अवकाश भेदीत येणारी झुळूक हलकीशी

उमलून जाई अंगांग ती या स्पर्शाने फुले
तोच नकळत दुसरी अवकाश भेदी लहर उमले
न दिसणारे असे काहीतरी जाणवे इकडे
कुठूनसा दूरवरून तरंगत येणारा स्वर कानी पडे

नयना पुढे नित नवनवल महोत्सव साकारे
अवकाशाला भेद देऊनच प्रत्येक किरण आकारे
ही रम्य दृश्य कधी भव्य तर कधी सूक्ष्म अशी
आपल्या रंगबिरंगी नाना आकारनी मनाला भावतीलशी

ह्या साऱ्या संवेदना होणे आहे अशक्य केवळ
अवकाशी न पडे छेद जर, अवकाश राहील निखळ

ना स्पर्श, ना रूप रंग, ना जाणवे स्वर
अवकाश ना छेदले जर, ना उमटे संवेदना तर

बाहेरचे अनंत अवकाश भासे पोकळ
मनातील अवकाशही राही तसेच नितळ
अवकाशाला ना कसेही कुणीही छेदिले
ना संवेदनांचे विश्व सर्वदूर उभारले

संवेदनांची ओढ जाई हळूहळू दृढावत
जसजसे भेदले जाई अवकाश शाश्वत
मग त्या सूर, स्पर्श आणि रुपरंगात
नाचते एक लयकारी आपल्याच नादात

अनंत अवकाशाचे सूक्ष्म रूप माझे मन
जोडी नाते अवकाशाशी स्थूलांना भेद देऊन
लहरी उद्भवती संवेदन विश्वाला जागवून पोहोचेल ते
मनाच्या अवकाशी, अन जोडीत जात एकेक स्थिर नाते

आयुष्याचा लेखा जोखा

मांडता आयुष्यातील काळवेळेची लेखा जोखी
बेरीज केली ती फक्त आनंदाच्या क्षणांची
त्यातून करता वजाबाकी दुःखाच्या क्षणांची
उरायला हवीच ना होती बाकी बरीचशी?

आयुष्यातील सुख दुःखे मोजावीत कशात
म्हटलं तर सुख दिसतात मिळकत, पैशात
दुःख म्हणजे एकार्थी दिसतात सुखाच्या अभावात
तेव्हा बाकीही उरायला हवी अखेर भागाकारात

पण खरी सुख दुःख ही तर नात्यांवर बेतली
जसजशी गणगोतावळी नात्यांची जमली
सगे सोयरे, आप्तस्वकीय ही सुखद जाणीव जपली
तसतशी सुखे ही चक्रवाढ व्याजापरी वाढली

अशी ही नाती जितकी तलम, रेशमी, मृदुल
तितकी भक्कम, तितके बंध अधिकच कोमल
जितक्या भेटीगाठी वाढवतात गोळा बेरीज सुखदायी
मात्र त्यातले विरहकाल भासतात तितकेच दुःखदायी

दुःख असते आपले, आपले फक्त एकट्याचे
सुखात सारेच जमतात भोवती आपल्या सोबतीचे
सुखाचे मोजमाप करू म्हणता, होता होईनासे
दुःखाचे काळ जितके, मात्र जणुं सरता सरेनासे

आयुष्य तसं पाहिलं तर गोळा होत जाते क्षणाक्षणातून
कसा मोजावा हा हिशोब आपणच आपल्यातून?
कसा करावा 'मी' बाजूला या साऱ्या गोतातून?
कसा मांडावा आयुष्याचा लेखा जोखा कालातून?

२७ मे, २००९

१४

यक्ष प्रश्न

फोनची घंटी किती वेळ वाजत होती कोण जाणे. क्रांतीला जाग आली तेव्हा क्षणभर तिला वाटले, गजरच झाला रोजचा. अन तिचा हात नकळतच घड्याळावर आदळला. तरी घंटा वाजतच राहिली म्हटल्यावर क्रांती उठून बसली. बेडच्या पलीकडच्या बाजूला डाव्या हाताला फोन होता तो वाजत होता. फोन उचले पर्यंत घंटा बंद झाली.... बाहेर ऊन पडलेलं दिसत होतं.... वाजलेत तरी किती म्हणत तिनं घड्याळात पाहिलं.... बापरे अकरा वाजले.... विजय कधी उठून गेला त्याचा पत्ताच लागला नाही. क्रांतीचं डोकं जड झालं होतं. रात्री कधी झोप लागली ते पण आठवत नव्हतं.... पण ती खूप वेळ जागी होती... रडत होती. त्याआधी विजयशी भांडण.... ते पण खूप वेळ चाललं होतं.... तो काहीही ऐकून घ्यायला तयारच नव्हता. त्याचं एकच एक उत्तर कायम होत, 'क्रांती तो या घरात येणार नाही, हे लक्षात ठेव.' 'मग काय करायचं मी विजय?' असं क्रांतीनं विचारलं तर 'ते तुझं तू बघ. मी काय सांगणार? तुला माझं म्हणणं पटत नाही म्हणून बोलणं सोडून दिलं मी, पण माझा निर्णय मात्र काहीही बदलणार नाही. त्याला या घरात इतःपर थारा मिळणं अशक्य आहे....'

विजयचे शब्द सुरीसारखे क्रांतीच्या काळजात घुसले होते.... आताही ते शब्द आपल्या काळजाला घर पडताहेत असं तिला वाटलं.... तेव्हढ्यात फोन पुन्हा वाजला.... तिनं फोन उचलून क्रांती हिअर म्हणेपर्यंत सुदेशचा चिरपरिचित आवाज आला, 'हाय मॉम....' क्रांतीचे डोळे भरून पाझरायला लागले.... 'हाय बेटा, कसा आहेस तू?' 'ओ मॉम, विसरलीस का? अगं, तू मला पिक अप करणार होतीस न? मी वाट पाहतोय तुझी.... आय कॉलड कपल टाईम्स पण कोणी उचलला नाही तेव्हा मला वाटलं तू निघाली असशील.... व्हाय आर यू होम स्टिल? इट विल टेक यू अनादर अवर टू बी हिअर....' 'बेटा सुदेश मी निघालेच रे, जरा बरं नव्हतं वाटत तर चुकून डोळा लागला, आत्ताच जाग आली तुझ्या फोननी.... हे बघ, येतेच मी बघ, ओ.के.?' क्रांतीनं घाईनंच फोन ठेवला आणि ती फ्रेश होण्यासाठी बाथरूम मध्ये गेली.... शॉवर सोडून थंडगार पाणी डोक्यावर घेत राहिली, तेव्हा जरा भणभणलेलं डोकं कमी झालं. चहा करावा पटकन, म्हणजे जाता जाता पिता येईल आणि टायलेनॉल पण घेता येईल.... क्रांतीला कालचं भांडण पुनः पुनः आठवत होतं. गेले दोन तीन दिवस क्रांती बेचैन होती. सुदेश घरी परतण्याचा दिवस जवळ यायला लागला तेव्हा आता विजयशी बोलायलाच हवं.... तुरुंग हा शब्द उच्चारताना देखील आपला थरकाप होतो हे क्रांतीला गेले सहा महिने सतत जाणवत होतं.

सुदेशला पोलिसांनी पकडलं, खटला झाला, या सगळ्याशी विजयचा जणुं काही काही संबंधच नव्हता. जेव्हा त्याला अटक झाल्याचे कळले, तेव्हाही क्रांतीच धावून गेली होती, शेरिफच्या ऑफिसमध्ये तो लॉकअपमध्ये होता.... एक ड्रगच्या अड्ड्यावर तो सापडला होता, त्याच्या जवळ बरीच रक्कम आणि जॅकेटच्या खिशात कोकेनच्या पुड्याही सापडल्या होत्या. त्यावरून तो ड्रग ट्रॅफिकिंग मध्ये अडकला होता हे उघडं होतं.... त्या दिवसापासूनच क्रांतीची झोप उडाली होती. 'हे काय भलतच झालं रे विजय?' म्हणताना तिला रडूच कोसळलं होतं, विजय भलताच संतापला होता. त्याचं बी.पी. वाढतय की काय असं तिला वाटलं. त्याचा चेहेरा लालबुंद झाला होता. हाताच्या मुठी त्यानं आवळलेल्या होत्या.... डोळे जणुं आग ओकत होते. त्यानं सगळं खापर क्रांतीच्याच माथी फोडलं 'तरी सांगत होतो की मुलांना डोक्यावर घेऊ नका. पण नाही, तुमची कौतुकच फार.... म्हणे चांगला फुटबॉल प्लेअर आहे खेळू देत त्याला.... आता

काय दिवे लावलेत ते बघा.... नुसता खेळ खेळ करता करता आयुष्याचा खेळ खंडोबा झालाय.... त्याच्याच नाही तर माझ्याही.... माझ्या सगळ्या कीर्तीवर पाणी पडलं. ह्या शंखोबा मुळे मला चार लोकात तोंड काढणं अशक्य झालंय.... वर मलाच विचारतेस हे काय भलतंच झालं म्हणून? तुमचे दिवटे चिरंजीव.... मी त्याला कधी उशिरा आल्याबद्दल जाब विचारला तर तूच ना पदराखाली घेतलेस? आता भोग त्याची फळं....' बोलता बोलता विजयचा तोल जायला लागला तेव्हा क्रांतीच पुढे झाली तिनं विजयला हाताला धरून पलंगावर बसविलं 'जरा शांत हो बघू विजय.... सुदेशचं काय, की माझं काय चुकलं, कुठे चुकलं ते नंतर बघू, पण आता तुझं बी.पी. वाढतय बहुतेक, ही गोळी घे, एक ॲस्पिरीन पण घे, मी खालून दुध आणते.... तू जरा शांत पडून रहा. काय? उगीच डोक्यात राख घालू नकोस.... शांत हो, विजय शांत हो' म्हणून विजयची समजूत काढत ती तिथेच त्याच्या उशाशी बसली नकळतच त्याला थोपटायला लागली अन अंगाई गुणगुणायला लागली.... विजयला शांत झोप लागल्यावर तिनं खाली जाऊन पोट भर रडून घेतलं.... साऱ्या आसमंतात एक प्रकारचा असहायपणा भरून राहिला होता.... काय करावं? याचा विचार करून करून डोकं फुटायची वेळ आली होती.... दुसऱ्या दिवशी सकाळी विजय नेहमी सारखा उठून हॉस्पिटलला गेला होता. त्यादिवसापासून त्यानं बोलणंच कमी केलं होतं. क्वचित कधी तरी संध्याकाळी तो अस्वस्थ होऊन बॅकयार्डमध्ये फेऱ्या मारत असे तेव्हा तो घायाळ सिंहासारखा वाटे.... क्रांतीनं ही विजय जवळ सुदेशचा विषय काढणं टाळलं होतं. विजय हॉस्पिटलला गेल्यावर तिनं नीताला फोन केला होता. नीता ॲटर्नी होती, तिनं क्रांतीचं ऐकून घेतलं अन म्हणाली 'क्रांती तुझ्या मैत्रीसाठी म्हणून मी ही केस घेईन, पण मला काही ह्यात तथ्य दिसत नाही. सुदेशला ह्यातून सोडवण्याचा काही मार्ग दिसत नाहीय.... बघते काय करता येईल ते, आय ॲम सॉरी, आय कॅनॉट प्रॉमिस यू एनी थिंग.' हे ऐकून तर क्रांतीचे हात पाय गळाठल्यासारखे झाले.... पण करणार काय? कोणाचा आधार नाही.... बोलावं तरी कोणाशी? टी.व्ही. वर, पेपरमध्ये बातमी आली होतीच. पण रोजच तर टीनएजर्सच्या काही ना काही भानगडी चालूच असतात त्याकडे कोणी लक्षही देत नाही.... आपण तरी इतके दिवस तिऱ्हाईतासारख्याच बघत असू की ह्या बातम्या.... क्रांतीच्या मनात आलं होतं.... ओळखीच्या कोणी बातमी बघितली नसणार,.... निदान कोणाचा फोन आला नाही हे नशीब त्यातल्या त्यात!

शेवटी नीताच्या प्रयत्नांनी सुदेशचा फक्त गुन्हेगाराचा साथी आणि अप्रत्यक्षपणे ड्रग ट्रॅफिकिंगला मदत केली एव्हढाच गुन्हा ठरला आणि त्यामुळे माफक, म्हणजे त्याला सहा महिन्यांची कैदेची शिक्षा झाली होईत. या साऱ्यातून जाता जाता क्रांती मात्र होत्याची नव्हती झाली होती. सुदेशला शिक्षा झाल्यापासून जशी काय तिलाच शिक्षा झाल्यासारखे तिला वाटत होते. त्यातून विजयने तिलाच दोष दिल्यामुळे आणि ह्या सगळ्या सहन करण्यात कुठलाच वाटा किंवा सहभाग नसल्याने गेले सहा महिने तिने आत्मपरीक्षणात घालविले होते म्हटलं तर वावगे ठरू नये. तिने हर तऱ्हेचा पर्याय मांडून बघितला होता. काय आणि कुठे चुकलं आपलं म्हणून हे कोवळं पोर असं वाट चुकलं? आपणच कुठेतरी कमी पडलो असणार.... की आपण सगळं सुरळीतच होणार हे गृहीत धरलं होतं?.....इतकं की आजूबाजूला ड्रग्ज चाललेली ऐकत होतो, बघत होतो, पण हे कधी आपल्या घरात येऊन पोहोचेल, असं आपल्याला वाटलंच नव्हतं. आपण घरात मुलांचं सगळं नीट करतोय, म्हणजे बाहेरही सगळं ठीकच आहे अशा भ्रमात राहिलो का? सुदेश आणि मितावर नको इतका विश्वास टाकला का? पण विश्वासाने विश्वास वाढतो,.... अविश्वास दाखविला असता तर.... तर वेगळं काय वाईट झालं असतं? आणखी काय व्हायचं राहिलंय? कितीही विचार केला तरी क्रांतीला काही थांगपत्ता लागत नव्हता. हळू हळू यातून काही तरी मार्ग काढायला पाहिजे नुसते विचार करत बसून चालणार नाही, आपणच कंबर कसली पाहिजे. विजयने तर पोराचं नावच टाकलंय तेव्हा त्याच्याकडून आपण मदतच काय पण सहानुभूतीची ही अपेक्षा करू शकत नाही. विजयनी आपल्याला दोषी ठरवलं आहे तर, सुदेशला यातून बाहेर काढायची.... या संकटातून वाचविण्याची धडपड आपणच केली पाहिजे. जे काय करावं लागणार आहे ते आपणच केले पाहिजे.... त्याशिवाय गत्यंतर नाही, आता हाच एक फोकस ठेवला पाहिजे....

सुदेशची घसरलेली गाडी परत नीट रूळावर आणायलाच हवी. अगदी मुळापासून प्रयत्न करावा लागला तरी चालेल. आता हाच एक ध्यास घेतला होता क्रांतीनं. सुदेश वाईट मार्गाला लागल्याची काही लक्षणं पण कशी आपल्या लक्षात आली नाहीत, की म्हणावीत अशी काही लक्षणे नव्हतीच.... त्याचा अभ्यास बरा चालू होता. तो चांगला हेल्दी होता. कधी त्याने जास्तीचे पैसेही

मागितले नव्हते.... तो ड्रग्जच्या सापळ्यात कधी आणि कसा सापडला? क्रांतीला वाटलं सुदेश काही बोलेल की नाही कोण जाणे, पण प्रयत्न तर करायलाच हवा. काहीतरी छडा लावायलाच हवा.... छडा नाही तरी निदान सुगावा तरी.... सुदेशलाच विश्वासात घेऊन बघायला हवं. त्याला आपण मदत करायचा प्रयत्न करतोय हे तरी जाणवून द्यायला हवंय. आपण हतबल होऊन चालणार नाही, हे क्रांतीच्या लक्षात आले तशी तिनं कंबर कसली. ती दर वीकएन्डला सुदेशला भेटायला जायची. दर एक भेटीत हळू हळू त्याला बोलता करायचा असे तिने ठरविले. प्रथम प्रथम दोन तीन भेटीत तिनं नुसतीच त्याला सध्याच्या कंडीशन विषयी सहानुभूती व्यक्त केली. त्याच्या शाळेविषयी, फुटबॉल गेमविषयी बोलून ती म्हणाली, 'आय ॲम रिअली सॉरी सुदेश, यू आर मिसिंग आऊट ऑन द गुड थिंग्ज. आर यू सॉरी फॉर व्हॉट हॅपंड? वूड यू लाईक टू टॉक टु मी अबाऊट इट?' तेव्हा तो म्हणाला होता 'आय ॲम सॉरी टू मॉम, आय रिअली ॲम, बट आय ॲम नॉट गिल्टी, मॉम आय ॲम रिअली नॉट गिल्टी. बट एव्हरीवन थिंक्स आय ॲम द कल्प्रिट. द बॅड गाय. व्हॉट इज देअर टू टॉक? इफ नो वन बिलीव्ज मी, व्हॉट कॅन आय डू? व्हॉट डू आय टॉक अबाऊट? इट.... इट्स टफ मॉम.... इट्स व्हेरी टफ....' आणि तो एकदम रडवेला झाला होता.... क्रांतीला वाटलं, बिच्चारं माझं लेकरू, त्याला समजून घेण्याची गरज आहे. तो त्याची चूक नाही म्हणतोय तर आपण त्याची बाजू पण ऐकून घेतली पाहिजे, त्याला सहानुभूती दाखविली, तरच संभाषण पुढे नेता येईल पुढच्या वीकएन्डला त्याच्याशी बोलण्याआधी थोड्या फॅक्ट्स शोधायला पाहिजेत, काहीही माहिती ज्यामुळे आपण त्याच्या बाजूचे आहोत असा त्याला विश्वास वाटेल.

आता क्रांतीचे वेगळेच प्रयत्न सुरु झाले, सगळीकडे चौकशी करून ह्या केसच्या मुळात काय आणि कसे घडले ते शोधायचे. अजून सुदेश वाया गेलेला नाही. 'पोराला ह्यातून कसे वाचवायचे' हाच आता फोकस ठेवायला हवा. मग प्रथम ती त्याच्या शाळेत गेली. त्याच्या गायडन्स काऊन्सेलरला भेटली. तिथे तिला काहीही माहिती मिळाली नाही. उलट काऊन्सेलर म्हणाली, 'डू लेट मी नो, इफ यू गेट टू नो समथिंग अबाऊट अदर किड्स हु आर इंव्होल्व्ड इन ड्रग्ज.' क्रांती मग स्कूलच्या प्रिन्सिपलना भेटली. ते म्हणाले 'आय वॉज व्हेरी सरप्राईज्ड टू

हिअर अबाऊट सुदेश. सुदेश वॉज नेव्हर इन ट्रबल बिफोर. वुई फेल्ड टू अंडरस्टॅन्ड व्हॉट माईट हॅव गॉन रॉंग?' अशी भरपूर सहानुभूती दाखवली अन म्हणाले हा एक अॅड्रेस घ्या 'गेट युवर किड ऑफ ड्रग्ज.' क्रांती तो ग्रुप जॉईन करायला गेली तर तिथे कळलं की तिला फक्त सुदेश बरोबरच त्या मिटींग्ज अटेंड करता येतील. म्हणजे मग थांबायला हवं, सुदेश परत येपर्यंत. शाळेच्या ट्रीप वरून एव्हढे नक्की झाले की, सुदेशची ही अॅक्टीव्हिटी शाळेत चालू नव्हती तर.... मग कुठे.... फुटबॉल फि ल्डवर? फेबी.... म्हणून मग तिने सुदेशच्या टीम मेट्सच्या मॉम्सना फोन केले, त्यानाही काही माहिती नव्हती, पण त्या अॅलर्ट झाल्या. मग दोन तीन मॉम्स मिळून फूटबॉलच्या कोच ना भेटल्या.... कोचशी बोलताना त्यांना जाणवलं की तो हातचं राखून बोलतोय.... काही तरी लपवतोय....

मग पुढच्या भेटीत क्रांतीनं सुदेशबरोबर पुन्हा विषय काढला.... 'हाऊ डीड धिस हॅपन बेटा? हु इंट्रोड्यूज्ड यू टू द ड्रग्ज? हाऊ लॉंग यू हॅव बीन युजिंग देम? टेल मी बेटा, प्लीज टेल मी. लेट मी हेल्प यू. मला वाटतय बेटा की, तुझे फूटबॉलचे कोच काहीतरी लपवताहेत, आम्ही गेलो होतो त्यांना भेटायला.... तू मला खरं सांग म्हणजे मला कळेल आणि आपण योग्य त्या सोर्स कडून लागेल ती मदत घेऊ.' ते ऐकून मात्र सुदेश जरा ओपन झाला. तो म्हणाला 'मॉम युवर डाऊट इज करेक्ट.... अवर कोच स्टारटेड गिविंग अस सम ड्रिंक बिफोर द गेम टू इंक्रीज अवर स्टॅमिना.... वी केप्ट विनिंग द गेम्स अँड ही केप्ट ऑन गिविंग अस दॅट ड्रिंक. आय जस्ट न्यू.... एव्हरी वन वॉज सस्पीशस, बट नो वन हॅड एनी प्रूफ....' 'बेटा, यू वन द फूटबॉल गेम, बट नाऊ स्टार्टिंग टू लूज युवर लाईफ.... हाऊ लॉंग अगो वॉज धिस? डिड यू कंटिन्यु गेटिंग ड्रग्ज आफ्टर दॅट....? ओह डीअर, हाऊ कुड यू सुदेश?' 'नो, मॉम नो, यू नो दॅट आय कुड नॉट बी अ ड्रग अॅडिक्ट.... डू यू थिंक आय हॅव नॉट पिक्ड एनी व्हॅल्युज फ्रॉम यू? हॅव यू ऑल्सो स्टॉप्ड बिलीविंग इन मी, लाईक डॅड?' क्रांतीनं संशय व्यक्त केल्याने सुदेश दुखावला गेला होता. नाराजही झाला होता. क्रांतीच्याही ते लक्षात आलं की, आपल्याला खूप जपून बोललं पाहिजे. त्याच्यावर विश्वास दाखविला पाहिजे. त्याला आपल्यावर विश्वास टाकता आला पाहिजे, तरच काही खरी माहिती हाती लागण्याची शक्यता आहे. हे सगळं प्रकरणच नाजूक.... जणुं

अगदी तलम पोताचं काचेचं सुबक भांडं. आणि ते अगदी हळुवारपणे हाताळणं हाच एक पर्याय आहे.... 'नो बेटा, आय ॲम सॉरी, आय ॲम डिस्टर्ब्ड ॲन्ड सेड समथिंग रॉंग. आय डू बिलिव इन यू.... टेल मी द होल स्टोरी....' आणि सुदेशने सांगायला सुरुवात केली....

'मॉम, यू नो दॅट आफ्टर गेम वी युज्ड टु हँग आऊट टुगेदर टु कूल ऑफ, मोस्ट आफ द डेज वी जस्ट वेन्ट टु अ फास्ट फूड जॉइन्ट्स.... रिमेम्बर माय फ्रेंड जॉनी? अवर गोलकी,.... ओह, आय डोंट नो इफ आय कॅन कॉल हिम माय फ्रेंड एनी मोर.... दॅट डे आफ्टर द गेम वी वेअर टॉकिंग अबाऊट गर्ल्स. जॉनी काइंड ऑफ न्यू आय वॉन्टेड टु मीट एमी. धिस गर्ल वॉज समथिंग.... व्हेरी स्पेशल, ॲंड आय रिअली लाईक्ड हर. बट आय कुड नॉट पूल अप द करेज टु आस्क हर फॉर अ डेट.... सो जॉनी सेड दॅट ही कॅन अरेंज फॉर मी टु मीट हर ॲट अ पार्टी, दॅट इव्हनिंग. सो वी डिसायडेड टु गो देअर.... ॲज वी वेअर गेटिंग ऑफ द कार, जॉनी ऑफर्ड मी हिज लेदर जॅकेट. आय हॅड ऑलवेज ॲडमायर्ड दॅट जॅकेट, जॉनी सेड, 'सुदेश यू वेअर धिस यू विल लूक कूल' सो आय डिड. ॲज वी एंटर्ड द हाऊस, आय थॉट समथिंग वॉज नॉट राईट.... बट डिड नॉट नो व्हॉट.... ॲज वी मुव्ड फ्रॉम द हॉलवे टु द पूल आय सॉ एमी. शी वॉज लुकिंग सो ब्युटीफुल.... आय ऑलमोस्ट स्किप्ड अ हार्ट बीट.... जॉनी इंट्रोड्यूज्ड मी टु एमी ॲंड वी स्टार्टेड टॉकिंग.... आय रिअली लॉस्ट द ट्रॅक ऑफ टाईम.... व्हेन द कॉप्स केम इन, आय रियलाईज्ड दॅट वी वेअर इन अ ड्रग्ज पार्टी.... इन अ व्हाईल द कॉप्स स्टार्टेड चेकिंग ऑल ऑफ अस.... आय डिड नॉट नो.... माय जॅकेट्स पॉकेट हॅड ड्रग्ज ॲंड अ लॉट ऑफ मनी टू. आय ट्राईड टु टेल द कॉप्स दॅट इट इज नॉट माय जॅकेट.... नोबडी बिलीव्ड मी.... जॉनी वॉज नॉट सीन एनी व्हेअर ... आय वॉज सेटअप मॉम.... आय नेवर फेल्ट सो फुलीश ॲंड हेल्पलेस.... नोबडी बिलीव्ड मी मॉम नोबडी इव्हन यू.... सो आय वॉज लेफ्ट विथ नो चॉईस, बट टु रिमेन सायलेंट. ॲज द कॉप्स रेड मी माय राईट्स ॲंड वॉर्न्ड मी ॲट द टाईम ऑफ माय अरेस्ट.... डू यू बिलिव मी नाऊ? मॉम....?'

एकीकडे हे ऐकताना क्रांती रडत होती, तर दुसरीकडे तिचं मन समाधानाचा सुस्कारा टाकत होता. खरंच सुदेशला स्केप गोट केलं होतं तर, अशी ही शंका

तिला येऊन गेली. गेल्या महिन्यात झालेली ही भेट क्रांतीला आठवत होती. त्या रात्रीच तिनं पुन्हा सुदेशचा विषय विजय पाशी काढला होता, सुदेशची बाजू, जशी च्या तशी त्याच्यापुढे मांडली होती.... पण विजय काहीच ऐकून घ्यायला त्या नव्हता. 'तो तुला मूर्ख बनवतोय क्रांती आणि तू विश्वास ठेवतेस त्याच्या बोलण्यावर.... खरं सांगू त्यानं ही बनविलेली स्टोरी आहे सहानुभूती मिळविण्यासाठी.... तुला नाही असे वाटत? तू भले ठेव विश्वास, पण असल्या फालतू बनवाबनवी वर विश्वास ठेवायला मी काय दुधखुळा वाटतो तुम्हाला? तू काहीही म्हण, माझा निर्णय बदलणार नाही.... सुदेशला या घरात थारा मिळणार नाही....' काल रात्री पुन्हा एकदा प्रयत्न करायचा म्हणून क्रांती विजयशी बोलली होती 'पण विजय, आपण निदान त्याला सेकेंड चान्स द्यायला हवा की नाही?' 'नो, नो, नॉट अंडर एनी सर्कमस्टान्सेस.... तू भोळी आहेस, पण लक्षात ठेव पुन्हा त्याला पदराखाली घेतलंस तर जन्मभर पस्तावशील. मी वॉर्निंग देऊन ठेवतोय.... त्याला त्यामुळे ड्रग्ज करायला रान मोकळं होईल.... कारण आता तर मॉम ने उघड उघड अ‍ॅकसेप्ट केलंय असाच त्याचा अर्थ होईल.... आणि क्रांती दॅट इज इट.... या विषयावर पुन्हा चर्चा नको. ही इज नॉट वेलकम इन धिस हाऊस, अँड दॅट इज माय फायनल डिसिजन....' ही कालच्या भांडणाची झाली सांगता....

क्रांतीचं डोकं विचार करकरून बधीर झालं होतं. एकुलता एक मुलगा त्याला घरात नाही घेतले तर त्याचं काय होईल? अजून तो बारावी पण नाही झाला. प्रेम न दाखविता झिडकारलं तर मात्र तो नक्कीच वाम मार्गाला लागेल. मिताचं फायनल इयर... ती तिकडे कॅलिफोर्नियात आहे. तिला अजूनही धड काही कळवलं नाही. तिच्याशी पण बोललं पाहिजे. पण तिच्या फायनल्स जवळ आल्यात. नुसताच सुदेशचा प्रॉब्लेम झालाय म्हणून मोघम सांगितलं क्रांतीनं, पण तो तुरुंगात आहे आणि सुटल्यावर डॅड त्याला घरात पण घेणार नाहीय, इतकं डिटेल्समध्ये नाही सांगितलं. मिता म्हणाली होती, 'मॉम, डोंट वरी, आय विल बी देअर फॉर समर आय विल टॉक टु हिम.' पण तिला यायला दोन आठवडे आहेत.... तो पर्यंत काय करायचं हे क्रांतीनं ठरवून टाकलं. घरातून निघताना विजयसाठी चिठ्ठी ठेवली. 'मी आत्ताच काही डिसिजन घेऊन शकत नाही पण मी काळजावर धोंडा ठेवून सुदेशला दूर पण करू शकत नाही आहे. तसं करणं जास्त

धोक्याचं आहे, असं मला वाटत आहे. सध्या मी त्याला पिक अप करून बाहेर गावी जाते आहे. तुला जेव्हा काँटॅक्ट करावंसं वाटेल तेव्हा फोन करशीलच. मिता दोन आठवड्यात सुट्टीसाठी येईल. तो पर्यंत मी काही डिसिजन घेऊ शकत नाही. आपलं घरटं पूर्वी सारखंच पोरांसाठी उबदार मायेची पाखर घालणारं असावं असं माझं मत आहे, हे पुन्हा एकवार सांगते. जर तुला हे पटलं नाही तर, काय करायचं हा फार मोठा निर्णय होईल.... तो घ्यायची वेळ येऊ नये, ही माझी इच्छा आहे. त्यासाठी मी परमेश्वराची प्रार्थना करत राहीन की, 'देवा मुलगा की नवरा असा यक्ष प्रश्न मला टाकू नकोस. विजयला सुबुद्धी दे!' पोराचं पोरपण बघून, विजय स्वतःच्या मानापमानाचा विचार न करता पोराच्या भवितव्याचा विचार विजय करेल का? याचा विचार क्रांती करत होती, तोपर्यंत क्रांतीची गाडी तुरुंगाच्या आवारात शिरली होती....

चमकती किनार

आकाशात काळे ढग सर्वत्र पसरलेले
मधूनच पांढुरक्या ढगांचे पुंजके उजळलेले

सावळ्या ढगांनाही त्यामुळे येई किनार
चमकत्या चंदेरी रंगाची प्रकाशित धार

आपल्या आयुष्यातील वादळ वाऱ्याने
बेजार असले तरीही वाटतच राहते
कुठून तरी डोकावेलच न एखादा तरी
किरण आशेचा, बदलून भोंवताल जाई

कधीतरी निवळून जातीलच ना ढग
आणि दिसेल नीरभ्र निळे आकाश
मग विसरून जाऊ की इथेच आले होते
काळे मिट्ट ढग मन कोंदटून टाकणारे

आणि उत्साहाने स्वागत करू निळाईचे,
आणि तरंगणाऱ्या पांढुरक्या पुंजक्यांचे
निळाईतील चमक उजळून टाकेल सारे
आसमंत आरस्पानी रंगानी भिजलेले

१० फेब्रुवार २०१५

१५

ती आणि तिच्या तिघी लेकी

केव्हाचा पाऊस लागला होता कोण जाणे! दुपारपासून अंधारून आलं होतं.... खरं तर हे दिवस काही पावसाचे नाहीत, या दिवसात पाऊस पडला की थंडी वाढते. हल्ली तशीही थंडी सोसत नाहीच तिला. सांधेदुखी मागे लागत्येय की काय असे वाटायला लागले आहे.... तशा तिनं दुपारीच दारं खिडक्या लावून घेतल्या होत्या.... आणि टी.व्ही. लावला होता. एरव्ही तिला वाचत बसायला आवडतं पण अंधारून आलं की दिवे लावून वाचायला लागतं, ते नाही आवडतं.... कारण मग सगळं एकटेपण जसं स्वतः भोवती गुरफटल्यासारखं होतं. मग त्यापेक्षा टी.व्ही. बरा.... बिनडोक करमणूक.... म्हणून तिनं टी. व्ही.च लावला. टी.व्ही. बघता बघता डुलकी लागली.... जाग आली तर चांगलाच पाऊस पडतोयसं वाटलं.... काय करावं? खरं तर छान पैकी चहा प्यावासा वाटतोय म्हणत ती स्वयंपाक घरात गेली. गॅसवर चहाचं आधण चढवलं मस्तपैकी आल्याचा तुकडा ठेचून टाकला तोच वाऱ्यानं स्वयंपाक घराची खिडकी उघडली. बाहेर वादळच चालू होतं.... ओट्यावरची खिडकी.... पटकन पुढे होऊन खिडकी बंद पण करता येईना.... कितीतरी वेळा ह्यांना सांगितलं होतं,

मलाही खिडकी उंच पडते.... पण स्वयंपाकाचे, फोडणीचे, तळणीचे वास घरात राहू नयेत म्हणून ह्यांनी घर बांधताना मुद्दाम ओट्यावर आडवी खिडकी काढली होती.... एरव्ही या खिडकीतून छान वाऱ्याची झुळूक येत असे. पोळ्या करताना ते बरेच वाटे. पण आज वादळवाऱ्या बरोबर पावसाचा सपकारा आत येत होता. ओटा भिजवून पुन्हा तिच्या अंगावर पाणी उडत होते. एरव्ही तिने मुलींना हाक मारली असती. मुली तिघीही उंच होत्या.... त्यातल्या त्यात मधलीच जरा बुटकी होती.... पण तरीही तिच्या पेक्षा उंचच होती. तिनं खिडकी बंद करायला सांगितली की आई कशी बुटकी आहे असा एक कटाक्ष मिळेच तिला. धाकटी तर कधी पटकन येतही नसे.... ती आपल्याच नादात असे. ती 'हो ग' म्हणे पण असे तिथेच बसून राही स्वतःचे उद्योग करीत. मग हिची चिडचिड सुरु होई की, त्यावर उत्तर म्हणून धाकटीची कटकट!

पाणी उकळायला लागलं तशी हिनं साखर आणि चहाची पत्ती टाकली. गॅस बंद करून चहावर झाकण ठेवलं.... आणि फोन वाजला.... ती तशीच वळली.... 'हो रे बाबा जरा दमून वाज की!' आताशा भरभरा चालत फोनपर्यंत पोहोचता येत नाही.... ती पोहोचे तो बेल वाजणं थांबलं.... 'कशाला फोन करतात लोक? थांबायला ही दम नसतो तर.'....म्हणत ती पुन्हा वळली.... चहा गाळे तो पुन्हा फोन वाजला.... सावकाश चालत ती फोनकडे गेली.... यावेळी निदान फोन वाजत राहिला.... 'हॅलो' तिचा आवाज ऐकताच पलीकडून मोठी म्हणाली.... 'अगं आई, होतीस कुठे? मी एकदा फोन केला पण तू उचललासच नाहीस, चहा करतीयस का? वाटलच मला' हिला काही बोलायची उसंत न देता मोठीचं चालूच होतं तिकडून.... 'आई, ओट्यावरची खिडकी उघडी असेल तर राहू देत.... उगीच चढायबिढायच्या भानगडीत पडू नकोस.... कोणी शिरत नाही घरात.... बाबांनी चांगलं भक्कम ग्रील लावून घेतलं आहे....' मोठीला नेहमीच बाबांचं सगळं चांगलच दिसे. आता बाबा गेले तरी ती बाबांचं सगळं चांगलच म्हणणार.... 'बरं, सुमाबाई आता मला जरा चहा पिऊ देशील का?' ही पण जरा नाराजीनंच म्हणाली.... खरं तर नवऱ्याच्या आठवणीनं ती घायाळ झाली होती. त्याला पाऊस फार आवडायचा.... पावसात भिजायला ही आवडायचं.... पाऊस पडायला लागला, विशेषतः वादळी, की तो खुश!! गच्चीचं दार उघडून बसायचा आणि हिला म्हणायचा...., 'ए, झकास भजी तळ की थोडी आणि वर कॉफी पण

कर हं, मस्त पैकी वेलदोडा जायफळ घालून....' मग तिथल्या लँडिंगवर खुर्च्या टाकून दोघेजणं बसून छानपैकी भजी आणि कॉफी असा बेत व्हायचं. जोडीला एखादी विराणी, नाहीतर गझलची टेप असेच लावलेली.... आता पण करावीत का चार भजी? आणि बसावं जाऊन गच्चीच्या लँडिंगवर? तिच्या मनात आलं, पण बाहेर काळोख व्हायला आलेला.... नकोच ते म्हणत तिने विचार झटकून टाकला आणि चहा प्यायला लागली.... तेव्हढ्यात पुन्हा फोन वाजला.... आता कोण आणिक म्हणत चहाचा कप घेऊनच ती फोन कडे वळली.... फोन शांतपणे वाजतच होता हा नक्की मधलीचा ती मनाशी म्हणाली.... आणि फोन उचलून म्हणाली 'हं काय ग सुले?' 'आई, तुला कसं कळलं की माझा फोन आहे ते? की वाटच पाहत होतीस? मघाशी एंगेज लागला म्हटलं जरा थांबूनच करावा. काय चहा पिणं चाललय वाटतं? एव्हढ्या उशिरा आज? की पाऊस स्पेशल एक कप आणखी, आल्याचा ना?' मधली नेहमीच्या संथपणे बोलत होती.... खरं तर आता नोकरीवरून आली असेल.... मुलांची खाणी करायची.... रात्रीचा स्वयंपाक असेल.... 'अगं, तुमची झाली का खाणी? आणि मनु काय करतेय गं?' मनु म्हणजे हिची खास लाडकी नात, चार वर्षाची चिमुरडी पण आजीच्या मागे लागायची जेव्हा तेव्हा, इथे राहा ना गं आजी तू म्हणून' विजा चमकायला लागल्या की तिला भीती वाटते हे हिला आठवले.... 'अगं, विजा काय चमकताहेत मनुला जवळ घे हो' ही इकडून म्हणाली. 'आई, मनु माझ्या जवळच बसलीय सोफ्यावर.... कार्टून्स बघतेय. पण आई काय जोरात पाऊस आला ना? मी पार भिजून आले.... घरात आले तर सगळी दारे खिडक्या उघड्या.... सगळीकडून पाऊस आत आलेला.... कपडे बदलून आधी घर पुसलं.... चहा करून घेतला.... मुलांना लाडू दिला आणि तुला फोन लावला....' मधलीला नाहीतरी कामाचा उरक आहेच.... हिच्या मनात एकदम माया दाटून आली.... ही नोकरी करायची.... मोठी बाबांची लाडकी, ती स्वतःचे काहीतरी उद्योग करीत बसे.... ती आजीची पण लाडकी होती, पहिली नात ना!.... जेव्हा मधली झाली तेव्हाच सासूबाई म्हणाल्या, 'खरं तर मुलगा व्हायला पाहिजे होता.... पण तू शेवटी तुझ्या आईच्या वळणावरच गेलीस त्यांच्यासारख्याच लागोपाठ मुलीच....' स्वतःला पाठोपाठ तीन मुलगे झाले याचा सासूबाईंना फार अभिमान होता.... 'मला नाही बाई मुली आवडत' त्या उघडपणे म्हणत. 'पण स्वतःच्या

तेव्हढ्या आवडतात ना? हिला म्हणावेसे वाटे.... पण जाऊदेत शब्दाने शब्द वाढतो म्हणून ती गप्प बसे.... सासूबाई तोंडाळ होत्या तेव्हा हिची नुसतीच धुसफूस चाले.

मोठी आजीसारखी झालीय तोंडाळ....फटकळ.... लहानपणापासूनच ती तशी होती एव्हढ्या तेव्हढ्या वरून वाद घालणारी.... आजीची कड घेऊन हिच्याशीच भांडायची नेहमी.... म्हणूनच मुली न आवडणाऱ्या आजीची तरीही मोठी लाडकी होती.... कपातला अर्धा चहा तसाच निवून गेला तरीही ही आपली खिडकीतून पाऊस बघत तशीच ओट्याशी उभी होती.... आणि दाराची बेल वाजली, आता कोण बाई यावेळी? म्हणत हिनं दार उघडलं तर दारात पूर्ण ओलीचिंब भिजलेली धाकटी, हातात छोटीशी एअरबॅग घेऊन उभी.... 'अगं, तू आत्ता कशी?' ही म्हणाली तर 'आत तर येऊ देशील आई? अगं, असा वादळवारा सुटला अन तुला तर विजांची भीती वाटते ना म्हणून सरळ स्कूटर काढून निघाले.... हे बघ झकास कॉफी कर वेलदोडा आणि जायफळ लावून आणि मस्तपैकी भजी तळ थोडीशी.... काय?' धाकटी आत येता येता म्हणाली.... 'अग अग हो, पण आत तर ये आधी.... केस पूस, कपडे बदल, मी करतेच कॉफी, भजी सगळं काही....' 'आणि वर गच्चीच्या खोलीतच बसुयात.... आणि आई ग, माझ्या बॅगेत पंकज उधासची नवी गझलांची कॅसेट आणलीय बघ ती पण काढ....' बाथरूम मध्ये जाता जाता छोटीनं फर्मावलं.... ही तिसरी तऱ्हा. बरीचशी वडिलांसारखीच.... खरं तर तिसरी खेप मुद्दाम लांबवली, मधली झाली तेव्हा कोणीतरी म्हणालं पाळणा लांबवावा म्हणजे मुलगा होतो.... म्हणून चांगली चार वर्षे थांबून हिनं तिसरा चान्स घेतला.... आणि मुलगीच झाली. हिला किंवा नवऱ्याला फरक पडत नव्हता, मुलगा मुलगी या मध्ये, पण सासूबाईंना पडत होता ना....! पण ह्या धाकटीची सगळी स्टाईल मुलांसारखी.... आडदांड! लहानपणापासून टॉम बॉय.... दिसायला.... वागायलाही, मनमानी करणारी.... अगदी लहान होती तरी कधी तिला नटायला मुरडायला आवडायचं नाही.... साधं परकर पोलकं पण घालून घेतलं नाही तिनं.... मोठी झाल्यावर तर कायम जीन्स आणि टी शर्ट,.... आता तर लाईन पण सिव्हील इंजिनियरची घेतलीय.... धरणावर काम करतेय, खरं तर तिला स्ट्रकचरल इंजिनियरिंग मध्ये स्पेशलायझेशन करायला अमेरिकेत जायचय.... पण ते स्वतःच्या पैशावर. आई

बाबांकडून पैसे घेऊन नाही जायचं.... जरा जास्तच इंडिपेंडन्ट वृत्तीची आहे ती. म्हणून तर प्रायवेट कंपनीत नोकरी धरलीय. आणि त्या लोकांनीच हिला धरणाच्या प्रोजेक्टवर पाठविली आहे.... आहे पुण्यापासून तसे जवळच.... तासा दीड तासावर; पण आत्ता या वेळेला या पावसात धडपडत कशासाठी आली असेल ही? हिच्या मनात नाही म्हटलं तरी शंकेची पाल चुकचुकलीच....

सुमा:

आईचं हे असंच आहे.... पाऊस सुरु झाला की तिला फार एकटं वाटतं हे मला माहितीय.... पण म्हणून फोन केला तर धड बोलली पण नाही. आधी पटकन फोन घेत पण नाही आणि वर पुन्हा चहा तर पिऊ देशील ना विचारलेन! बाबा गेल्या पासूनच जास्तच गप्प गप्प असते आई.... तिला नक्कीच एकटं एकटं वाटत असणार.... पण मग आपण होऊन जरा फोन करावा की.... मी तर घरीच असते ना बहुधा.... पण तसं म्हटलं तर म्हणणार की अगं सुमे तू थिसीस लिहिते आहेस ना? तुझी लिंक लागली आणि माझा फोन आला तर डिस्टर्ब नाही का होणार? तुला वेळ झाला की तूच करत जा आपला फोन.... बाबा कसे मला रोज फोन करायचे आईची मी जरा दोडकीच आहे नाही तरी.... लहानपणापासूनच.... मला आठवतय तिला सुलीच जास्त आवडायची. मी काही मदत करायला गेले तरी म्हणायची पुरे गं ताई तुझं. सगळा पसारा घालून ठेवशील आणि माझं काम वाढेल.... नको तर नको.... नाही तरी मला कुठे कामाचा उत्साह होता....? आईशी काही बोलायला जावं तर तिचा आपला उपदेश.... आजी म्हणे की नेहमीच, शाळेत नोकरी केली म्हणून काय सदा मास्तरीणपणा करायला हवा कां? आजीला माझं कौतुक असे, मग मी पण आपली आजीच्याच मागे मागे असायची. मला तर आठवतय पाचवीत असताना शाळेतून डिबेट कॉम्पिटिशनसाठी मी सिलेक्ट झाले होते.... माझे पॉईंट्स तयार करून आईला दाखविले तर तिने ते सगळे पॉईंट्स कसे खोडून काढता येतील हे मला सांगितले आणि पुन्हा विचार करून स्ट्रॉंग पॉईंट्स काढायला लावले.... अस्सा राग आला होता.... कौतुक तर कधी करणार नाही.... आईला जास्तच विचार करून गोष्टी करायला आवडायच्या.... मला आपलं सगळं झटपट करायची घाई असायची. पण माझे पॉईंट्स चांगलेच होते.... बाबा म्हणाले सुद्धा मला की ताई, चांगली

तयारी आहे हं तुझी.... आजी तर म्हणाली, की बघ हो सुमा, तुला बक्षीस नक्की मिळणार.... पण आई छेः, ती नेहमी चूकच काढायची.

तसं मला दुसरं बक्षीस मिळालं म्हणून तिला आनंद झाला होता म्हणा.... तिने लगेच माझ्या आवडीचे गुलाबजाम करून माझ्या मैत्रीणींना पार्टी दिली, पण रात्री पुन्हा म्हणालीच ताई, आणखी दोन नवे पॉईंट्स घातले असतेस ना तर पहिलाच नंबर पटकावला असता बघ!.... आपण आईच्या शाळेत जात नाही याचं मला खूप बरं वाटायचं. उगीच तिची सगळीकडे लुडबुड नको. आईला वाटायचं की आम्हाला तिच्याच शाळेत घालावं म्हणून.... पण बरं झालं बाबांनीच सांगितलं की नाही मुली इंग्लिश मीडियमच्या शाळेत जातील. मला खरं तर शाळेत नेहमी डिबेट मध्ये बक्षिसं मिळायची.... पण इंटरस्कूल कॉम्पिटिशनला आईच्या शाळेतल्या मुलीच पहिला नंबर मिळवायच्या. मला नेहमी दुसरा... आई तिच्या शाळेतल्या मुलींची डिबेटची तयारी करून घ्यायची मग मला जास्तच राग यायचा.... आपल्या मुली पेक्षा हिला विद्यार्थिनीच प्रिय. ती तिच्या विद्यार्थिनीनाही बोलवायची पार्टीला मग मला आणखीनच खिजवल्यासारखं वाटायचं.... आईची तऱ्हाच वेगळी.... आजी कशी मला जवळ घेऊन बोलायची 'माझी ताई' म्हणायची. आईचं प्रेम सुद्धा अबोल, लहानपणी तर मला वाटायचं की मी आईला मुळीच आवडत नाही. कधी जवळ घेणार नाही, हाक मारली तर फक्त रागवायला नाहीतर उपदेश करायला.... आई आणि आजीचं तरी किती वाजायचं. पण मला आपली आजीचीच बाजू खरी वाटायची. आईला नाहीतरी मास्तरीणपणा करायची सवय होतीच. मला वाटतं तिला तिच्या हुशारीचाही अभिमान होता. ती आहे म्हणा हुशार! शाळा कॉलेजात सतत पहिला नंबर पटकावला तिनं तो पार एम.ए. पर्यंत.... शिवाय वक्तृत्वाच्या ढाली...., फोक डान्स, एन.सी.सी. सगळ्या गोष्टी ती कशा करायची कोण जाणे. एन.सी.सी.त तर अंडर ऑफिसर होती.... तिनं जे जे केलं ते मी करावं म्हणून उपदेश.... पण कां म्हणून? मला डान्स अजिबात आवडत नाही! आमची शाळा पण फोक डान्स कॉम्पिटिशन मध्ये भाग घ्यायची नाही. पण आई इंटर स्कूल फोकडान्सला घेऊन जायचीच. ती बसवायची ना तिच्या शाळेचा फोक डान्स.... मला अगदी शिक्षाच वाटायची.

मला गिटार शिकायची होती मग मी सरळ बाबांच्या मागे लागून म्युझिक ॲकॅडमी जॉईन केली. उगीच नाही मी कॉलेजमध्ये पॉप्युलर झाले.... लीड सिंगर नाही होता आलं. नाहीतर काय झालं? गिटारिस्ट आवडतातच सगळ्यांना.... उगीच का जोसेफनी मला मागणी घातली? मलाही जोसेफ आवडायचा.... उंच पुरा, सावळा, रुंद खांद्यांचा अन कुरळ्या केसांचा.... ड्रम्स तर इतके छान वाजवायचा.... पण ही आई.... ती कुठली हो म्हणायला? तिनं मला कल्चरल डिफरन्सवर भलंमोठं लेक्चर दिलं.... कधी नव्हे ते बाबा पण आईच्या बाजूनी बोलले, आजीने पण त्यांचीच री ओढली.... 'नको गं बाई किरिस्तावांकडे जाऊस फार अस्वच्छ लोकं ती.... हलक्या जातीची मुळात.... जातीवरच जातील ती, मारहाण सुद्धा करायला मागे पुढे पाहणार नाहीत.' काय काय थेरं केली या लोकांनी तेव्हा.... माझं म्युझिक ॲकॅडमीला जाणंच बंद करून टाकलं. मला तर वाटलं की आईला माझी जेलसी वाटत होती की काय.... मी एव्हढी पॉप्युलर झाले.... मला जोसेफनी मागणी घातली म्हणून.... सुलीला पण देवेन आवडत होता पण आई बाबांचा कल पाहून सुलीनं देवेनचं नावच टाकलं....बावळटच आहे ती नाहीतरी! गट्सच नाहीत. आता सुप्रिया काय करते बघायचं.... ती नाही कोणाला बधणार, आईला विचारलन तर नशीब समजायचं आपलं.... पण परवा सिंधूमावशी.... म्हणजे आईची अगदी जिवाभावाची मैत्रीण, सांगत होती ते ऐकून धक्काच बसला.... म्हणाली आई खूप सुंदर गाणी म्हणायची कॉलेजमध्ये खूप पॉप्युलर होती. नेहमी गॅदरिंगला गाणं असायचं तिचं. आणि तिलाही म्हणे एका पंजाबी गाणाऱ्या मुलाने मागणी घातली होती, पण आईने शांतपणे नकार दिला.... सिंधूमावशीला वाटलं तेव्हा की आईचा केव्हढा मुर्खपणा! एव्हढा राजबिंडा दिसणारा मुलगा.... तोही श्रीमंत.... कोणी मागणी घालणं म्हणजे किती रोमँटिक.... पण आईनं तेव्हाही तिला सांगितलं म्हणे.... की बाई ग नुसत्या बाह्यांगावर भुलून लग्न कसं करायचं? त्यांचा धर्म वेगळा.... सगळ्या चालीरीती वेगळ्या.... एव्हढी ॲड्जेस्टमेंट करता करता माझा जीव जाईल.... आणि इतर गोष्टी करिअरकडे दुर्लक्ष होईल.... शिवाय मुलं झाल्यावर त्यांनी कोणता धर्म स्वीकारायचा हा प्रश्न! कशाला उगीचच लाईफ कॉम्प्लिकेटेड करायचं?

आई खरंच मॅच्युअर्ड होती.... आहे..पूर्वीही मला आठवतंय, आजीचा तणतणाट सुरु झाला की ही स्वयंपाक घरातून निघून जाऊन पुढच्या खोलीत शाळेच्या वह्या तपासत बसायची.... आता मला हे वाटतंय,....पण तेव्हा वाटायचं हिला बोलताच येत नाही आजीपुढे.... आजीचं बरोबर आहे, नुसती चार बुकं शिकली म्हणजे काही शहाणपण येत नाही हे आजीचं पालुपद! आता कळतंय की चार बुकं शिकली की येतंच शहाणपण.... उगीच का मी पी.एच.डी. करतेय? आईविषयी बाहेरची लोकं फार चांगलं बोलायचे.... तेव्हाच मी ठरवलं की आईपेक्षा आपण जास्त शिकायचं म्हणजे एका बाबतीत तरी आपण आईपेक्षा वरचढ होऊ. तिला सगळ्याच गोष्टींची खूप माहिती असते. एखाद्या गोष्टीत तरी तिला बोलता येणार नाही.... अजूनही आई बोलायला लागली की आव आणतेच उपदेशाचा. आता एक मात्र खरं की आईचं ऐकून चांगल्या सुशिक्षित घरातील मुलाशी लग्न केलं म्हणूनच माझं शिक्षण चालू राहिलं आहे. एम.ए. पण तर लग्नानंतरच पुरं केलं.... लागोपाठ निशी आणि शशीचा जन्म झाला. पण आता त्या दोघी शाळेत जायला लागल्यावर मला पुन्हा अभ्यासाला वेळ मिळायला लागला.... आईचं तर म्हणणं आहे की माझं पी.एच.डी. पुरं झालं की मी कॉलेजात शिकवावं.... बघुयात कसं काय जमतं ते.... पण अलीकडे वाटतं आई मला जवळ करत नाही.... बाबा गेले.... ती एकटीच राहते.... पण इकडे ये म्हणायची सोय नाही.... तसे घरात सासू सासरे आहेत माझ्या.... पण सुलीकडे जा म्हटलं तरी नाहीच म्हणते.... खरं तर सुलीची छोटी मनु फार लाडकी आहे तिची.... पण बहुधा स्वतःच स्वातंत्र्य सोडवत नसावं तिला.

ती:

ही मोठी लहानपणापासून अशी आहे स्वतःचच लावणारी.... फटकळ! आता फोन केला तरी स्वतःच बोलत राहिली.... दुसऱ्याचा विचार करण्याची सवयच नाही.... माझा चहा निवून चाललाय इकडे वर शहाजोगपणे विचारतेय.... 'काय चहा चाललाय कां?' म्हणून....बरं भरीला दर दोन मिनिटांनी हिची गाडी बाबा कसे चांगले होतेच्या स्टेशनवर जाऊन थांबणार.... म्हणून शेवटी सांगायलाच लागलं मला की बाई गं, आता जरा मला चहा पिऊ देत की! लहानपणापासून वाद घालायची सवय.... सगळ्या कॉम्पिटिशन्स सोडून फक्त डिबेट मध्ये

भाग घ्यायची.... पण तिथे ही घाईने कसे तरी काहीतरी मुद्दे मांडायची.... पण दुसऱ्याचे पॉइंट्स मात्र चांगले खोडून काढायची त्यामुळे बक्षिसं मिळवीत आली.... पण इंटर स्कूलला नेहमी दुसरा नंबर.... तिचे पॉइंट्स कमी पडायचे म्हणून कितीदा सांगितलं 'ताई, मी सांगते नवीन पॉइंट्स' पण नकोच ते.... स्वतःचं खरं करायला बघायची ही! फार तर बाबांना विचारणार....त्यांना एव्हढा इंटरेस्ट नव्हता ते आपले हो ला होच करायचे.... आणि हिला बक्षीस म्हणून पार्टी केली तरी बाईसाहेबांचा गुस्साच कायम.... पार्टीला माझ्या विद्यार्थिनीना बोलावले म्हणून.... मला वाटायचे एकमेकींशी गप्पा मारताना हिलाही काही नवीन दिशा मिळेल. पण ऐकायची तयारी असेल तर ना! मी काही शिक म्हटलं तर, कर म्हटलं, की हिला ते नकोच असायचं.... मला वाटायचं इतकी गोड आहे ही मुलगी कलाही आहे हातात.... हिनं भरत नाट्यम शिकावं मला आवडलं असतं लहानपणी शिकायला पण आमच्या बाबांना काही केल्या नाच बीच असल्या भानगडी पटायच्या नाहीत.... पण हिला तर आम्ही उत्तेजन देत होतो ना.... पण नाहीच....! हिला गिटार शिकायची होती. मग शेवटी मीच गप्प बसले म्हटलं जाऊ द्या काही तरी शिकायचं तर म्हणतीय.... पण मनात धाकधूक होतीच माझ्या! वेस्टर्न मयूझिकच्या मागे लागली की ही रॉक ग्रुप जॉईन करणार.... तिथली सगळी मुलं बहुतेक ख्रिश्चन आणि झालंही तसंच शेवटी.... जोसेफ तिच्या मनात भरला.... किती वाद घालायला लागला तिच्याशी.... अगं, वरवरच्या छानछौकीला भुलू नकोस म्हणून.... अखेर म्यूझिक ग्रुपला तिचं जाणं बंद केलं तेव्हा तिचं वेड गेलं.... पण काय रागवायची तेव्हा.... सदा बिनसलेली. आता शेखरशी लग्न झालंय, सासूसासरे तिच्या थिसीस लिहिण्याचं कौतुक करताहेत.... त्या जोसेफशी लग्न झालं असतं तर काय जोसेफ च्या आईनं तिला पुढे शिकू दिलं असतं? आणि जोसेफ तरी काय.... परवाच भेटला होता.... कॅम्पात कुठल्यातरी बारमध्ये डिस्क जॉकी आहे म्हणे.... हे काय करिअर आहे? ठीक आहे म्हणा, ज्याचं त्याला.... सुमीनं शेवटी आमचं ऐकलं हे नशीब.... नाहीतर बसली असती आज त्यांच्या कॅम्पातल्या दोन खोल्यात ॲल्युमिनियमच्या कळकट भांड्यात चिकन शिजवित.... आता कशी आरामात औंधला बंगल्यात राहतीय.... घरात स्वयंपाकाला बाई आहे.... काही काम बघावं लागत नाही.... पण सुमाबाई कधी तोंडानं कबूल करणार नाहीत की आई बरं झालं तुझं ऐकून

जोसेफशी लग्न केलं नाही ते! कधी कधी वाटतं हल्ली ती एव्हढा अभ्यास करतीय मग पूर्वी कां माझ्याशी भांडण असायचं अभ्यासावरून? की हिला माझ्या पुढे डिफिडन्स वाटायचा की काय? आईची बरोबरी करण्यासाठीच का हिचे वाद असायचे? मला पण कधी माझं प्रेम दाखवता आलं नाही का? मुलींना स्वातंत्र्य द्यायचं पण त्यांना सतत गाईड करत राहायचं.... सगळ्याच बाबतीत त्यांना प्रोटेक्ट पण करायला लागायचंच. त्यांना सगळं चांगलं मिळावं.... वेगवेगळ्या गोष्टी करता याव्यात म्हणून आपण धडपडलो.... प्रसंगी जीवाचं रान केलं.... पण आपलं प्रेम हिला जाणवलंच नाही कां? माझ्यासाठी सुमीचा जीव तुटतोय असं मलाही कधी वाटलं नाही.... तशी तीही माझी काळजी करते म्हणा.... पण त्यात ही लगेच बाबा किती ग्रेट होते किंवा आजी कशी प्रेमळ होती हे कां बरं ती ऐकवते आपल्याला? हिला माझी माया कधी कळलीच नाही कां? कसला तिढा आहे हा?

सुली:

आईची मला काळजीच वाटते. गेल्या वर्षी पर्यंत ठीक होतं.... बाबा होते, दोघेजण आरामात राहायचे. प्रियाचं शिक्षण चालू होतं.... तिचा धिंगाणाच जास्त, पण आई बाबांना तेव्हढाच व्याप होता. आता वर्षं झालं प्रियाचा जॉब चालू होऊन. आई एकटीच राहते, तिला म्हटलं माझ्याकडे येतेस का राहायला? मनुवर पण फार जीव आहे तिचा पण इथे राहायला का नाही म्हणते, कोण जाणे! खरं तर आईला फार एकटं एकटं वाटत असणार तिला माणसांची भारी आवड.... शाळेत सुद्धा विद्यार्थिनींचा घोळका असायचा तिच्या भोवती. मला तेव्हा वाटायचं आपण आईच्या शाळेत असतो तर किती मैत्रिणी मिळाल्या असत्या. बाईंची सुली म्हणून किती कौतुक झालं असतं.... पण छेः मी आणि ताई सेंट हेलेनामध्ये जायचो तिथल्या सिस्टर्सचा धाकच वाटायचा.... आणि ताई फार पुढे पुढे करायची.... ती हुशार, ती डिबेट मध्ये ही भाग घ्यायची, मग टीचर्स मला म्हणायच्या, 'सुलभा यू शुड टेक पार्ट इन एव्हरी थिंग लाईक सुमा' पण मला नकोच वाटायचे ते.... मला शास्त्रोक्त गाणं शिकायचं होतं तेव्हा मजाच झाली मी आईला सांगितलं हळूच एकदा.... ताई तर जाम भडकली माझ्यावर.... 'काय ते आ आ करत बसायचं, त्या पेक्षा तू पण वाद्य शिक एखादं माझ्यासारखं!

आजी पण म्हणाली, ‘सुले, गाणं शिकून तू काय बैठका करणार आहेस की नाटकात जाणार आहेस? आपल्या घराण्याला शोभत नाही....’ पण आईनी कसं पटवलं बाबांना आणि आजीला कोण जाणे! अखेर मी गांधर्व विद्यालय जॉईन केलं. सवाई गंधर्व पुण्यतिथीला जायला पण मला आवडायचं, मग आई चार दिवस रजा काढायची आणि मला घेऊन जायची. किती मजा यायची त्यावेळी! आताशा मला जमत नाही मुलं लहान पडतात ना? पण तरी परवा आई म्हणालीच, ‘सुले यावर्षी बघ, शशांक सांभाळेल का मुलांना? आपण सवाई गंधर्वला जाऊ या.... नाहीतर असं करा, तू आणि शशांक जा.... मनु आणि मेघला माझ्याकडे ठेवा’ आई किती आवडी निवडी जपते माझ्या.... अजूनही. मला पण वाटतं की आपण आईसाठी काहीतरी स्पेशल करावं.... पण काय करायचं ते कळत नाही.... कधी वाटतं किती लहानपणापासून मी आईला खुश करायचा प्रयत्न केला पण कधी ती खुश झालीय असं काही वाटलं नाही.... मी आईला पाटपाणी घेऊ लागायची.... नंतर कट्टा धुवायची.... टेबल पुसायची.... कारण आईला शाळेतल्या वह्या तपासायच्या असायच्या.... माझा अभ्यास पण मीच करायची....कधी तरी आई ताईला म्हणायची म्हणा.... ‘सुमे, सुलीचं शहाणपण घे जरा’.... ताई आणि जोसेफच्या लग्नाला आईनं मोडता घातला तेव्हा मलाही वाटलं की आईला प्रेम माया काही नाहीच.... ताई तर काय धुसफुसत होती वर्षं दोन वर्षं! मी तर घाबरून मुलांकडे बघणंही सोडून दिलं होतं.... मलाही खरं तर देवेन आवडायचा.... काय सुंदर गाणी म्हणायचा.... पण आई एकदा ताईला रागावून म्हणाली, ‘सुमे, आयुष्याचं काय गाणं करायचंय का?’ ते ऐकलं आणि मी देवेनचा विचारही करणं सोडून दिलं.... आईची भीतीच वाटायची तेव्हा. वाटायचं तिच्याशी गप्पा माराव्यात.... मन मोकळं बोलावं पण जीभ रेटायचीच नाही.... नाही म्हणायला क्वचित कधी दोघीच घरी असलो की आई मला गाणी म्हणून दाखवायची. आईचा आवाज किती छान आहे.... पण ते फक्त आईचं आणि माझं गुपित होतं.... आजीला आईनं गाणं म्हटलेलं अजिबात आवडत नसे, म्हणून आईनं गुणगुणणं ही सोडून दिलं होतं म्हणे! पण मला आईची गाणी खूप आवडायची.... मला तर वाटतं की तिची गाणी टेप करून ठेवावीत. विचारलं पाहिजे तिला एकदा.... आईनं माझं मन मात्र संभाळलं नेहमीच! मी इंटिरियर डेकोरेशन्सचा कोर्स करणार म्हटल्यावर बाबा काय चिडले

होते.... कसली तरीच लाईन काय घेतेस, सुले? एव्हढे चांगले मार्क्स पडले आहेत तुला तर मेडिकलला जा.... बाबा जरा जास्तच एक्सपेक्ट करायचे.... मला नाही व्हायचं डॉक्टर. आईला सांगितलं मी तसं, तर म्हणाली, 'सुले, तुला चांगली आर्टिस्टिक टेस्ट आहे बघ, तू चांगली सक्सेसफुल इंटिरियर डेकोरेटर होशील बघ.... जरूर कर तो कोर्स!' बाबांना तिनंच पटवलं. एव्हढंच काय पण माझ्यासाठी स्थळं बघताना सुद्धा आर्किटेक्ट मुलगाच बघायचा आणि तो सुद्धा गाण्याची आवड असलेला असं तिनंच ठरवून टाकलं होतं....

बाबा म्हणाले सुद्धा तुमच्याच अटी जास्त.... इतर कुठला मुलगा बघायला काय हरकत आहे? त्यात त्यांच्या मित्राचा मुलगा अमेरिकेहून आला होता, तेव्हा तर बाबा रागावलेच, आई नाही म्हणाली म्हणून.... ताईही उखडली जाम, म्हणाली 'आई तू आमचे पंखच छाटून टाकतेस.... मला हवं तसं लग्न करू दिलं नाहीस आता सुलीला चांगला अमेरिकेतला मुलगा मिळतोय तर बघायला ही तयार नाहीस....' त्यादिवशी मात्र आई फार अस्वस्थ झाली होती.... मला म्हणाली 'सुलू, तुला वाटतं कां गं की, मी तुमचे पंख छाटते? तुला बघायचाय का हा मुलगा? पण विचार कर बाई, तो डॉक्टर.... तुला गाण्याची आवड तर हा औरंगजेब.... अमेरिकेत तुझ्या हौसेची परवड होईल गं.... बाळा, नुस्तं वरवर भुलून लग्नाचा विचार करू नकोस गं....' आई किती रडवेली झाली होती तेव्हा! मलाच कसंतरी वाटलं.... मी तिला सांगितलं 'आई तूच बघ माझ्यासाठी मुलगा.... तू मला जितकी ओळखतेस.... जाणतेस, तेव्हढं कोणीच जाणून घेत नाहीत.... बाबा नाहीत की ताई पण नाही!

आज मी अगदी सुखात आहे.... शशांकच्या फर्म मध्ये मी पण काम करतेय.... माझे पण खूप क्लाएंट्स आहेत.... आईचं घर खरं तर रीडेकोरेट करायला झालंय.... २० वर्षांपूर्वी बांधलं तेव्हाचेच फर्निचर आहे.... पडदे सुद्धा ८/१० वर्षां पूर्वीचेच आहेत. पण आई थोडीच ऐकणार आहे? बरं आहे आमचं आम्हाला म्हणणार.... पैसा खर्च करते तो फक्त नातवंडावर.... तिला खरं तर प्रवासाची किती आवड! पूर्वी आम्ही सगळे दर वर्षी सुट्टीला कुठं ना कुठेतरी जायचोच.... आता सिंधू मावशीला सांगितलं पाहिजे की आई आणि तू यात्रा कंपनी बरोबर ट्रिप्सना जात जा म्हणून.... आईला अधून मधून घराबाहेर

काढली पाहिजे.... नाहीतर एकटेपण असह्य होईल तिला....! मी अधून मधून चकरा मारतेच.... ताईही आठवड्यातून एकदा तरी जाते. प्रियाचं तर बघायलाच नको.... ती म्हणजे वादळ वारा आहे नुसता.... कधी धाडकन स्कूटरवरून येऊन उभी राहील सांगता येत नाही. वर म्हणते कशी 'सुलुताई, तू उगाच घाबरतेस बघ.... काय भन्नाट वाटतं स्कूटरवर प्रवास करायला.... एकदा बसून बघच तू!' मी ल्युना चालवते तशी, पण स्पीडचं आणि माझं वावडच आहे. गरजेपुरती ल्युना बरी.... एरव्ही गाडी आहेच, सेफ एकदम.... बाबा गेल्यापासून आई गाडीही फारशी काढत नाही, पूर्वी इतकी गाडी चालवायची आई.... पण हल्ली तिला घरीच बसायला आवडतं. रिटायर्ड होईपर्यंत तिला जणुं क्षणाची फुरसत नसे. मुख्याध्यापिका म्हणून केव्हढी जबाबदारी होती आईवर! आणि घरात आजीचं आजारपण.... केव्हढ्या खस्ता काढल्या तिनं.... पण आजी सुद्धा अशी खट की शेवटपर्यंत ती आईला कधी चांगलं म्हणाली नाही.... 'या मास्तरीण बाई' असं खवट बोलणं.... आईच सहन करू जाणे बाई! पण ती तरी करणार काय म्हणा?

ती:

माझ्या तीन मुलींच्या तीन तऱ्हा आहेत खऱ्या. सुली जन्माला आली सुमाच्या पाठोपाठ दुसऱ्याच वर्षी.... सासूबाई तर फारच नाराज झाल्या. इतक्या की त्या सुलीला बघायला हॉस्पिटलमध्येही आल्या नाहीत. ना धड बाळंतपण, ना बारसं....! त्यातल्या त्यात तेव्हाच ह्यांना प्रमोशन मिळालं त्यामुळे हिचा पायगुण बरा आहे एव्हढं तरी सासुबाईंनी मान्य केलं.... खरं तर तिचं नाव सुलाभ ठेवायला हवं होतं, पण सुलभा ठेवलं, तिचं आयुष्य सुलभ जावं ह्या हेतूनी.... नशिबानं सुलू अगदी शांत निघाली. तिच्या लहानपणीही सुमाकडेच आजी आणि बाबांना जास्त लक्ष द्यायला लागे.... सुमाचीच रडारड जास्त असे. सुली आपली थंड! दुपट्यावर पडलेली असे शांतपणे.... मग मला स्वयंपाक पाणी करता येई.... सुली झोपेही चांगली! तिला बहुधा आईची कीव येत असावी तेव्हाही.... कधी रुसणं फुगणं नाही की कसला हट्ट नाही. आपण बरं, आपली शाळा बरी, खेळ बरे.... ताईनी भांडण उकरून काढलं, तरी ही हातातली वस्तू ताईला देवून मोकळी व्हायची.... कसं होणार या मुलीचं? अगदीच गरीब आहे

ही.... मलाच काळजी वाटे.... पण हुशार निघाली, नियमित आपला अभ्यास करून मला गपचूप मदत करत राहायची.... कधी कप बशा विसळून टाक, तर कधी ओटा पूस, जेवायला पान घेणं तर तिचीच जबाबदारी झाली होती. सांगावं ही लागत नसे कधी. मी इतकी दमून जात असे की सुलीनं काम केल्याने बरं वाटून कधी शाबासकी दिली तर म्हणायची.... 'राहू देत गं आई, मला वेळ होता म्हणून केलं....' मला तिचं आश्चर्यच वाटायचं.... सुमा बाबांबरोबर बाहेर टी.व्ही. बघत बसायची आणि ही आत मध्ये माझ्या भोवती भोवती करायची.... पण अबोल.... तिच्या नुसत्या असण्याने मला बरं वाटायचं.... पण मग मी तिला कधीच आवर्जून का नाही सांगितलं? मला वाटतं तिचं असणं मी गृहीत धरलं नेहमी.... मनातून मात्र मला तिची माया कळत होती. मी अवेळी जरा खोलीत जाऊन पडलेली दिसले की लगेच येणारच ही, 'आई, दमलीस? चहा देऊ का करून? डोकं दुखतय का? गोळी घेतेस का?' कधी सासूबाईंचं तोंड वाजायला लागलं की ही निमुटपणे माझ्याजवळ येऊन बसे जणुं मला सांगायला की आई मी आहे तुझ्या बरोबर....!

तिच्या पाठीवर सहा वर्षांनी सुप्रिया झाली. ही खुश.... सुप्रिया हट्टी होती तर सुली तासन तास तिला खेळवत असे. सुमा बाहेर उनाडायला जायची.... नाही तर तिच्या हजार ॲक्टिविटीज असायच्या.... सुली आपली जास्त करून घरीच असायची. बारा तर वर्षाची असेल सुली.... एकदा मी एकटीच दुपारी गुणगुणत होते तर तिनं माझं गुणगुणनं अगदी अलगद रिपीट केलं.... मी जरा चाटच पडले.... म्हटलं 'सुले, तुला येतं हे गाणं? तर म्हणाली 'हो' अन सगळं गाणं म्हणून दाखवलं. छानच गळा आहे पोरीचा.... 'काय गं सुले, तू शिकशील गाणं?' अभावितपणे मी विचारून गेले.... सासूबाईंना गाण्याचा, 'गाणं' या शब्दाचाही किती राग आहे हे मी विसरूनच गेले होते जणुं.... आणि तीही जोरात हो म्हणून गेली.... मग मिनतवारीनं ह्यांची परवानगी काढली आणि सासुबाईंकडे दुर्लक्ष करून तिला गांधर्व विद्यालयात घातली. सुमाबाई गिटार शिकत होत्याच तेव्हा.... त्यामुळे सासुबाईंची नाराजी माझ्यावरच! मुलींना चांगलं शिवणं टिपणं शिकवायचं की ही गाणी बजावणी? पण आता हे चालायचंच.... त्यांना वयानं जास्तच जास्त नकोशाच वाटणार ह्या गोष्टी.... हे मला अपेक्षितच होतं. पण मुलींना त्यांच्या आवडत्या गोष्टी करण्यासाठी स्वातंत्र्य देणं हे मला अधिक

महत्वाचं वाटत होतं मग सासूबाईच्या नाराजीकडे दुर्लक्ष करणं भागच होतं. त्यांची नाराजी सहन करत राहणं माझ्या अंगवळणी पडलं होतं.... सुलीनं गाण्यात चांगलीच प्रगती केली.... गांधर्व विद्यालयाच्या परीक्षाही दिल्या. सुलीचं आणि माझं एक गुपित होतं गाण्यांच्या बाबतीत.... दुपारी मला क्वचित वेळ असला की आम्ही दोघी खोलीचं दार बंद करून गाणी म्हणत बसायचो....! तिची दुसरी आवड म्हणजे सवाई गंधर्व पुण्यतिथीचा कार्यक्रम अटेंड करण्याची! मी दरवर्षी शाळेतून दोन तीन दिवस रजा घेऊन तिची ही आवड पुरविली. सात आठ वर्षे तरी नियम केल्यासारख्या आम्ही दोघी सवाई गंधर्वला जात असू. बहुतेक वेळा सिंधू आणि तिचे यजमान पण असायचे त्यामुळे चांगली सोबत व्हायची. सिंधुनी तेव्हाच कधी तरी माझ्या गाण्याबद्दल सुलीला सांगितलं की मी कॉलेजच्या गॅदरिंग मध्ये गाणी म्हणायची वगैरे.... ते ऐकून सुली चाटच पडली. तिनं मला एकदा विचारलन पण की 'आई, तू एव्हढं चांगलं गायचीस, अजूनही तुला गाता येतं, तर घरात कधी गुणगुणत पण कशी नाहीस गं? मग मी तिला माझ्या गुणगुणण्यावरून सासुबाईंनी केलेलं महाभारत सांगितलं तशी फक्त.... 'तरीच हं, कमालच आहे आजीची तरी....'. एव्हढंच म्हणून ती गप्प बसली.

सुलीला मॅट्रिकला मार्क्सही चांगले पडले होते. ८५% मार्क्स मिळवून ती बोर्डातही आली होती. हे तर एकदम खुश! म्हणाले, सुलीला डॉक्टर करायची.... पण सुलीला इंटिरियर डेकोरेशन्सचा कोर्स करायचा होता. तिचं ड्रॉइंग पण चांगलं आहे, घरकामातूनही तिची कला दिसायची.... आर्टिस्टिक सेन्सही चांगला होता. मी मनावरच घेतलं तिचा हट्ट पुरवायचं! काय रागावलेत हे.... म्हणाले 'तिला एक अक्कल नाही, पण तू कशी साथ देतेस तिला? हे कसले लाड? एव्हढी हुशार मुलगी आणि इंटिरियर डेकोरेशन्सचा डिप्लोमा करणार? छेः कसली तरी खुळं एकेक? डॉक्टर होईल तर नांव मिळवेल.... खोऱ्यानी पैसा ओढेल....' ह्यांच्या दृष्टीने पैसा जास्त महत्त्वाचा होता, माझी भूमिका मुलींना हवी ती लाईन निवडू देत, त्या स्वतःच्या पायावर उभ्या राहिल्या पाहिजेत.... सुमाने नाही आर्ट्सला जाऊन इंग्लिश घेतलं, पण ती ग्रॅज्युएट झाली ना हिच्या सारखा डिप्लोमा नाही केला.... सुलीनं डिप्लोमा करणं मला वाटतं ह्यांच्या प्रेस्टीजला कमीपणा आणणारं वाटत होतं ह्यांना. हे काही केल्या ऐकेनात.... म्हणून शेवटी मी म्हटलं, ती गरीब आहे बिचारी, सुमासारखी हट्टी नाही, म्हणून

तिच्यावर जोरा करू नका.... ती कोमेजून जाईल.... कला आहे तिच्या बोटात तर करू द्या तिला तिचा उपयोग! हल्ली सगळ्यांना चांगली घरं डेकोरेट करून हवी असतात, मिळवेल ती स्वतः पुरते! पण आवडीचा विषय घेऊ दिला नाहीत तर जन्मभर दोष आई वडिलांना देईल.... तुमचंच काय झालं ते विसरू नका. ह्यांना म्हणे वकील व्हायचे होते पण सासऱ्यांनी निक्षून सांगितले, सायन्सलाच गेले पाहिजे आणि इंजिनियरच झालं पाहिजे.... मग हे गुपचूप सायन्सला गेले आणि इंजिनियर झाले.... पण अजून पर्यंत कधीतरी म्हणून दाखवायचे मला वकिली करायची होती पण बाबांनी वकील होऊ दिलं नाही, काय थ्रील आहे वकिलीत रोज रोज नवी केस.... नवी माणसे, नवे केस लॉ....! ही मात्रा मात्र बरोबर लागू पडली.

सुली इंटिरियर डेकोरेटर झाली त्यानंतरची गोष्ट! ह्यांच्या एका मित्राचा मुलगा अमेरिकेहून लग्न करण्यासाठी आला होता तोही एक गोंधळच.... ह्यांनी सुलीला भरीला घालायचा प्रयत्न केला की 'अगं, तुला मस्त पैकी ऐशोआरामात अमेरिकेला राहायला मिळेल'.... तीही जरा सिरीयसली विचार करतेय की काय असं वाटत होतं मला. पण एकदा तो मुलगा ह्यांना काही निरोप द्यायला आला तेव्हा मी सहजच तिकडच्या इंटिरियर डेकोरेशन कोर्सेस विषयी माहिती काढली तर म्हणाला छेः हे असले कोर्सेस म्हणजे लक्झुरी आहे तिकडे. चालणारच नाही हा धंदा.... मला तर तो फार गर्विष्ठ वाटला.... सारखा इंग्लिश मध्ये बोलत होता. त्या फॅमिलीत गाण्याची आवड कोणालाही नाही हे मला माहित होते. मला मुळीच सुलीला मनाविरुद्ध कुठे ढकलायची नव्हती.... आणि अमेरिकेचं काय कौतुक? ही मुलगी एकटी पडेल, तिकडे दूर अमेरिकेत जाईल तर.... त्यावेळी हे, सुमा आणि सासूबाई विरुद्ध मी आणि सुली अशी फळीच पडली.... सुमा तर मला म्हणालीच 'आई, तू आमचे पंख छाटलेस.' फार वाईट वाटले मला.... पण सुलीने माझ्यावर विश्वास टाकला ती म्हणाली.... 'आई, तू मला ओळखतेस, तूंच बघ माझ्यासाठी मुलगा!' मग मी तिच्यासाठी आर्किटेक्ट आणि गाण्याची आवड असलेला असाच मुलगा बघितला. त्याचे आई वडील दिल्लीला होते. बहिणीचं लग्न झालेलं होतं. सगळ्या कुटुंबाला गाणं प्रिय! पुण्यात असली की मंडळी सवाई गंधर्वला जाणारच. आता सुलीची दोन्ही मुलं गातात.... मेघ मल्हार किती गोड नाव ठेवलय मुलाचं! सारा सहाच तर वर्षांचा आहे पण काय

सुरेल ताना घेतो.... एखाद्या सराईत गायका सारखा. मानसी चार वर्षांची आहे ती दिसतेही थेट माझ्यासारखी. मनुला येता जाता सारखी आजी लागते. आजी तू राहा ना गं आमच्याकडे, म्हणून सारखा आग्रह असतो तिचा, हे तर नेहमी म्हणायचे 'ही बेटी तुझी नात खरी!'

सुलीचं छानच चाललय सगळं. तिचा हल्ली एकच आग्रह 'आई, तू माझ्याकडे येऊन राहा, एकटी कशाला राहतेस?' मी एकटी आहे म्हणून दिवसातून तीन तीनदा फोन करते पोर! मला तिचा खरंच आधार वाटतो.... पण तरी सध्या घर सोडून जायची कल्पना अगदीच नकोशी वाटते. या घराशीच तर माझ्या साऱ्या आठवणी निगडीत आहेत. नुसती खोल्यातून फिरले तरी वेळ जातो माझा. मन रमतं इथेच.... उठून कुठे जाणार उपऱ्यासारखी?

सुप्रिया:

या आईचं मला काही कळतच नाही.... काय करते ही इथे एकटी राहून? कधीही यावं तर धड स्वयंपाक ही नसतो केलेला.... उपाशी राहते की काय? मला तर जाम भूक लागलेली असते. प्रोजेक्टवर राहिलं की खाण्याचा उजेडच असतो. डाक बंगल्यावरून नाश्ता घेऊन निघायचं ते एकदम रात्री परत यायचं. मी तर अशी दमून जाते की जेमतेम आंघोळ आटोपायची आणि खानसाम्याने जे काही केलं असेल ते खाऊन गुडूप झोपून जाते.... बाकीची कलिग्ज मंडळी आधी पीत बसणार.... मी काही त्यांना कंपनी देत नाही.... म्हणजे त्यांच्या पिण्याला माझं ऑबजेकशन नाही.... पण मला नाही प्रोजेक्टवरच्या मंडळींची कंपनी आवडत! त्यांच्या गप्पा पण फालतू, आणि सारखे आचरट विनोद करत असतात.... त्यापेक्षा खोलीत दाल भात मागवून घ्यावा, मस्तपैकी आरामात एखादं पुस्तक वाचावं.... आईलाही वाचायला आवडतं. किती तरी पुस्तकं आम्ही दोघींनी वाचली आणि हिरारीनं चर्चा केल्या.... बाबा तर वैतागून म्हणायचे शेवटी आता पुरं करा की तुमचं पुस्तकपुराण!

मला लहानपणापासूनच दंगा करायला आवडायचा. मला मैत्रिणी नव्हत्याच.... गल्लीतले मुलगे सगळे माझे मित्र. त्यांच्या बरोबरीने मी क्रिकेट, फुटबॉल काहीही खेळायची. मुलीं बरोबर कट्ट्यावर बसून गप्पा मारायला नाही

आवडायचं मला. बरं झालं, आईनं मला ताई आणि सुलुताई सारखं सेंट हेलेनाला नाही घातलं ते! अभिनव ही एक को-एड शाळा तिथेही मला मित्रच जास्त होते, मैत्रीणीं पेक्षा. सुलुताई आणि आईचं घरात काहीतरी मुळूमुळू चाले, मी मोठ्यानं रेडिओ लावला तरी आई रागवायची. माझी शाळेत सकाळची शिफ्ट होती. मग दुपारी आजी झोपली की हॉलचं दार लावून मी मोठ्यानं गाणी ऐकत बसायची. सुमती ही माझ्याबरोबर कधी मधी असायची. ती गिटारही मस्त वाजवायची.... मी पण गिटार शिकणार होते, पण म्युझिक ॲकॅडमी जॉईन केल्यावर मला बोंगोच जास्त आवडला. सुमाताईची गिटार आणि माझा बोंगो मस्त मजा यायची.... सुमाताईचं लग्न झालं आणि मी एकटीच पडले.... सुलीताई फारच शांत! ती आपली निमुटपणे घरातील कामेतरी करत असायची, नाहीतर आपली ड्रॉइंग्ज.... मग माझं टी.व्ही. बघणं वाढतच गेलं. आई आपली सारखी काहीतरी सांगत बसायची, मग मला इतका कंटाळा यायचा आईच्या बोलण्याचा.... सदा न कदा उपदेश.... हे कर ते करू नकोस.... आणि आजी तिला भडकवायला! आजीला माझं जीन्स घालणंही आवडायचं नाही.... 'काय हे कपडे! सोंग दिसतं नुसतं.... बघ बाई सुनबाई प्रियाचं वागणं.... मुलीच्या जातीला शोभतं का हे?' कुठल्या जमान्यात वावरताहेत ही मंडळी? मग मी घरात बोलणंच सोडून दिलं. ह्यांना आपलं काही नाही ना पटत? मग कोणी सांगितलंय उगीच वाद घालायला? म्हणू देत त्यांना काय हवं ते, मी मला हवं तेच करायची. गप्पा मारायला मित्र मैत्रिणी होत्याच! अभ्यास झाला की टी.व्ही. नाहीतर फोनवर मित्र मैत्रिणींशी गप्पा! हा माझा नियमित कार्यक्रम होता. इंजिनियरिंगला गेल्यावर तर वेळच मिळायचा नाही घरी.... सकाळी प्रॅक्टिकल्स असायची, शिवाय मला रोइंग करायला आवडायचं.... इतरही ॲक्टिविटीज असायच्या.... मी सी.आर. तर होतेच दरवर्षी, पण शेवटच्या वर्षी तर जी.एस. झाले, मग तर कुठे बघायलाही वेळ नसायचा.... आजी म्हणायची 'वादळवारा आहे नुसता....अशी सुसाट येते की दुसऱ्या दराने बाहेर....' बाबांनी स्कूटर घेऊन दिलीच होती.... सारा वेळ माझा घराबाहेरच जायचा. रात्री आठ नंतर घरी यायचं.... आंघोळ उरकून जेवायचं आणि खोलीत जाऊन वाचत बसायचं.... ही सवय तेव्हाच लागली. नाहीतरी करणार काय? आई बाबांशी बोलणार? की आजीची गाऱ्हाणी ऐकत बसणार? की टी. व्ही. वरची फालतू सिरियल्स बघणार? आई, बाबा, आजी तेच बघत बसायची.

मग न्यूज त्यानंतर त्यांची जेवणं व्हायची आरामात उशिरा.... मी लंच घेतलेलं नसायचं, कधीतरी कॉलेजच्या कँटिनमध्ये काहीतरी खाल्लेलं.... मला जाम भूक लागलेली असायची. आईचा स्वयंपाक झालेला असायचा.... मग मी एकटीच जेवायची.... आई कधी कधी येऊन बसायची टेबलाशी मग उगाच काही बाकी चौकशा करायची.... मग मी पुस्तक घेऊनच जेवायला सुरुवात केली. उगीच काय निरर्थक बडबड करायची, त्यापेक्षा पुस्तके वाचलेली बरी.... आईने मेसेज घेतला आणि ती आत येईनाशी झाली. मला बरंच झालं.... आजी गेल्यावर मात्र आई बाबा माझ्याबरोबरच जेवायचे.... त्यांच्या गप्पा सुरु असायच्या मी आपली हो ला हो करत बसायची. खुपदा ते इनडायरेक्टली मला काय काय ऐकवायचे.... पण मलाही कान बंद करता येतातच की.... सारखा यांचा उपदेश, नाही तर टीका टोमणे! असे कसे हे आई बाबा? माझ्या सगळ्या मित्र मैत्रिणी अश्याच घरच्या लोकांवर वैतागलेल्या असायच्या.... आमचा ग्रुपही होताच. सुट्टीच्या दिवशी पण आमच्या पार्टीज किंवा पिकनिक चालायच्या. मी मात्र घरची एक रीत अगदी निश्चित पाळायचे कुठेही गेले तरी तरी आठ सव्वा आठच्या दरम्यान घरी परत यायचंच आणि कुठेही गेले की घरी आईला फोन करायचा. बाबांना हार्ट अॅटॅक आल्यावर आईचं काळजी करणं जास्तच वाढलं.... मग मी पार्ट्यांना जाणं बंद करून टाकलं घरीच थांबायला लागले. आईबाबांची आणि माझी एकमेव सारखी आवड म्हणजे पाऊस पडायला लागला की भजी आणि कॉफीचा बेत, सोबत गझला ऐकत बसायचं गच्चीच्या खोलीत.... मला स्वयंपाक करायला अजिबात आवडत नाही पण भजी तेव्हढी करता येतात. ती फारच आवडतात ना? नाहीतर कोपऱ्यावरच्या गाडीवरून आणताही येतात म्हणा....

आई मला नेहमीच आचरट म्हणत आलीय.... तिचं आपलं एकच पालुपद 'पियू, कसं होणार तुझं नुसत्या आडदांडपणानं? जरा मुलीसारखी वागत जा' कुठे राहिलंय हल्ली मुले आणि मुली असा फरक? पण आई जणु अठराव्या शतकात वावरते.... मी तिला काहीच उत्तर देत नाही. काय सांगणार? तिच्यात अन माझ्यात एकच नाही तर चांगली दोन जनरेशन्सची गॅप आहे असं मला वाटतं. पण तरीही घरी यायला मला खूप आवडतं. एक छानपैकी उबदार कोझी वातावरण असतं घरात.... मला आईची साडी घेऊन झोपायलाही आवडतं. फार लहानपणापासून मला झोपायला आईची साडी लागते.... आईचं माझ्यावर प्रेम

आहे मला वाटतं म्हणून तिची साडी घेतली की सेफ वाटत असणार. आई म्हणते 'वेडाबाई आहेस तू, आता काय लहान आहेस का साडी घेऊन झोपायला? उद्या लग्न झालं की सासरची मंडळी हंसतील हं!' कुठल्या जमानातल्या गोष्टी करते ही.... सासरची मंडळी हंसतील म्हणे....! इथे लग्नच कोणाला करायचं आहे? सासर बिसर सगळं काही झूट आहे.... मला नकोच आहे ती काही भानगड.... मी लग्नच नाही करणार आहे.... म्हणजे प्रश्नच मिटला....

ती:

ही सुप्रिया म्हणजे दांडगोबाच आहे. कशाला मुलीच्या जन्माला आली? सगळं वागणं मुलासारखंच.... अगदी लहानपणापासूनच व्रात्य आणि चळवळी! झाडावर चढ.... भिंतीवरून उड्या मार, असे उपदव्यापी खेळ हिचे. ही सगळ्यांना प्रिय व्हावी म्हणून मी मुद्दाम तिचं नाव सुप्रिया ठेवलं. नाही तर ही तिसरी मुलगी कोण लाड करणार हिचे? मी आपलं माझ्या परीनं तिघीनाही सारखं वागवलं.... पण सुप्रिया नशीबवान निघाली. नात्यात सगळ्यात लहान तीच म्हणून सगळ्यांनी लाडच केले.... आजू बाजूला, शेजारी पाजारी सगळे मुलगेच जास्त, ही एकटीच मुलगी म्हणून सगळे शेजारी पाजारी हिचेच लाड करीत. पियू खेळायचीही मुलांच्यात.... नुसती टॉमबॉय होती..... लहानपणापासून हिचा घरात पाय म्हणून टिकायचा नाही. मला तर सारखी काळजी वाटायची की कसं होणार या मुलीचं.... शाळेतही तोच प्रकार जेमतेम होम वर्क करायचं, की बाकी सगळं लक्ष खेळात! हिला मैत्रिणी अश्या कधी नव्हत्याच, मी सांगायची तिला नेहमी की 'पियू, जरा मुलींच्यात खेळत जा' पण छेः! घरातही जरा कामाला हात लावेल तर शपथ! सुमाताईशी हिचं जमायचं, पण सुलीवर हिचीच दादागिरी चालायची. सुमाच्या नादानं पियूनं पण म्युझिक ॲकॅडमी जॉईन केली, बोंगो शिकली. घरात येणं जाणं नुस्तं जेवणापुरतं, बाकी नुसती इकडून तिकडे वाऱ्यासारखी धावपळ.

ती इंजिनियरिंगला गेल्यावर तर काय बघायलाच नको.... जी सकाळी सात ला स्कूटरवर बाहेर पडायची ती रात्री आठलाच उगवायची. काय काय उद्योग चालायचे त्या दिवसात तिचे!! कॉलेज पॉलिटिक्समध्ये फार इंटरेस्ट, शिवाय

इतर अनेक चळवळी.... कुठे पोल्युशन विरोधी मोर्चा काढ, कुठं झाडं लावा मोहिमेत भाग घ्या. पोहणं अन् रोइंग खूप आवडत्या गोष्टी. पोहतेही छानच, जणुं मासोळीच! पण एक गोष्ट धड करेल अशी खात्री नाही. गेली कित्येक वर्षे स्विमिंगपूलवर गेली सुद्धा नाही. रोइंगचं ही तसंच कॉलेजच्या पहिल्या दोन वर्षांत सगळी बक्षिसं हिचीच! आणि एक अगदी वाईट खोड प्रियाची म्हणजे, जेवता खातानाही पुस्तक घेऊन बसायचं. मला अगदी आवडत नाही.... चांगलं सुग्रास जेवण चवीनं जेवावं की.... आधी सगळ्यांबरोबर जेवाय खायला यायचंच नाही. सुलीनं पानं घेतली, की ही आंघोळीला जाणार.... सकाळी नाश्ता तर उभ्याउभ्याच पोटात ढकलायचा....सबुरी कशी ती नाहीच.... सासूबाई तर म्हणायच्या, 'वादळ वारा आहे नुसता.... पुढच्या दारानं आत की तसेच मागच्या दारानं बाहेर' बरं काही सांगूनही उपयोग नाही.... सदा आपलं पालथ्या घड्यावर पाणी.... कधी बसेल, काही बोलेल तर शपथ.... मनातलं कधी काही बोलणार नाही, सदा वरवरच पोकळ बोलणं.... मनाचा थांगपत्ता लागणार नाही.... अगदीच खनपटीला बसलं तर म्हणणार 'आई मी नाही विचार करत बसत. मला ते प्लॅनिंग बिनिंग जमत नाही तुमच्या सारखं, काही नसतं ग माझ्या मनात' घरात कोणाशी गप्पा मारेल तर नाही.... पण मित्र मैत्रिणींचा फोन आला की बघायला नको. तास अन तास फोन बिझी.... फोन उचलून आपल्या खोलीत जायचं की सुरु गुफ्तगू! जी.एस. झाली शेवटच्या वर्षी म्हणजे कॉलेजमध्ये पॉप्युलर असणारच.कशी झाली कोण जाणे.... बाहेर गोड वागत असावी. पण घरी.... आईशी तर जणुं जन्माचं वैर. सदा घुश्श्यात, सदैव फटकून वागणार.... कधी ना दुखलं खुपलं बोलेल, ना कधी जवळ बसेल.... काही विचारायला गेलं तर आपल्याच अंगावर उलटवून देणार. काय करावं या मुलीचं कोण जाणे!

तर अश्या या तिघी लेकींच्या तीन तऱ्हानी खरं तर ती हैराण होती. आपण आपल्यापरीने इतकं केलं मुलींसाठी, त्यांना चांगले संस्कार दिले.... प्रेमानं त्यांच्यासाठी झटलो.... नोकरी तरी का केली जन्मभर तर त्यांनाच सगळं भरपूर मिळावं म्हणूनच ना? शिवाय त्यांच्यापुढे आर्थिक स्वातंत्र्याचा आदर्श रहावा त्याचे महत्त्व त्यांना पटावे.... वेळात वेळ काढून त्यांच्या हॉबीज डेव्हलप केल्या, आवडी निवडी सांभाळल्या.... सतत त्यांच्या सर्वतोपरी वाढीवर लक्ष

ठेवले.... त्यांच्या चुका त्यांना समजावून दिल्या.... प्रसंगी त्यांना पाठीशी पण घातले.... वेळोवेळी हर प्रकारे त्यांच्याशी चर्चा समजूतदारपणे केल्या.... पण शेवटी आपल्या हाती काय लागलं? त्या तिघीजणी, माझ्या लेकी आपापल्याजागी सुखात असाव्यात असं मी मानते, पण ना कधी येऊन मला स्वतःची सुख दुःख सांगत ना माझी विचारत!!

आई मुलीचं नातं फार जवळच असतं म्हणे, पण मग ही जवळीक माझ्या मुलींच्यामध्ये निर्माणच झाली नाही का? हितगुज असं कधी आमच्यात झालंच नाही.... क्वचित कधी वेळ प्रसंगी सुलीनं तिचं मन मोकळं केलं असेल तेव्हढंच! माझंच कुठे चुकत गेलं की काय? हो, मला माझ्या भावनांचा देखावा पण करता येत नाही की भांडवलही करता येत नाही हे खरं, येता जाता मुलींना कवळून घ्यायला जमलं नाही मला.... पण म्हणजे काय प्रेम नव्हतं का? मुलींना कधी कळलीच नसेल का माझी माया? जाणवलं नसेल का माझं त्यांच्यासाठी तिळतिळ तुटणं? लोकांच्या माहेर - वशिणी येतात त्या आईच्या मागे मागे असतात.... आईशी मनातल्या गोष्टी रात्र रात्र बोलत बसतात.... माझ्या वाट्याला यातलं काहीच आलं नाही. मी कामात बिझी असायचे म्हणून का दुरावत गेली आमची नाती? हे सुद्धा म्हणायचे कधी मधी, 'फार स्ट्रिक्ट आहेस तू.... जरा सौम्यपणे वाग की मुलींशी!' पण त्यांना तेव्हा जर लाडावून ठेवलं असतं तर त्या आज जिथे आहेत तिथवर पोहोचल्या असत्या कां? आईचं मन मुलींना कळत नाही कां?.... एकीकडे भज्याचं पीठ भिजवता भिजवता तिच्या मनात विचारांचे काहूर माजले होते.... परवा प्रवचनात स्वामीजी म्हणाले तेच खरं 'या मोहमयी जगात कोणीच कोणाचं नाही.... जो तो आपल्या पूर्व कर्मांनी जगत असतो'....

अजूनही प्रियाची आंघोळ झालेली दिसत नाही.... भजी टाकायला थांबायला हवं जरा.... बाईसाहेबांना गरमागरम तळलेला घाणा लागतो.... तिचे विचारचक्र चालूच होते, तेव्हढ्यात बेल वाजली.... दार उघडलं तर दारात सुमी आणि सुली.... 'अरे, तुम्ही कश्या आत्ता, या वेळी?' 'आई तूं फोनवर धड बोलली नाहीस, मला तर बाई काळजीच वाटली, म्हणून मग तिला फोन केला.... म्हटलं आईला बरं बिरं नाही की काय? तिला म्हटलं, चल, जाऊन बघूनच येवूयात आईला.... आणि हे काय? एअरबॅग कुणाची? प्रियाबाई पण

आल्यात वाटतं?' सुली दारात शिरता शिरता म्हणाली.... 'बघ सुले, मी सांगत नव्हते तुला की, काही नाही, आई घट्ट आहे मनानी, पावसानी घाबरून बिबरुन जाणारी ती नव्हे.... ती ठीक असेल, तुला आपली उगीच काळजी!' तेव्हढ्यात सुमाबाईंची शेरेबाजी झालीच.... 'हं!, चला ग आत, आता आल्याच आहात तर बसा जरा स्वस्थपणे.... मी मस्तपैकी भजी तळतेय.... कॉफी पण टाकतेच, वेलदोडा, जायफळ घालून.... काढतेच बघा एव्हढ्यात घाणा....' 'ए आई, मी काढते भजी' म्हणत सुली आलीच तिच्या मागोमाग, तूच बैस जरा, ताई तू आणि पियू जरा गच्चीच्या लँडिंगवर खुर्च्या मांडता?' आत शिरता शिरता आईने डोळे पुसलेले पाहून, सुलीने आईला मिठीच मारली.... 'काय झालं गं आई?' म्हणताना तिचेही डोळे भरून आले, 'काही नाही गं, अशा अचानक तुम्ही तिघीही आलात.... तेही इतक्या पावसाच्या.... भरून पावले गं मी, सुले!

आपली आई

पिंकीचा फोन आला होता
वैतागलेला आवाज होता,
'ताई, आता अगदी हद्द झालीय,'
'अगं पिंकी असं काय झालंय?'

काय सांगू मला कंटाळा आलाय,
तेच ते परत बोलणं चाललय,
तू सांग, मी का लहान राहिलीय,
शंभरदा तेच ते ऐकवायला,

'पिंकी, अगं काय झालंय रागवायला
एव्हढं काय झालय बिथरायला?
जर सबुरीनं घे, नीट लाग सांगायला
विचार करून मग लाग बोलायला'

'ताई, आता बघ सांग मला तूच,
किती दिवस आणिक हे असंच
राहणार आहे हे चालू सततच,
मला काही नाही समजत मुळीचच'

'अगं वेडाबाई, किती वर्षांची तू गं,'
फक्त पंचवीस झालीस ना गं,
मला किती झालीत वर्षे माहितीय ना
अख्खी चाळीस वर्षे झालीयत ना'

'पण म्हणून काय झालंय ताई
ती सारखं का ऐकवते काही बाकी
अगं काय कारण असेल सांग बरं
'मला जर हे कळलं असतं तर'

तुला कशाला विचारलं असतं मग'
'सोना तसं काही नाही विशेष अगं
आपल्याला ऐकायलाच हवं सारं
कारण सुद्धा न विचारता खरं तर'

'म्हणजे? म्हणजे अगं का पण ताई'
'कारण एकच, ती आहे एकमेव या जगात
दुसरं नाही तिच्यासम, जे कायम आपलाच विचार करत
जी कायम असते आपल्याच काळजीत

कोणी नाही सापडणार तुला जे इतकं आहे
आपल्यात गुंतून, इतका काळ राहिलेलं
जे कायमच आपलं फक्त भलतच चिंतीतं असलेलं
ती आहे अशी खास एकमेव बाई,

सोना, कारण ती आहे आपली आई
कारण ती आहे फक्त एक आई,
ती आहे तुझी माझी, आपली आई
कारण फक्त ती आहे आपली आई'

१२ जुलै, २०१५

१६

चुकलेले पत्र

वीणाला कळेचना की हा फोन कुणाचा?.... नीता नावाची कोणीतरी बोलत होती पलीकडून, आवाज तर लहान मुलीचा वाटला.... कोण ही नीता, हिला कोणाशी बोलायचंय? वीणा म्हणाली, ‘हा रॉंग नंबर आहे. तू फोन नंबर नीट चेक करून घे आणि मग त्या नंबर वर फोन कर. ओ.के.?’ ‘ओ.के.’ म्हणत नीतानेही फोन ठेवला.... पुन्हा पाच मिनिटात फोनची घंटा वाजली.... तो पर्यंत वीणा उठून स्वयंपाकघरात गेली होती. पुन्हा कोणाचा फोन आता, म्हणत तिने फोन उचलला तर पलीकडून पुन्हा मघाच्याच मुलीचा आवाज आला. ‘अगं नीता तूच का बोलते आहेस पुन्हा. तुला हवा तो हा नंबर नाही आहे.’ ‘पण मावशी, तुम्ही पत्रात तर हाच नंबर दिलाय’ नीता म्हणाली.... ‘पत्र? कसलं पत्र?’ आता वीणा बुचकळ्यात पडली.... मी तर कोणालाही पत्र वगैरे काही लिहिलेले नाही कित्येक वर्षात.... ‘अगं तुझा काहीतरी गैरसमज झालेला आहे.... हे बघ घरात कोणी आई, आजी असं मोठं माणूस असलं तर त्यांना फोन दे, मी बोलते त्यांच्याशी....’. ‘अगं मावशी इकडे कोणी नाही गं, मी आणि यमुनाबाईच आहोत फक्त. पण तुझं नांव वीणाच आहे ना? मग तूंच तर पत्र लिहिलं आहेस

आणि तुला फोन करायला सांगून हाच नंबर दिला आहेस’, नीताचा आवाज रडवेला झाला.... ‘कसलं पत्र नीता?’ ‘ते मला माहित नाही कसलं पत्र ते, पण तू आम्हाला भेटण्यासाठी वेळ पण ठरवायला सांगितली आहेस.... मी बाबांना दाखवलं तुझं पत्र, पण ते माझं ऐकतच नाहीत.... ते म्हणाले मी कोणालाच भेटायची अपॉइंटमेंट देणार नाही, की मी कुठे जाणार पण नाही, फेकून दे ते पत्र....’ ‘अगं, मग बरोबरच आहे ना तुझ्या बाबांचं.... आता तुला खात्री पटली ना की हा सगळा घोळ आहे म्हणून, मग फोन ठेवून दे आता, ओ.के.?म्हणत वीणानं फोन बंद केला, आपण तर काही कोणाला फोन करून अपॉइंटमेंट वगैरे मागितली नव्हती, पत्र तर लिहिण्याचा प्रश्न येत नाही.... काय घोळ आहे कोणास ठाऊक.... जाऊं दे झालं.... वीणानं स्वयंपाक घरात जाऊन मोठा मग भरून कॉफी करून आणली आणि ती हॉल मध्ये जाऊन वाचत बसली....

रविवारची दुपार सरत आली होती. आता उठून आठवड्याचा भाजीपाला आणून ठेवला पाहिजे, म्हणजे मग स्वयंपाकिणीची काही कटकट राहत नाही. टेबलावर भाजी काढून ठेवली की त्या येऊन स्वयंपाक करून जातात. अलीकडे खरं तर वीणाला वाटत होतं की बाईंना काढून टाकावं, इतका बेचव स्वयंपाक करतात.... नुस्तं ढीगभर तेल ओतलं की काय भाजी, आमटीला चव येते? बघुयात, नाहीतर भाज्या तरी स्वतः कराव्यात निदान, आपल्या आवडीने वेगवेगळ्या प्रकारे तरी करता येतील.... मेथी काय नुसती पीठ पेरूनच करता येते कां? छान पैकी मेथी मलाई मटार किंवा मेथी चमन करावी.... पन्नाला बोलवायला हवं जेवायला, ती चांगली खवय्यी आहे.... लगेच तिने पन्नाला फोन लावला पण कोणी उचललाच नाही.... रविवार संध्याकाळ पन्ना आणि पंकज जेवायला बाहेर गेले असणार.... आता मुव्ही वगैरे बघूनच घरी उशिरा परत येणार.... पन्नाला काय आज नाहीतर उद्या ऑफिसमध्येही सांगता येईल.... एखाद्या दिवशी पंकज नसला तरी ती रात्री राहील सुद्धा, मग खूप गप्पा होतील.

वीणा आणि पन्नाची गेल्या सात आठ वर्षातली मैत्री.... आय.टी. क्षेत्रातील काम त्यामुळे दिवसाचे बारा तास तरी त्या एकत्र असत ऑफिस मध्ये. कॉफी ब्रेक, लंच ब्रेक एकत्र घेतल्यामुळे खूप जवळ आलेल्या. एकमेकींनी गप्पातून एकमेकींचे सुखदुःख वाटून घेतलेली.... गेल्याच वर्षी पन्ना आणि पंकजचे लग्न

झाले.... तेव्हापासून पन्ना वीणाच्या मागे होती की वीणा तूही लग्न कर. तसं पाहता वीणा अन पन्नाच्या वयात चार पांच वर्षाचं तरी अंतर होतं, पन्नाच तिशीची होती तिला नेहमीच आश्चर्य वाटे की वीणा गोरी, घारी, उंच मग वीणानं लग्नाचा विचारही का केला नसेल? ती नेहमी वीणाशी या विषयावर बोलत असे. वीणाने तिला सांगितलं होता की ती कॉलेजपासूनच करियरिस्ट होती. प्रेमात बिमात पडायला तिला वेळच नव्हता आणि ती तिची वागण्याची स्टाईलही नव्हती. आपण बरे की आपलं काम बरं हेच खरं होतं. घरून तिच्या मागे लागणारं कोणी नव्हतं.... वीणानं आई असतानाच एक बेडरूमचा अपार्टमेंट विकत घेऊन, लाऊन ठेवला होता.... आईबाबा होते तोपर्यंत कधी सठीसामासी ती त्यांना घेऊन तिथे जाऊन राहत असे. पण आई गेली, पाठोपाठ सहा महिन्यात बाबाही गेले, मग मात्र ती अपार्टमेंटवर राहायला आली. इथे आल्यावर एकटेपणा वाढला.... म्हणजे तसा पूर्वीही तो होताच, आई, बाबा तेव्हढे काही ना काही विचारपूस करायचे, भाऊ वहिनी तसे अलिप्तच होते. पण म्हटलं तर टी.व्ही. बघायला सगळे एकत्रच बसायचे.... तेव्हा वरवर काही जुजबी संभाषण होई इतकेच. जेवायच्या वेळेपर्यंत ती ऑफिसमधून परत येतच नसे. आई होती ती निक्षून थांबायची.... ही आल्यावर अन्न गरम करून, दोघी माय लेकी जेवायच्या.... आई रोज म्हणायची 'वीणे अगं, आता लग्न संसाराचा विचार कर जरा!' 'झालं का आई तुझं सुरु? अगं, मी लग्न केलं काय आणि न केलं काय, कोणाला फरक पडणार आहे? चाललय ते ठीक आहे.... एकटा जीव सदाशिव.... हवं ते करावं, ना कोणाची बंधने, ना कटकटी....'

इथे राहायला आल्यापसून प्रथम तिने जेवणाचा डबा लावला होता. पण तो कितीतरी वेळ दाराशीच राही.... मग त्यातलं अन्नही नासून जाई.... शिवाय डबा चवीलाही असातसाच होता.... रोज तिखट जाळ उसळ कसली तरी आणि आठवड्यातले चार दिवस तरी बटाट्याची भाजी.... पालेभाजी किंवा इतर वेगळ्या फळ भाज्यांच नावच नको. कंटाळून तिनं तो बंद केला.... हल्ली ताईंचा डबा दिसत नाही म्हटल्यावर, तिच्या कडे धुणी भांडी करणाऱ्या बाईनं विचारलं की ताई मी करू का तुमच्यासाठी जेवण? इथेच बनवून ठेवीत जाईन काय सांगाल ते.... आणि मग वीणालाही ती आयडिया पटली होती. निदान भाज्या आपल्या आवडीच्या तरी आणता येतील.... आणि ही पन्ना, ही मैत्रीण पण चांगली

मिळालीय मला.... एकूण खूपच सोबत असते तिची, ऑफिसमध्ये आणि एरव्ही सुट्टीच्या दिवशी त्या एकत्रच असायच्या. अलीकडेच तिचे लग्न झालेय....पंकज चांगला मुलगा आहे.... पण अलीकडे तिचेही कार्यक्रम असतात.... असणारच ना? म्हणून ती वीणाच्या मागे असते अगं वीणा, तुही लग्न कर. लग्नाने जे सहजीवन मिळते त्याला तोड नाही बघ.... वीणाने 'अगं पण माझे तर बघणारेही कोणी नाही आता, बघुयात असेल नशिबात तर कोणी भेटेल, कुण्याकाळी....' अगं वीणा आपल्याला जाहिरात देता येईल.... हल्ली खूप चांगली स्थळे जाहिरात देतात, नाहीतर एखाद्या मॅरेज ब्युरोमध्ये नाव घालूयात, तिथेही बऱ्यापैकी स्थळे असतात.... हो ना करता करता वीणाने मूक संमती दर्शविली तेव्हा पन्नाने ठरविले की आपणच पुढाकार घेऊन जाहिरात द्यावी. जाहीरात तयार करण्यासाठी ती इतर आलेल्या जाहिराती चाळत असताना तिने एका मासिकात ही विश्वेशची जाहिरात पाहिली, याच धरतीवर आपण जाहिरात करावी असे तिने ठरविले. त्याने चार ओळीत स्वतःची माहिती दिली होती आणि कॉल फॉर अपॉइंटमेंट असे म्हणून नंबर दिला होता शिवाय पत्ताही दिला होता. पन्नाने तसेच लिहिले होते आणि वीणाचाच फोन नंबर दिला होता. वीणाला कोणाचा फोन आला तर ती बोलेलच की आपल्याशी, मग तिला सांगता येईल जाहिरात दिली होती म्हणून, पण फोन डायरेक्ट तिच्याकडे गेला म्हणजे तिच्या सोयीने वेळ देईल शिवाय तिला आणखी काही माहिती हवी असेल भेट ठरविण्याच्या आधी तर तेही तिला बघता येईल. पण जाहिरात येण्याआधीच विश्वेशच्या माहितीप्रमाणे तिने वीणाच्या नावाने एक पत्र टाकून दिले बघुयात फोन करतोय का हा मुलगा....

त्या पत्राने नीताचा फोन आला होता. नीता ही विश्वेशची सात आठ वर्षाची मुलगी, तशी लहानच म्हणायची, पण आई गेल्यापासून जास्त समजूतदार झाली होती. ती शाळेतून घरी यायची तेव्हा तिची आजी नाहीतर आजोबा यायचे तिला बघायला, शिवाय हल्ली आजी, आजोबा सारखं तिच्याशी.... नव्या आई विषयी बोलत असत, तिचं मन तयार करायला, विश्वेशच्याही ते मागे लागले होते दुसरे लग्न करण्याबाबत.... अलीकडे वर्षापूर्वी, ती जरा मोठी झाल्यावर विश्वेशच्या आग्रहामुळे त्यांनी नीताला सांभाळायला यमुनाबाईची नेमणूक केली होती. त्याच तिच्या खेळगडी होत्या आणि त्याच मोठ्याही. नीतूचं सगळं यमुनाबाईंच्या संगनमतानंच चाले. तरीही आज नीतूनं फोन केला हे यमुनाबाईंना आवडले

नव्हते.... पण नीतू ऐकायलाच तयार नव्हती. आणि उगीचच अगोचरपणा केला असे साहेबांना वाटले तर.... मला काही माहितीच नव्हते.... नितूने कधी फोन केला ते. असे आपण सांगावे, असे त्यांनी ठरवून टाकले. आता साहेबांनी लग्न करावे, असे त्यांनाही वाटत होतेच.... नीतू जास्तच एकांडी होत चालली होती. शिवाय तिचा हट्टीपणाही वाढतच होता.... विशेषतः तिच्या बाबांशी ती आपलेच म्हणणे खरे करी. आई - वेगळी - पोर म्हणून तेही बहुतेक तिचे म्हणणे जास्त नरमाईने मानत असावेत....

दुसरा दिवस उजाडला.... पुन्हा सकाळीच नितूचा फोन आला. 'मावशी, पण तू प्लीज दे न वेळ माझ्या बाबांना भेटायची.... तू पत्र लिहिलं नसलस तरी दे वेळ. मला तुझ्याशी गप्पा मारायला खूप आवडतं गं, तू आमच्या घरी येच गं.... आमच्या यमुनाबाई ना खूप छान शिरा करतात'. वीणा स्वतःच्या नकळतच तिच्या बोलण्याने विरघळली आणि म्हणाली, 'येईन हं मी नीतू'. 'नक्की ना मावशी? नक्की येशील ना?' 'हो, पण आता मला ऑफिसला जायला उशीर होतोय, मी फोन ठेवते हं.' मग वीणाला वाटलं उगीच आपण त्या मुलीच्या लाघवी बोलण्याला, गोड बोलण्याला भुललो. काही तरी कबूल करून बसलो.... कोण कुठची नीता, आपल्याला तिचे आडनावही माहित नाही.... जाऊ देत बघूया पुन्हा फोन आला तर, सरळ जमत नाही म्हणून सांगून टाकू झालं.... उगीच नुसती भानगड नको कुठलीही. मग चार आठ दिवस झाले, काही फोन आला नाही नितूचा, म्हणताना वीणाही विसरून गेली. पण एक दिवशी वीणा घरात शिरता शिरताच फोन वाजला.... वीणानं उचलला तर नीताच होती पलीकडे.... अगदी रडवेली झालेली.... 'मावशी तू का माझा फोन उचलत नाहीस गं? मी किती वेळा तुला फोन केला, तू उचललासच नाहीस, मावशी मला बरं नाही आहे.... ताप आलाय.... मी शाळेत पण गेले नव्हते पण माझ्याजवळ कोणीच नव्हतं.... यमुनाबाई पण सारख्या स्वयंपाकघरात कामात होत्या. मग मला रडायलाच यायला लागलं.... तुला फोन केला तर तू पण नाही उचललास.' 'अगं नीता सॉरी हं, मी आत्ताच येतेय ऑफिसातून, इतका वेळ घरात कोणीच नव्हते ना, तर फोन कोण उचलणार?' 'मावशी, तू एकटीच राहतेस? तुला भीती नाही वाटत? तुझे आई बाबा कुठे आहेत?' नीतानं एका दमात प्रश्न विचारले.... 'अगं नीता, मी मोठी आहे ना, म्हणून मला भीती नाही वाटत. माझे आई बाबा देवाकडे गेले.'

'म्हणजे माझी आई गेली तसे? बाबा म्हणतात, ती आता कधीच परत येणार नाही.... पण आजी म्हणते आपण तुला दुसरी छान आई आणू.... मग मजा येईल ना मावशी? ती आई माझे लाड करील ना? मला यमुनाबाईंनी घातलेल्या वेण्या अजिबात आवडत नाहीत. त्यांना ना, रिबिनीचा बो पण बांधता येत नाही, सरळ भांग पण नाही काढता येत.... मग मी तशीच शाळेत जाते. माझ्या टीचर विचारतात 'काय गं नीता, तुझे केस असे काय दिसताहेत? भांडण करताना वेण्या ओढता वाटतं?' 'मावशी, नवी आई आली की ती मला छान वेण्या घालून देईल ना गं?' 'हो, अगं, नक्की देईल आणि छान छान पिना, बो पण लावून देईल बरं का? पण चल, मी ठेवू फोन आता, मला अजून चहा पण प्यायचाय, ओके?' म्हणून वीणानं फोन ठेवलं. ती चहा करून प्यायला घेतेय तोच फोन वाजला.... आता कोणाचा फोन?.... धड चहा पिऊ देत नाहीत.... 'मावशी मावशी, इथे मोठ्ठा कोळी आलाय.... आई गं, तो माझ्याकडेच बघतोय.... आता तो इकडे येतोय,....मला ना मावशी फार भीती वाटतेय गं, तो ना, त्या कार्टूनमधल्या कोळ्यासारखा हळू हळू मोठा मोठा होतोय.... माझ्या अंगावर येतोय.... आई गं, त्याला मारा ना कोणीतरी.. मावशी....'. 'अगं यमुनाबाई आहेत ना तिथे, त्यांना सांग ना..'. 'मावशी, यमुनाबाई बाथरूममध्ये आहेत, त्या उलट मलाच चिडवतात 'भित्री भागूबाई' म्हणून.... मावशी, मी कॉटवर चढलेय, तरी मला तो कोळी दिसतोय, तो मोठ्ठा काळा कुट्ट आहे.... तू ये ना मावशी इथे....'. नीता मोठ्याने रडत रडतच बोलत होती.... फारच घाबरलेली होती, जोरात आरडाओरडा चालला होता.... फोन आता तिच्या हातात नव्हताच, हे वीणाला कळत होते, त्यामुळे तिला इकडून चार धीराच्या गोष्टी सांगाव्यात, तर तेही शक्य नव्हते. 'मावशी, मावशी तू येतेस का, मी इथेच कोपऱ्यात उभी राहीन तोपर्यंत.... पण तू येशील ना नक्की?..'. आता मात्र वीणालाच रडायला यायला लागलं.... काय गत आहे या पोरीची? भीती वाटली तर जवळ घेऊन समजावयाला पण कोणी नाही. ही घाबरून भीतीने अर्धमेली झालेली.... यमुनाबाई का कोण बाई ठेवलीय सांभाळायला, ती बाथरूम मध्ये जाऊन बसलीय काय करू मी तरी आता....? एव्हढ्यात एका पुरुषाचा आवाज आला, 'नीता बेटा काय झालंय? अशी का रडते आहेस?.... 'बाबा तू मला घे, तिथे मोठ्ठा कोळी आहे....'. 'घेतो हं बेटा, ये....'. एव्हढे केल्यावर वीणाने फोन ठेवला अन डोळे पुसले....

चला बरं झालं तिचे बाबा आले ते... निदान चांगले प्रेमळ वाटताहेत.... आता आपण निवांत चहा - खाणं करावं....

तिकडे विश्वेशला फोन लटकलेला दिसला म्हणून त्यानं नीताला विचारलं 'नीता कोणाचा फोन आला होता?' रडतच नीता म्हणाली, 'नाही बाबा.... मीच केला होता वीणा मावशीला फोन. मला खूप भीती वाटत होती म्हणून मी तिला 'ये इकडे' म्हणून फोन करत होते....'. 'कोण ही वीणा मावशी, नीता?' वीणा मावशी ही विश्वेशच्या माहितीतली नव्हती. 'बाबा, ती माझी मैत्रीण आहे' म्हणून नीता गप्प बसली. एक दोन दिवसातच पुन्हा नीताचा फोन आला वीणाला, 'मावशी तू कधी येतेस सांग ना?.... अगं, तो कोळी अजून इथेच आहे घरात.... बाबांना तो दिसलाच नाही. तू ये ना एकदा आपण त्याला शोधून मारून टाकू.' 'बरं नीता, उद्या मी ऑफिसमधून लौकर घरी येते, मग येईन. पण तुझा पत्ता सांग ना मला,' नीतानं पत्ता सांगितलं तशी वीणा म्हणाली, 'अगं जवळच राहतेस तू, गार्डनच्या मेन गेटच्या समोरच ना? मी येते उद्या.' 'मावशी, नक्की ये हं?. 'हो, येईन', एकदा जाऊन टाकूयात म्हणजे निदान रोज रोज नीताचा फोन येणं तरी बंद होईल....नीताच्या घरी जाण्याआधी वीणा बराच वेळ पार्कमध्ये एका बाकावर बसून नीताच्या घरी कोण जातय येतय बघत होती. आधी एक म्हाताऱ्या बाई आल्या.... मध्यवयीन बाईनं दार उघडले, त्या बहुधा यमुनाबाई असाव्यात.... ती बाई दारातच काहीतरी बोलून निघून गेली. बहुधा कोणाचा तरी निरोप असावा.... अंधार व्हायच्या बेताला वीणा उठून नीताच्या घरी गेली. खूप जीवाभावाची असल्यासारखी 'तू वीणा मावशी ना', म्हणून नीतानं वीणाला घट्ट मिठी मारली. 'मावशी इथे बस ना... तो कोळी ना त्या टेबलाखाली होता'.... वगैरे नीताची बडबड सुरु झाली.... मध्येच यमुनाबाईंना मावशीला शिरा द्या, आणि भजी पण.... म्हणून सांगून झाले. वीणानेही नीता बरोबर हॉलमध्ये इकडे तिकडे हिंडून कोपऱ्यात कोळी दिसतोय का ते शोधले, पण कोळी काही कुठे दिसला नाही. 'नीता कोळी गेला ग पळून', म्हणून डिक्लेअर करून टाकले. तेव्हढ्यात शिरा आणि भजी आली, दोघींनी त्याचा समाचार घेतला. नीताचं 'अजून कसे बाबा आले नाहीत,' सुरु झालं तेव्हा 'किती वाजता येतात तुझे बाबा घरी? आता मला जायला हवं हं', म्हणून वीणा उठली.... नीताचा आग्रह

चालूच होता 'थांब ना, मावशी' म्हणून, पण 'उशीर होतोय गं मला,' म्हणून वीणा निघालीच.

असेच दिवस जात होते मधून मधून नीताचा फोन येई. घरी ये ना गं मावशी, म्हणून आग्रहही होई. असाच एकदा फोन केला नीतानं आणि हटूनच बसली की, 'मावशी उद्या माझा वाढदिवस आहे.... बाबाही रजा घेणार आहे तू पण सुट्टी घे ना, आमच्याकडे सकाळी जेवायलाच ये....' आता वाढदिवस आहे म्हटल्यावर वीणाला नाही म्हणवले नाही. ऑफिसला फोन केला आणि आरामात शांतपणे न्हायली आणि तयार होऊन लंचच्या सुमारास ती नीता कडे पोहोचली.... दार आज पुरुषानच उघडलं.... 'तुम्ही वीणा मावशी ना? मी नीताचा बाबा. या ना, आत या, बसा आरामात, स्वतःची ओळख करून देत विश्वेश म्हणाला. नीताचा आवाज येत नव्हता.... त्याने लगेच खुलासा केला नीता जरा आत्ताच मामाबरोबर बाहेर गेलीय येईलच १५/२० मिनिटात.... विश्वेशनी गप्पा सुरु केल्या. मग आपण कुठे काम करतो वगैरे सांगितले तो ही सॉफ्टवेअर मधलाच आहे, म्हणताना त्यांच्या गप्पा चांगल्याच रंगल्या. नीता आली का बघायला एक आजी डोकावल्या. 'ह्या नीताच्या आजी, आणि बरं का आजी, ह्या वीणा मावशी' 'हो का? नीता सारखी तुमच्याबद्दल बोलत असते. कुठे पार्कात गाठ पडली का तुमची? आजीनी विचारले. आता काय सांगावे असा प्रश्न वीणाला पडला... ती म्हणाली 'नाही असाच एकदा फोन आला तिचा, मला वाटलं रॉंग नंबर असावा.... पण ही धिट्टुकली गप्पा मारतच राहिली आणि पुन्हा पुन्हा तिचे फोन येत राहिले, ती म्हणे की मी तिला पत्र पाठविले आणि माझा नंबर देऊन फोनवर अपॉइंटमेंटची वेळ मागितली. मी तर काही कोणाला पत्र वगैरे लिहिलं नव्हतं, काहीतरी फोन सिस्टीम मधला घोळ असावा बहुधा. पण या सगळ्या गोंधळात मला एक गोड भाची मिळाली.' 'आणि तिला अशी सुंदर मावशी' विश्वेश म्हणाला. 'अहो विश्वेश तुम्हाला म्हणत होते ना मी, की मी तुमच्यासाठी जाहिरात दिलीय.... दोन तीन पत्रे पण आली होती इथे, पण त्यात काही धड माहितीही दिली नव्हती.... पण तुमच्या माहितीत मी तुमचा फोन नंबर दिला होता आणि पत्ताही....त्यामुळेच एखादं पत्र आलं असावं इथे. मी पत्रव्यवहार माझ्या पत्त्यावर मागितला होता एरव्ही. आता लक्षात येतोय काय

गोंधळ झाला असेल तो.... म्हणूनच वीणा मावशीचं पत्र आलं असेल इकडे' 'अहो आजी, पण मी तर कोणाला पत्र लिहिलं नाही, मग कसं शक्य आहे हे?' 'काय की बाई, जादुच झाली म्हणायची....' इति आजी.

दुसऱ्या दिवशी वीणानं पन्नाला ओव्हरनाईट स्टेला बोलावलं होतं. खूप दिवसात दोघींच्या मनमोकळ्या गप्पा झाल्या नव्हत्या. ऑफिस मध्ये डेड लाईन्सचा धमाका होता नुसता, त्यामुळे बहुधा त्या दोघींना एकत्र लंच सुद्धा घ्यायला जमत नव्हते. आता त्या दोन दिवस नुसती धमाल करणार होत्या.... मस्त खाणं पिणं आणि पोटभर गप्पा! फार तर मॉलची एखादी चक्कर असा बेत वीणाने केला होता. ती आणि पन्ना ऑफिस मधून बरोबरच वीणाच्या घरी आल्या होत्या. तू फ्रेश हो पन्ना, मी तोपर्यंत मस्त पोहे आणि चहा करून आणते. पोहे फोडणीला टाकले आणि फोन वाजला. पन्नाने तो उचलला.... 'हॅलो वीणा मावशी,....' पलीकडे नीता बोलत होती....' 'आता कधी येणार आहेस तू? उद्या येशील का?' 'हॅलो कोण बोलतंय? मी पन्ना आहे, वीणा जरा किचन मध्ये कामात आहे मी बोलावते हं तिला.... तुझं नाव काय?' 'मी नीता बोलतेय, पण तू कोण आहेस?' 'अगं, मी तिची मैत्रीण आहे' वीणा तुला कोणी नीताचा फोन आहे बघ.... पोह्यावर झाकण टाकून गॅस बंद करून वीणा हॉलमध्ये आली. नीताचा फोन म्हणजे ती काही लौकर सोडायची नाही. पन्ना हा फोन होई पर्यंत तू चहा टाक हवा तर.... म्हणत तिने फोन घेतला. 'बोला नीता बाई, आता काय झालंय?' 'मावशी तू ये ना, मला ना तुला माझ्या सगळ्या गिफ्ट्स दाखवायच्या आहेत. आणि ना तू आणलेला ड्रेस पण छान बसतोय मला तेही मी घालणार आहे तू येशील तेव्हा आणि मग आपण दोघी पार्कात जाऊ हं.' 'नीताची नेहमी प्रमाणे बडबड चालू होती....' 'नीता आत्ता ना माझ्याकडे मावशी पाहुणी आलीय, मग मी दोन तीन दिवसांनी येईन. नाहीतर पुढच्या रविवारी येईन....' 'हो बरं,' नीता थोडी नाराज झालीशी वाटली.... 'बरं, मग आता मी फोन बंद करते हं.... बोलू उद्या परवा'.... वीणानं फोन ठेवला. पन्ना चहा करून घेऊन आलीच होती बाहेर.... 'कोण गं ही नीता? तुझी भाची म्हणजे....?' 'अगं पन्ना, तो एक मोठा किस्साच आहे, चहा घे, पोहे खाता खाता सांगते तुला.'

वीणाने सांगायला सुरुवात केली कसा नीताचा रॉंग नंबर लागला आणि हळूहळू कशी तिच्याशी दोस्ती झाली. पण पन्ना हे सारं कोडंच आहे बघ. अगं, माझा नंबर कसा तिच्याकडे गेला? ती म्हणते मी पत्र लिहिलं होतं त्यात मीच लिहिलं होतं की माझी अपॉइंटमेंट घेण्यासाठी ह्या नंबर वर फोन करा.' 'कसली अपॉइंटमेंट वीणा?' अगं नीता म्हणते तिच्या बाबांना भेटायची म्हणे मी अपॉइंटमेंट मागितली होती. कमालच आहे ना? मी तर कित्येक दिवसात कोणाला पत्रही लिहिले नाही. आणि मग हे कसं शक्य आहे.... काय जादूटोणा आहे की काय? काय म्हणावं याला हे मलाच समजत नाही....' हे सगळं ऐकून पन्नाही घोटाळ्यात पडली.... आणि एकदम तिला काहीतरी आठवल्यासारखी चमकली.... 'वीणा मला सांग, अगं, किती दिवसांपूर्वी तिचा फोन आला होता?' 'अगं, सारखाच येतो हल्ली, रोजच येतो म्हणा ना,' 'नाही ग, पण पहिल्यांदा कधी आला होता?' 'मला वाटतं चार पाच महिने झाले असतील त्याला' 'अगं बाई म्हणजे असं झालय का?'....'बघ तुला आठवतय का, मी तुला म्हटलं होतं की तुझ्यासाठी मी देते जाहिरात म्हणजे चांगलासा मुलगा सापडेल आपल्याला.' पण त्याआधी तुझी जाहिरात कशी लिहावी याचा अंदाज घ्यायला मी जाहिराती बघत होते तेव्हा एक जाहिरात मला लक्षवेधी वाटली. आय.टी.तलाच मुलगा होता त्याची बायको जाऊन एक वर्षं झालं होतं जेमतेम.... त्याला एक आठ नऊ वर्षाची मुलगी होती.... त्यांनी लिहिलं होतं की आमचा जावई अतिशय चांगला माणूस आहे, माझी नात ही अतिशय लाघवी आहे. त्याला भेटण्यासाठी खाली दिलेल्या पत्त्यावर पत्र व्यवहार करावा. आणि ना अगं, त्या जाहिरातीत दोन पत्ते दिले होते एक मुलाच्या माहितीत त्याचा पत्ता दिला होता आणि एक दुसरा पत्ताही होता. 'मला वाटलं आपण टाकून तर बघुयात पत्र. पत्र मी तुझ्या नावेच लिहिलं आणि त्यात तुझी सगळी माहिती देऊन अपॉइंटमेंट साठी फोन नंबर तुझाच दिला होता.... वाटलं तो मुलगा तुला कॉन्टेक्ट करेल तेव्हा तुला काही आणखी माहिती हवी असेल तर बोलता येईल तुम्हाला.... तुला बघ एक दोनदा मी विचारलेही होते की कोणाचे फोन वगैरे आले का म्हणून पण तू ते हसण्यावारी नेलेस आणि मलाच उडवून लावलेस.... आता ही नक्कीच त्याचीच स्मार्ट मुलगी असणार बघ, पण काय गं, त्याने फोन न करता या चिमुरड्या पोरीने कसा काय फोन केला तेच कळत नाही. 'अरे बाप रे, म्हणजे हा असा

सगळा घोटाळा झालाय काय? मोठाच गोंधळ झालाय म्हणायचा.' 'पन्ना म्हणजे हा भलताच घोटाळा झालाय गं, पण मग आता आपण करायचे तरी काय?' 'तुला काय वाटतय वीणा?' 'मी पण गोंधळूनच गेलेय गं.... अगं, मी तीन चार आठवडे नीताच्या पुन्हा पुन्हा येणाऱ्या फोनला टाळत राहिले. पण शेवटी एकदा चुकून तिच्या आर्जवी बोलण्याला भुलले, वाटलं या छोट्याशा मुलीला भेटायला काय हरकत आहे जाऊयात एकदा.... उगीच तिचा सारखा हिरमोड तरी कशाला करा? आणि अगं ती इथून जवळच राहते....' 'काय सांगतेस काय वीणा? मग तू त्या मुलीला भेटलीस? आणि त्या मुलाला पण भेटलीस का?' 'हो, भेटले ना, चांगली दोन तीन वेळा भेटले. चांगला माणूस आहे.... आमच्या चांगल्या गप्पा होतात भेटलो की.... आणि अगं ती नीता तर इतकी गोड आणि लाघवी मुलगी आहे की विचारूच नकोस.... तिच्या आग्रहामुळे मध्यंतरी मी तिच्या वाढदिवसाला पण जाऊन आले तेव्हा तिची आजी, मामा, सगळ्यांची भेट झाली. फॅमिली छान आहे अगदी, साधी माणसं आहेत....' 'अगं बघ वीणा, म्हणजे आता तुला फॅमिली पण आवडली आहे.... मग काय तर होऊन जाऊ देत....

श्रावणी आभा

रिमझिमत श्रावण आले
रिमझिमत श्रावण आले !! धृ!!

नभ जाहले रे काळे काळे
सारे आभाळे भरून आले

थेंब थेंबातूनी खाली ओघळे
वर्षाव सरींचे चिंब ओले

घन दाट दाटुनी आलेले
अनुपम श्रावण शोभा खुले

बघावया हे रविबिंब आले
सोनेरी किरण खाली उतरले

लपाछपी ही सोन सळी
रविकिरणांची ती नव्हाळी

त्यातुनी इंद्रधनू अवतरले
नभ दिव्य आभेने सजले

अशा त्या सप्तरंगी धनुवरी
स्वप्न हिंदोळे ते बांधुनी

मन माझे आतुर होवोनी
उंच उंच जाई झुलुनी

हिरव्या ह्या ऋतुतूनी दिसे
निळी बिलोरी मोरपिसे

केकारव ते कानी पडले
मन विभोर विभोर झाले

२१ जानेवारी, २०१२

खेळ खंडोबा

आषाढ येता झाला पाऊस बरा
केली लावणी खुरपणीही जरा
श्रावणाची पिके आली हातभर
मिळे उघडीप तर पिक पिकेल खंडीभर

श्रावणात पावसाने नाही मिटला डोळा
भाद्रपदातही सण वारांचा सोहळा
गौरी गणपतीला पावसाची संततधार
पुराने माजविला सर्वत्र हाहःकार

उभी पिके चांगली झाली आडवी
दाणा न भरताच कुजून पडली
आता कुठली पार्टी अन कसला हुरडा
पोरांच्या तोंडी कसा पडेल भाकर तुकडा

पुन्हा तीच वेळ गरीब किसानांवर
पसरावा लागे हात सावकारासमोर
इथे उठव अंगठा, आण पैसे व्याजाचे
सावकारे अडविले आता करावे कसे?

२२ मार्च, २०१२

सुषमा पेण्ढरकर (१९४३--)

एम. ए. (अर्थशास्त्र) १९६५, पुणे विद्यापीठात प्रथम.

पी एच डी

पुणे व मुंबई येथील महाविद्यालयात व वैकुंठ मेहता नॅशनल इन्स्टिटयूट ऑफ को-ऑपरेटिव्ह मॅनेजमेंट, पुणे यात २४ वर्षे अर्थशास्त्र, व्यवस्थापन, सहकारी व्यवस्थापन इत्यादि विषयांचे अध्यापन.

१५ वर्षे पुणे विद्यापीठात प्राध्यापक व पीएचडी साठी मार्गदर्शक.

निवृत्तीनंतर पती कुमार यांचे समवेत अमेरिकेत ओलँडो -फ्लॉरिडा येथे वास्तव्य.

५० वर्षांहून अधिक काळ विविध प्रकारचे लेखन. निरनिराळ्या मासिकांच्या कथा स्पर्धांत अनेक पारितोषिके.

www.ingramcontent.com/pod-product-compliance
Lightning Source LLC
LaVergne TN
LVHW060613051026
849519LV00002B/583